AF081275

ഗ്രീൻ ബുക്സ്

അയ്യൻകാളി:
അധഃസ്ഥിതരുടെ പടയാളി

കരിവേലി ബാബുക്കുട്ടൻ

1948 ഓഗസ്റ്റ് 21-ന് മാവേലിക്കര താലൂക്കിൽ
അറനൂറ്റിമംഗലത്ത് ജനനം.
ഇറവങ്കര ഗവ. ഹൈസ്കൂൾ,
പന്തളം എൻ.എസ്.എസ്. കോളേജ്
എന്നിവിടങ്ങളിൽ വിദ്യാഭ്യാസം.
2002ൽ ബി.എസ്.എൻ.എൽ-ൽനിന്ന്
സീനിയർ സൂപ്പർവൈസറായി സ്വമേധയാ വിരമിച്ചു.
ആനുകാലിക പ്രസിദ്ധീകരണങ്ങളിൽ
കഥ, കവിത, ലേഖനം തുടങ്ങിയവ എഴുതാറുണ്ട്.

ജീവചരിത്രം

അയ്യൻകാളി:
അധഃസ്ഥിതരുടെ പടയാളി

കരിവേലി ബാബുക്കുട്ടൻ

ഗ്രീൻ ബുക്സ്

malayalam
ayyankali: adhasthidharute parayali
(biography)
by
kaaveli babukkuttan

green books private limited
gb building, civil lane road, ayyanthole,
thrissur- 680 003, kerala, ph: +91 487-2381066, 2381039
website: www.greenbooksindia.com
e-mail: info@greenbooksindia.com

first published april 2019
copyright reserved

branches:
thrissur 0487-2422515
palakkad 0491-2546162
thiruvananthapuram 0471-2333301
calicut 0495 4854662
kannur 0497-2763038

isbn : 978-93-88830-24-9

no part of this publication may be reproduced,
or transmitted in any form or by any means,
without prior written permission of the publisher.

GBPL/1073/2019

മുഖക്കുറി

വിസ്മൃതിയുടെ ചാരത്തിൽ നിന്ന് ഒരു ഫിനിക്സ് പക്ഷിയെപ്പോലെ ഉയിർക്കൊള്ളുന്ന അയ്യൻ കാളിയുടെ ജീവചരിത്രം. ഒപ്പം തിരുവിതാംകൂറിന്റെ സാമൂഹിക ചരിത്രവും. പുലയരുടെ സമരപോരാട്ടങ്ങളുടെ കഥ മാത്രമല്ല ഇതര സാമുദായിക സമരചരിത്രങ്ങളും വരച്ചു കാണിക്കുന്നു. പുതിയ കാലത്തെ അടയാളപ്പെടുത്തേണ്ടതിന്റെ ചരിത്രരേഖയായി മാറുന്നു അയ്യങ്കാളിയുടെ ജീവചരിത്രം.

കൃഷ്ണദാസ്
മാനേജിങ് എഡിറ്റർ

വായനക്കാരോട്

കേരളത്തിന്റെ സാമൂഹിക വിഹായസ്സിൽ ശുക്രനക്ഷത്രമായി ജ്വലിച്ചുനിന്ന നവോത്ഥാന നായകനായ അയ്യൻകാളി മൺ മറഞ്ഞതിനുശേഷം ഏതാണ്ട് മൂന്നു ദശാബ്ദക്കാലം കേരളവും മലയാള ചരിത്രകാരന്മാരും അദ്ദേഹത്തെ വിസ്മരിച്ചു. തമസ്ക്കരിക്കപ്പെട്ട ആ ചരിത്രപുരുഷൻ അറുപതുകളുടെ അന്ത്യത്തോടെ ഫീനിക്സ് പക്ഷിയെപ്പോലെ ഉയിർക്കപ്പെട്ടു. സംഘടനാപരമായ ദളിത് മുന്നേറ്റങ്ങളുടെ ഫലമായിരുന്നു അത്. അയ്യൻകാളിയുടെ ജീവിതവും സമരകഥകളും അന്വേഷണ വിധേയമാക്കപ്പെട്ടു. അദ്ദേഹത്തിന്റെ ജനന-ചരമദിനങ്ങൾ ദളിത് സംഘടനാ തലങ്ങളിൽ ആചരിക്കാനാരംഭിക്കുകയും കഥാപുരുഷന്റെ ചരിത്രവും കാലികപ്രസക്തിയും പത്രമാധ്യമങ്ങളിൽ പ്രത്യക്ഷപ്പെട്ടു തുടങ്ങുകയും ചെയ്തു. ഒപ്പം അദ്ദേഹത്തിന്റെ ജീവചരിത്രഗ്രന്ഥങ്ങളും ഒന്നൊന്നായി പുറത്തുവന്നു. ആദ്യമാദ്യം വെളിച്ചംകണ്ട അയ്യൻകാളി ചരിതങ്ങളുടെ ഉള്ളടക്കം ആധികാരികമെന്ന് സാമാന്യജനം വിധിക്കുകയും ചെയ്തു. പക്ഷേ, ഈ കൃതികൾ സൂഷ്മദൃക്കുകളെ നിരാശപ്പെടുത്തി. ഊഹാപോഹങ്ങൾ, ഭാവനാവ്യായാമം, അത്യുക്തി, വ്യക്തിവിദ്വേഷം, രചനാവഴിയിലെ കൃതഹസ്തതാരാഹിത്യം എന്നിവയാൽ വിലക്ഷണങ്ങളാണ് ഈ കൃതികൾ എന്നു വ്യക്തമായി. സ്വന്തം വികലഭാവനകളെ ആധികാരികതയുടെ കുപ്പായമിടുവിച്ച് ചില അയ്യൻങ്കാളി ചരിത്രകാരന്മാർ ഞെളിഞ്ഞുനിന്നു! ടി.ടി. കേശവൻ ശാസ്ത്രിയെപ്പോലെയുള്ള മഹാരഥന്മാരായ ദളിത് നായകരെ തമസ്ക്കരിക്കാനും ഇകഴ്ത്തിക്കാണിക്കാനും ഇവർ അക്ഷന്തവ്യമായ വ്യഗ്രത കാട്ടി. ഫലമോ - ശുദ്ധാത്മാക്കളായ സാധാരണക്കാരുടെ മനസ്സിൽ കേശവൻ ശാസ്ത്രി ഇന്നൊരു വില്ലനാണ്!

ശുദ്ധമായ ചരിത്രം ചാരത്തിലെ കനലാണ്. അത് എപ്പോഴെങ്കിലും കത്തിജ്ജ്വലിക്കും. വ്യക്തിവിദ്വേഷത്തിന്റെയും സ്വാർത്ഥതാത്പര്യങ്ങളുടെയും പാപക്കറവീണ അല്പവിഭവന്മാരായ ചരിത്രകാരന്മാർ ചരിത്രത്തിന്റെ ചവറ്റുകൊട്ടയിൽ വീഴുമ്പോൾ അയ്യൻകാളിയുടെയും ടി.ടി. കേശവൻശാസ്ത്രിയുടെയും മറ്റും കഥകൾ തലമുറകൾ രാകിമിനുക്കിക്കൊണ്ടേയിരിക്കും.

ഈ ചുറ്റുപാടുകളിലാണ് അയ്യൻകാളിയുടെ സമരതീക്ഷ്ണമായ ജീവിതകഥ സത്യസന്ധമായി അവതരിപ്പിക്കാൻ ഇവിടെ ശ്രമിച്ചിട്ടുള്ളത്. സാമ്പ്രദായിക ചരിത്രകൃതികളെ ഒരു പരിധിവരെ ആശ്രയിച്ചും പി.കെ. ഗോപാലകൃഷ്ണൻ, പി.കെ. ബാലകൃഷ്ണൻ, റോബിൻ ജഫ്രി തുടങ്ങിയവരുടെ വേറിട്ട ചരിത്രപുസ്തകങ്ങളെ ഹൃദയത്തോടു ചേർത്തുവെച്ചും അയ്യൻകാളിയുടെ കാലത്തെ സർക്കാർ-സർക്കാരിതര രേഖകളും തിരുവിതാംകൂർ ഗസറ്റുകളും പരിശോധിച്ചുമാണ് ഇതിന്റെ രചന നിർവ്വഹിച്ചിട്ടുള്ളത്.

കഥാപുരുഷന്റെ വ്യക്തിജീവിതത്തെക്കുറിച്ച് അന്വേഷണം തുടങ്ങിയപ്പോൾ ആ കല്ലെടുക്കാനുള്ള ത്രാണി ഈ പാവം തുമ്പിക്ക് ഇല്ല എന്ന് ബോദ്ധ്യമായി. അയ്യൻകാളിയുടെ ജന്മനാട്ടിലും സംഘടനാ പ്രവർത്തനങ്ങളുമായി അദ്ദേഹം ചുറ്റിസഞ്ചരിക്കുകയും ക്യാമ്പ് ചെയ്യുകയും ചെയ്ത പ്രദേശങ്ങളിലും വിവരങ്ങൾ പകർന്നുതരാൻ പ്രാപ്തരായവരൊന്നും ഇപ്പോൾ ജീവിച്ചിരിപ്പില്ല. അയ്യൻകാളിയുടെയും സമകാലികരുടെയും അടുത്ത തലമുറയും യാത്രപറഞ്ഞു കഴിഞ്ഞു. ലഭ്യമായ പരിമിത വിവരങ്ങളെ വ്യക്തിജീവിതവിവരണത്തിന് ഉപയോഗപ്പെടുത്താനായുള്ളൂ. ഈ കൃതി അയ്യൻകാളിയുടെ സമരകഥകളെയും പൊതുജീവിതത്തെയുമാണ് ചർച്ച ചെയ്യുന്നത്.

ഈ പുസ്തകത്തിന്റെ രചനയ്ക്ക് എനിക്ക് ഭൗതിക സാഹചര്യങ്ങൾ സ്നേഹപൂർവ്വം ഒരുക്കിയ ശ്രീ. കെ.എൻ വേലുക്കുട്ടൻ (റിട്ട.ഡിവിഷണൽ എഞ്ചിനീയർ, ബി.എസ്.എൻ.എൽ.) രചനയ്ക്കുവേണ്ട രേഖകളും അപൂർവ്വ ചിത്രങ്ങളും നൽകി സഹകരിച്ച ഗ്രന്ഥകാരനും അയ്യൻകാളിയുടെ ചെറുമകനുമായ ശ്രീ. ടി.കെ. അനിയൻ പുസ്തകത്തിന്റെ രചനാകാലത്ത് നിർദ്ദേശങ്ങളും അപൂർവ്വരേഖകളും നൽകി സഹായിച്ച അഖിലകേരള പുലയർ മഹാസഭയുടെ മുൻജനറൽ സെക്രട്ടറിയും എഴുത്തുകാരനുമായ ശ്രീ. കുന്നുകുഴി എസ്. മണി എന്നിവരോടുള്ള കടപ്പാടും കൃതജ്ഞതയും ഇവിടെ രേഖപ്പെടുത്തുന്നു.

ഈ കൃതിക്ക് അവതാരിക തയ്യാറാക്കിയത് 'മാതൃഭൂമി'യുടെ തിരുവനന്തപുരം എഡിഷൻ മുൻ ന്യൂസ് എഡിറ്ററും സ്റ്റേറ്റ് ആർക്കൈവ്സ് അഡ്വൈസറി കൗൺസിൽ മെമ്പറും സ്റ്റേറ്റ് ഗസറ്റിയർ മുൻ ഉപദേശകസമിതിയംഗവുമായ ശ്രീ. മലയിൻകീഴ് ഗോപാലകൃഷ്ണനാണ്. അദ്ദേഹത്തോടുള്ള നന്ദി ഇവിടെ രേഖപ്പെടുത്തട്ടെ.

കരിവേലി ബാബുക്കുട്ടൻ

വ്യത്യസ്തവും വിജ്ഞാനപ്രദവുമായ ജീവചരിത്രം

മലയൻകീഴ് ഗോപാലകൃഷ്ണൻ

ഇരുപത്തിയൊന്നാം നൂറ്റാണ്ടിന്റെ പൂർവ്വാർദ്ധത്തിൽ നിന്ന് കഴിഞ്ഞ നൂറ്റാണ്ടിലേക്കു തിരിഞ്ഞുനോക്കുമ്പോൾ ഈവിധം കറുത്തിരുണ്ട, മനഃസാക്ഷിയെ നടുക്കുന്ന, ഭീതിദായകമായ ഒരു സാമൂഹികവ്യവസ്ഥിതി കേരളത്തിൽ നിലനിന്നിരുന്നുവെന്ന് ആർക്കാണ് വിശ്വസിക്കാനാവുക? ഒരു വിഭാഗം മനുഷ്യരെ ജാതിയുടെ പേരിൽ അസ്പൃശ്യത കല്പിച്ച് അകറ്റി നിർത്തിയിരുന്ന കാലം. നല്ല വസ്ത്രം ധരിക്കാനോ പൊതുനിരത്തിൽ കൂടിയും ക്ഷേത്ര സമീപത്തുകൂടിയും സഞ്ചരിക്കാനോ വിദ്യ അഭ്യസിക്കാനോ അവർക്ക് അനുവാദമുണ്ടായിരുന്നില്ല. സവർണ്ണ മേധാവിത്വം കൊടികുത്തിവാണ അന്ന് ഹിന്ദു സമുദായത്തിലെ ഈ പാവപ്പെട്ട മനുഷ്യർ തൊട്ടുകൂടാത്തവരും തീണ്ടിക്കൂടാത്തവരും എന്തിന്, ദൃഷ്ടിയിൽപ്പെട്ടാൽപ്പോലും ദോഷമുള്ളവരുമായിരുന്നു. അതേസമയം പാടത്തും പറമ്പിലും രാപകലെന്യേ ജോലി ചെയ്യാനും ഇതര പണികൾക്കും അവർ വേണമായിരുന്നുതാനും. സവർണ്ണർ സഞ്ചരിക്കുന്ന വഴികളിൽ അസ്പൃശ്യത കല്പിക്കപ്പെട്ട ഇക്കൂട്ടർ നടക്കുന്നുണ്ടെങ്കിൽ അവർ വഴിമാറിപ്പോകാൻ സവർണ്ണർ ഉച്ചത്തിൽ "ഹൊയ്, ഹൊയ്" ശബ്ദം പുറപ്പെടുവിച്ചിരുന്നു. അബദ്ധവശാൽ അതുവഴിയേ വരുന്ന അയിത്ത ജാതിക്കാർ മർദ്ദിക്കപ്പെടും.

ജന്മിമാരുടെ പാടശേഖരങ്ങളുടെ ഓരത്ത് ചോർന്നൊലിക്കുന്ന കുടിലുകളിൽ കീറത്തുണിയോ പച്ചിലയോ കൊണ്ട് നാണംമറച്ച്, തങ്ങളും മനുഷ്യരാണെന്നറിയാതെ, മൃഗതുല്യരായി ജീവിച്ച ഒരു ജനതതിയുടെ ഉയിർത്തെഴുന്നേല്പിന്റെ ചരിത്രം കൂടി അനാവരണം ചെയ്യുന്നു. കരിവേലി ബാബുക്കുട്ടന്റെ 'അയ്യൻകാളി അധഃസ്ഥിതരുടെ പടയാളി' എന്ന ഈ കൃതി.

അടിച്ചമർത്തപ്പെട്ടും അകറ്റിനിർത്തപ്പെട്ടും കഴിഞ്ഞ അധഃസ്ഥിതവിഭാഗത്തിൽ നിന്നും, റോമിലെ അടിമകളുടെ മോചകനായെത്തിയ സ്പാർട്ടാക്കസിനെ(Spartacus,B.C.73-71)പ്പോലെ, ഒരു നേതാവുണ്ടായി. അദ്ദേഹമാണ് മഹാത്മ അയ്യൻകാളി. അയിത്താചാരത്തിനെതിരെ പടപൊരുതിയും വിദ്യാലയപ്രവേശനത്തിനായി സവർണ്ണരോടു മല്ലടിച്ചും മനുഷ്യാവകാശങ്ങൾക്കുവേണ്ടി വാദിച്ചും അയ്യൻകാളി നടത്തിയ ധീരോദാത്തമായ മുന്നേറ്റത്തിന്റെ കഥ കേരളചരിത്രത്തിലെ വർണ്ണോജ്ജ്വലമായ ഒരേടാണ്. രോമാഞ്ചജനകമായ ആ കഥകൾകൊണ്ട് സമ്പുഷ്ടമാണ് ഈ ജീവചരിത്രഗ്രന്ഥം.

മനുഷ്യരുടെ അധ്വാനത്തിന്റെയും പ്രയാണത്തിന്റെയും കഥ കൂടിയാണ് ചരിത്രം. സാമൂഹിക പരിഷ്ക്കരണങ്ങളും പരിവർത്തനങ്ങളുംകൊണ്ട് സമ്പന്നമായ വർത്തമാനകാല സാമൂഹിക വ്യവസ്ഥയിലേക്കെത്താൻ പാവപ്പെട്ട ജനത എത്രയോ ചോരച്ചാലുകൾ നീന്തിക്കടന്നുവെന്ന് ഈ പുസ്തകത്തിലൂടെ ഇതൾ വിരിയുന്ന സംഭവങ്ങൾ വിളിച്ചുപറയുന്നു. ഒരുപക്ഷേ ഇന്നത്തെ തലമുറയ്ക്ക് ഇതെല്ലാം അവിശ്വസനീയമായ അമ്മൂമ്മക്കഥകളായി തോന്നിയാൽ അവരെ കുറ്റം പറയാനാവില്ല. കാരണം ഒരു നൂറ്റാണ്ടിനിടയ്ക്ക് സാമൂഹികസ്ഥിതി പാടെ മാറിയിരിക്കുന്നു. മനുഷ്യമനസ്സാക്ഷിയെ ഞെട്ടിപ്പിക്കാൻ പോന്ന ഒരു ഭൂതകാലം നമുക്കു പിന്നിൽ ഉണ്ടായിരുന്നുവെന്ന് ഓർമ്മപ്പെടുത്താൻ ഇതുപോലെയുള്ള പുസ്തകങ്ങൾ ഉപകരിക്കും.

കേരളത്തിലെ ജാതിവ്യവസ്ഥയുടെ തുടക്കത്തെപ്പറ്റി ചരിത്രകാരന്മാർക്ക് ഭിന്നാഭിപ്രായമാണുള്ളത്. കേരളം പരശുരാമൻ മഴുവെറിഞ്ഞ് കടലിൽനിന്നും സൃഷ്ടിച്ചതാണെന്ന കഥ ഇന്ന് ചരിത്രകാരന്മാർ പാടെ തള്ളിയിട്ടുണ്ട്. പരശുരാമകേരളം എന്ന് ആലങ്കാരികമായി പറയുന്നവർപോലും ആ കഥ വിശ്വസിക്കുന്നില്ല. ഇവിടുത്തെ ജാതിവ്യവസ്ഥയെപ്പറ്റി കൂടുതൽ അറിയുന്നത് വിദേശീയരുടെ വിവരണങ്ങളിൽ നിന്നാണ്. തൊട്ടുകൂടായ്മയും തീണ്ടിക്കൂടായ്മയും മാത്രമല്ല, പണ്ടുമുതൽ അടിമസമ്പ്രദായവും ഇവിടെ നിലനിന്നിരുന്നു. താണജാതിക്കാരെ പണിക്കുവേണ്ടി ഉഴവുമാടുകളെപ്പോലെ ജന്മിമാർക്ക് കൈവശം വെയ്ക്കാമായിരുന്നു. അവരെ ക്രയവിക്രയം നടത്തുന്നതിനും കൊല്ലുന്നതിനുപോലും ജന്മിമാർക്ക് അവകാശം ഉണ്ടായിരുന്നു. കേരളനാട് ഇംഗ്ലീഷുകാരുടെ നിയന്ത്രണത്തിൽ വന്നതോടെയാണ് അടിമസമ്പ്രദായത്തിന് അറുതി വന്നത്. 1498-ൽ പോർച്ചുഗീസ് നാവികൻ വാസ്കോഡഗാമ യൂറോപ്പിൽ നിന്നും കടൽമാർഗ്ഗം കോഴിക്കോട് കാപ്പാട് കടപ്പുറത്ത് എത്തിയതോടെ ലോകചരിത്രത്തിൽ ഒരു പുതിയ അദ്ധ്യായം തുറന്നു. യൂറോപ്പും ഏഷ്യയും തമ്മിലുള്ള

പുതിയ ബന്ധത്തിനും ലോകം മുഴുവനും യൂറോപ്യൻ കോളനിവത്ക്കരണത്തിന്റെ നാന്ദികുറിക്കലുമായി അത്. ഇതോടെയാണ് കേരളീയ സാമൂഹികരംഗത്തെ ചൂഴ്ന്നുനിന്ന പാരമ്പര്യത്തിന്റെ കരിമ്പാറക്കെട്ടുകൾ തകരാൻ തുടങ്ങിയത്. പോർച്ചുഗീസ്സുകാരിൽ നിന്നും കൊച്ചിയുടെ ഭരണം പിടിച്ചെടുത്ത ഡച്ചുകാരുടെ സൈനികമേധാവി ന്യൂഹാഫ് (1661-1670) കേരളത്തെപ്പറ്റി എഴുതിയിട്ടുള്ള പുസ്തകത്തിൽ ഇവിടുത്തെ ജാതിവ്യവസ്ഥയെപ്പറ്റി വിവരിക്കുന്നുണ്ട്. വഴി നടക്കുന്ന ഉയർന്ന ജാതിക്കാരെ 'ഹീന' ജാതിക്കാർ അറിയാതെ സ്പർശിച്ചാൽ പോലും അവരുടെ പക്കലുള്ള ഭക്ഷണം ദൂരെ കളയുമെന്നും ഹീനജാതിക്കാരൻ വീട്ടിൽ കയറുകയോ വാതിലിൽ തൊടുകപോലുമോ ചെയ്താൽ ആ വീടുകൾക്ക് സമൂഹം ഭ്രഷ്ട് കല്പിക്കുമെന്നും ന്യൂഹാഫ് രേഖപ്പെടുത്തിയിട്ടുണ്ട്.

നൂറ്റാണ്ടുകളോളം തൊട്ടുകൂടായ്മയും തീണ്ടിക്കൂടായ്മയും തുടർന്നു. ഇതിനിടെ, മലബാറിൽ അല്പം മാറ്റം വന്നത് ഹൈദരാലിയുടേയും ടിപ്പുവിന്റേയും ആക്രമണത്തിനു ശേഷമാണ്. പ്രൊഫ: എ. ശ്രീധരമേനോൻ തന്റെ 'കേരള ചരിത്ര'ത്തിൽ പറയുന്നതു നോക്കുക:

"....മൈസൂറിന്റെ ആക്രമണം കേരളത്തിലെ സാമൂഹിക ജീവിതത്തിന് ഒരു 'ആഘാത ചികിത്സ' ആയിരുന്നു. മൈസൂറിന്റെ അധിനിവേശത്തിനു മുൻപ് ബ്രാഹ്മണർ, ക്ഷത്രിയർ, നായന്മാർ തുടങ്ങിയ സവർണ്ണ ഹിന്ദുക്കൾക്ക് ഉന്നതസ്ഥാനമാനങ്ങളാണുണ്ടായിരുന്നത്. ഹൈദറും ടിപ്പുവും ഈ ഉയർന്ന ജാതിക്കാരോട് ബഹുമാനത്തിന്റെ കണികപോലും കാട്ടിയില്ല."*

ടിപ്പുവിന്റെ നടപടി സവർണ്ണർക്ക് തങ്ങളുടെ സാമൂഹികോൽക്കർഷത്തെക്കുറിച്ചുള്ള മിഥ്യാബോധം തകർക്കുകയും താണവർഗ്ഗക്കാർക്ക് സ്വന്തം അന്തസ്സിനെയും പദവിയേയും കുറിച്ച് ബോധമുളവാക്കുകയും ചെയ്തുവെന്ന് ശ്രീധരമേനോൻ തുടർന്നു പറഞ്ഞിട്ടുണ്ട്.

മലബാറിൽ ക്ഷേത്രധ്വംസനം ഉൾപ്പെടെയുള്ള ഹീനനടപടികൾ ചെയ്തിട്ടുണ്ടെങ്കിലും സവർണ്ണ ജന്മിവർഗ്ഗത്തിന്റെ തേർവാഴ്ച്ചയെ തകർത്തത് ടിപ്പുവിന്റെ മലബാർ ആക്രമണമായിരുന്നു. ഇംഗ്ലീഷ് ഈസ്റ്റ് ഇൻഡ്യാ കമ്പനി കേരളത്തിൽ പിന്നീട് ആധിപത്യമുറപ്പിച്ചു. 1793-ൽ കമ്പനിക്ക് കൊച്ചിരാജാവ് അയച്ചുകൊടുത്ത റിപ്പോർട്ട് ആ കാലത്തെ നീതിന്യായ വ്യവസ്ഥയേയും ജാതിസ്വഭാവത്തേയും വെളിപ്പെടുത്തുന്നു. പ്രാകൃതമായ

* കേരളചരിത്രം - എ. ശ്രീധരമേനോൻ. ആറാം പതിപ്പ്, പേജ് 300, ഡി.സി. ബുക്സ്, കോട്ടയം

അടിമ സമ്പ്രദായം, ഒരേ കുറ്റത്തിന് സവർണ്ണർക്കും അവർണ്ണർക്കും രണ്ടുതരം ശിക്ഷ, ചെറിയ കുറ്റത്തിനുപോലും 'നീച'ജാതിക്കാരെ തൂക്കിലേറ്റുക തുടങ്ങിയ ഞെട്ടിപ്പിക്കുന്ന വിവരങ്ങളാണ് അന്ന് നിലവിലിരുന്നതെന്ന് ഈ റിപ്പോർട്ടിൽനിന്നും മനസ്സിലാക്കാം. റിപ്പോർട്ടിന്റെ ഒരു ഭാഗത്ത് ഇങ്ങനെ പറയുന്നു.

"....പലവക കുറ്റത്തിന് കൊല്ലുക എന്നതിന്റെ നിശ്ചയം വന്നാൽ ചേകവൻ, പുലയൻ, പറയൻ ഈ വക ആളുകളെ തൂക്കുകയും ചെയ്യും. ശൂദ്രൻ, മാപ്പിള ഇങ്ങനെയുള്ള ആളുകളെ വാളുകൊണ്ട് വെട്ടിക്കൊല്ലുകയും ചെയ്യും..."

എന്നാൽ മലബാറിൽ ഇംഗ്ലീഷ് ഈസ്റ്റ് ഇൻഡ്യാ കമ്പനി ഭരണം ഏറ്റതോടെ അവിടെ അടിമസമ്പ്രദായം പൂർണ്ണമായി നിരോധിച്ചു. തിരുവിതാംകൂറിലും കൊച്ചിയിലും ഈ നിയമം നടപ്പിൽ വരാൻ പിന്നെയും ദശാബ്ദങ്ങളെടുത്തു. ക്രിസ്ത്യൻ മിഷനറിമാരുടെ ശ്രമഫലമായി തെക്കൻ തിരുവിതാംകൂറിലുണ്ടായ മേൽമുണ്ടു കലാപം സാമൂഹ്യതിന്മകൾക്ക് എതിരെയുണ്ടായ ആദ്യത്തെ പൊട്ടിത്തെറിയായിരുന്നു. എന്നാൽ അയിത്തവും തൊട്ടുകൂടായ്മയും പിന്നെയും തുടർന്നു. ഹിന്ദുക്കളിലെ വലിയൊരു വിഭാഗമായ താണജാതിക്കാർക്ക് പൊതുവഴിയിലൂടെയോ അമ്പലപരിസരങ്ങളിലൂടെയോ വഴിനടക്കാൻ അനുവാദമുണ്ടായിരുന്നില്ല. ക്ഷേത്രങ്ങൾക്ക് സമീപം അവരെ വിലക്കിക്കൊണ്ട് തീണ്ടൽപ്പലകകൾ സ്ഥാപിച്ചിരുന്നു. ഈ കലാപത്തെപ്പറ്റി മലബാറിന്റെ ആത്മാവ് കണ്ടെത്തിയ കളക്ടറും ചരിത്രകാരനുമായിരുന്ന വില്യം ലോഗൻ പറയുന്നു:

"ചെറുമരുടെ വസ്ത്രധാരണം നാമമാത്രമാണെന്നു പറയാം, പലേടങ്ങളിലും പുരുഷന്മാർ വസ്ത്രം ധരിക്കാറേയില്ല. പകരം അരയ്ക്കു ചുറ്റും പച്ചിലകൾ കോർത്ത് നാണം മറയ്ക്കുന്നു. ഒരു കാലത്ത് അവരുടെ സ്ത്രീകളും അങ്ങനെതന്നെയാണ് നടന്നിരുന്നത്. എന്നാൽ ഈ സമ്പ്രദായം മലബാറിലെങ്കിലും പിന്നീട് പ്രചാരത്തിൽ ഇല്ലാതായി. തിരുവിതാംകൂറിലും കൊച്ചിയിലും പൊതുനിരത്തിൽ കൂടി നടക്കാൻ ചെറുമർ സ്ത്രീ പുരുഷന്മാർ ഭയപ്പെട്ടിരുന്നു. നാടിന്റെ ഒരു ഭാഗത്തുനിന്നും മറ്റൊരു ഭാഗത്തേക്കു പോകാൻ അവർ മേൽജാതിക്കാരുടെ കണ്ണിൽപ്പെടാതിരിക്കാൻ ചെളിപ്പാടങ്ങളും ചുള്ളിക്കാടുകളും താണ്ടണം. പലപ്പോഴും മലകളും കാടുകളും കയറി ഇറങ്ങണം. ആറുകളും തോടുകളും നീന്തിക്കടക്കണം. ഇങ്ങനെയൊക്കെ ചെയ്യുന്നത് മേലാളന്മാരെ യാദൃച്ഛികമായി എങ്ങാണ്ടെങ്കിലും വെച്ച് തീണ്ടിയാലുണ്ടാകാവുന്ന അവരുടെ അപ്രീതി ഭയന്നാണ്."

ഇതായിരുന്നു അന്നത്തെ കേരളത്തിന്റെ സ്ഥിതി. ജാതിയുടെ പേരിൽ തിരുവിതാംകൂറിൽ ജോലി നിഷേധിക്കപ്പെട്ട ഈഴവ

സമുദായത്തിലെ ഡോ. പൽപ്പുവിൽ നിന്നാണ് സ്വാമി വിവേകാനന്ദൻ (അന്ന് അദ്ദേഹത്തിന്റെ പേര് 'നരേന്ദ്രൻ') കേരളത്തിലെ ജാതിപ്പിശാചിന്റെ ബീഭത്സരൂപം മനസ്സിലാക്കിയതും കേരളത്തെ ഭ്രാന്താലയം എന്ന് വിശേഷിപ്പിച്ചതും.

1892ൽ സ്വാമി വിവേകാനന്ദൻ കേരളം സന്ദർശിക്കുന്നതിനു നാലുവർഷം മുമ്പ് തിരുവനന്തപുരത്തിനടുത്തുള്ള അരുവിപ്പുറത്ത് ശ്രീനാരായണഗുരു ശിവപ്രതിഷ്ഠ നടത്തിയിരുന്നു. കേരളത്തിലെ ജാതിക്കോട്ടയ്ക്കെതിരെയുള്ള ആദ്യത്തെ പീരങ്കി പ്രയോഗമായിരുന്നു അത്. അതിനുശേഷമുള്ള കാലഘട്ടം കേരളത്തിൽ സാമുദായിക സംഘടനകളുടെ ആവിർഭാവത്തിന്റെയും അയിത്തോച്ചാടന പ്രസ്ഥാനങ്ങളുടെയും അയിത്തത്തിനെതിരെയുള്ള സമരങ്ങളുടേതുമായിരുന്നു. പത്രപ്രവർത്തനം ശക്തമാകാൻ തുടങ്ങിയതും ഈ ഘട്ടത്തിലാണ്. ദേശീയ സ്വാതന്ത്ര്യസമരങ്ങളോടൊപ്പം മലയാളത്തിലും നവോത്ഥാനപ്രസ്ഥാനങ്ങൾ ശക്തമായി.

ചട്ടമ്പിസ്വാമികൾ, ശ്രീനാരായണഗുരു, ബ്രഹ്മാനന്ദ ശിവയോഗി, വാഗ്ഭടാനന്ദൻ തുടങ്ങിയ സന്യാസിവര്യന്മാർ സാമൂഹിക ജീവിതത്തിൽ ശ്രദ്ധേയമായ സ്വാധീനം ചെലുത്താൻ തുടങ്ങി. ഡോ. പൽപ്പു, മഹാകവി കുമാരനാശാൻ എന്നിവരുടെ നേതൃത്വത്തിലും ശ്രീനാരായണ ഗുരുവിന്റെ അധ്യക്ഷതയിലും 1903ൽ എസ്.എൻ.ഡി.പി. യോഗവും 1907ൽ അയ്യൻകാളി രൂപം കൊടുത്ത സാധുജനപരിപാലനസംഘവും 1908ൽ യോഗക്ഷേമ സഭയും 1914ൽ മന്നത്തു പത്മനാഭന്റെ നേതൃത്വത്തിൽ നായർ സർവ്വീസ് സൊസൈറ്റിയും പണ്ഡിറ്റ് കെ.പി. കറുപ്പൻ ആരംഭിച്ച 'വാല സമുദായ പരിഷ്ക്കരണി,' 'സമുദായ സേവിനി' എന്നീ സംഘടനകളും വക്കം അബ്ദുൾഖാദർ മൗലവിയുടെ നേതൃത്വത്തിൽ 'ഇസ്ലാം ധർമ്മ പരിപാലനസംഘ'വും തുടങ്ങി ഒട്ടേറെ സംഘടനകൾ രൂപം കൊണ്ടു. ഇതിൽ പലതും പാരമ്പര്യങ്ങളുടെ അകത്തളങ്ങളിൽ അകപ്പെട്ട് അന്ധവിശ്വാസങ്ങളും അനാചാരങ്ങളുമായി കഴിയുന്ന സ്വസമുദായങ്ങളെ നേർവഴിക്കു നയിക്കാനും പുരോഗമനാശയങ്ങൾ പ്രചരിപ്പിക്കാനും വേണ്ടിയായിരുന്നു.

എന്നാൽ അയ്യൻകാളി പ്രസ്ഥാനമാകട്ടെ, സവർണ്ണ മേധാവിത്വം അടിച്ചമർത്തി തീണ്ടൽ കല്പിച്ച് അകറ്റിനിർത്തിയിരുന്ന ഹതഭാഗ്യരായ മനുഷ്യരുടെ മോചനത്തിനുവേണ്ടി രൂപം നൽകിയ സംഘടനയാണ്. ഈ ലക്ഷ്യപ്രാപ്തിക്കുവേണ്ടി അയ്യൻകാളിക്ക് അനുഭവിക്കേണ്ടിവന്ന യാതനകളുടെയും വേദനകളുടെയും കഥ ഏറെ നീണ്ടതാണ്. ഒരു കൊടുങ്കാറ്റുപോലെയായിരുന്നു കേരള സമൂഹത്തിൽ അയ്യൻകാളിയുടെ പ്രവർത്തനം.

ഒറ്റയാൾ പട്ടാളത്തെപ്പോലെ സമൂഹമധ്യത്തിലിറങ്ങിയ അദ്ദേഹത്തെ സഹായിക്കാൻ പിന്നീട് പല സമുദായങ്ങളിലേയും സുമനസ്സുകൾ രംഗത്തിറങ്ങി. അതോടെ അദ്ദേഹം കരുത്തനായി. ആശയറ്റ്, അഭിമാനം തകർന്ന് തങ്ങളും മനുഷ്യരാണ് എന്ന ചിന്ത പോലുമില്ലാതെ ജീവിച്ച പുലയരും മറ്റ് അധഃസ്ഥിതരും അദ്ദേഹത്തിനു പിന്നിൽ അണിനിരന്നു. സമന്വയം, സഹിഷ്ണുത, പോരാട്ടം ഇതായിരുന്നു അയ്യൻകാളിയുടെ പ്രവർത്തനശൈലി. അധികാരികളോട് സമന്വയത്തിലൂടെയും ചർച്ചയിലൂടെയും സ്വസമുദായത്തിന് ഉതകുന്ന കാര്യങ്ങൾ സാധിച്ചെടുക്കുക, മറ്റ് സമുദായങ്ങളുടേയും നേതാക്കളുടേയും സഹകരണം തന്റെ ലക്ഷ്യപ്രാപ്തിക്ക് ഉപയോഗപ്പെടുത്തുക, എതിർക്കുന്നവരുടെ മുന്നിൽ തികഞ്ഞ വിപ്ലവകാരിയായി മാറി അവരെ പരാജയപ്പെടുത്തുക ഇവയെല്ലാം അദ്ദേഹത്തിന്റെ പ്രവർത്തനങ്ങളിൽ കാണാം. രാജകീയ ഉദ്യോഗസ്ഥന്മാർക്ക് അയ്യൻകാളിയെ ഭയമായിരുന്നു. ഭരണത്തലവനായ ദിവാന്റെ ശ്രദ്ധപോലും അദ്ദേഹം പിടിച്ചുപറ്റി. തന്റെ സമുദായവും സഹോദര സമുദായങ്ങളും നേരിടുന്ന തൊട്ടുകൂടായ്മയ്ക്കും തീണ്ടിക്കൂടായ്മയ്ക്കും മാത്രമല്ല, കുട്ടികളുടെ വിദ്യാഭ്യാസത്തിനും ജോലിക്കു മാന്യമായ കൂലി ലഭിക്കാനും അദ്ദേഹം നിലകൊണ്ടു. സവർണ്ണരെ ഞെട്ടിച്ച വില്ലുവണ്ടി യാത്രയും ജാതിയുടെ പേരിൽ കുട്ടികൾക്ക് വിദ്യാലയപ്രവേശനം നിഷേധിച്ചതിനെതിരെ നടത്തിയ ലഹളകളും അടിമച്ചങ്ങല പൊട്ടിച്ച കല്ലുമാല സമരവും കർഷകതൊഴിലാളികൾക്ക് ന്യായമായ കൂലിക്കുവേണ്ടി നടത്തിയ പണിമുടക്കു സമരവും 'അയ്യൻകാളി അധഃസ്ഥിതരുടെ പടയാളി' എന്ന ഈ കൃതി അനാവരണം ചെയ്യുന്നത് അദ്ഭുതത്തോടെയും ആഹ്ലാദത്തോടെയും നമുക്കു കാണാം.

മറ്റ് അയ്യൻകാളി ജീവചരിത്രങ്ങളിൽ നിന്നും ഈ പുസ്തകം വേറിട്ടു നിൽക്കുന്നു. ചരിത്രത്തോട് നീതി കാട്ടിയിരിക്കുന്നു ഈ പുസ്തകം എന്നതാണ് ഒന്നാമത്തെ കാര്യം. അയ്യൻകാളിയുമായി ബന്ധപ്പെട്ട ചരിത്രസംഭവങ്ങളുടെ വിവരണത്തിൽ ഗ്രന്ഥകാരൻ ദീക്ഷിച്ചിട്ടുള്ള ലളിതമായ ആവിഷ്ക്കാരരീതിയാണ് മറ്റൊന്ന്. സാധാരണ വായനക്കാരനെ കാര്യങ്ങൾ ഗ്രഹിക്കാൻ പ്രാപ്തനാക്കണം എന്ന ഗ്രന്ഥകാരന്റെ ഉദ്ദേശ്യശുദ്ധി തന്നെയാവും ഇതിനു പിന്നിൽ. അയ്യൻകാളിയുടെ ജീവിതകാലഘട്ടത്തിലെ എത്രയോ സംഭവങ്ങൾ കൂടി ഉൾപ്പെടുത്തിയാണ് പുസ്തകം തയ്യാറാക്കിയിട്ടുള്ളത്. സിലോൺ ഡെപ്യൂട്ടി കമ്മീഷണറും അയ്യൻകാളിയുമായുള്ള കൂടിക്കാഴ്ച, ഗാന്ധിജിയുടെ വെങ്ങാനൂർ സന്ദർശനം, അയ്യൻകാളി മുഖ്യ ന്യായാധിപനായിട്ടുള്ള സമുദായക്കോടതി തുടങ്ങി നമുക്ക് ജ്ഞാതവും

അജ്ഞാതവുമായുള്ള ഒട്ടുവളരെ കാര്യങ്ങൾ ഈ പുസ്തക ത്തിലുണ്ട്. മറ്റ് അയ്യൻകാളി ചരിത്രകാരന്മാർക്ക് കഴിയാതിരുന്ന മറ്റൊരു സവിശേഷത കൂടി ഈ കൃതിക്കുണ്ട്; അയ്യൻകാളിയുടെ ജനനകാലത്തെ തിരുവിതാംകൂറിന്റെ സാമൂഹിക കാലാവസ്ഥ, മാറിമാറി വന്ന സാമൂഹിക, രാഷ്ട്രീയ, ഭരണരംഗങ്ങൾ ഇവ യൊക്കെ അയ്യൻകാളിയുടെ പോരാട്ടജീവിതത്തിനൊപ്പം ദിങ്മാത്ര ദർശനമായിട്ടാണെങ്കിലും പശ്ചാത്തലത്തിലുണ്ട് എന്നതാണത്. പതിനെട്ട് അദ്ധ്യായങ്ങളുള്ള ഈ പുസ്തകത്തിൽ എട്ട് അനുബന്ധങ്ങൾ കൂടിയുണ്ട്. അയ്യൻകാളിയുടെ കാലത്തെ തിരുവിതാംകൂർ രാജാക്കന്മാർ, ദിവാന്മാർ, ശ്രീമൂലം പ്രജാസഭ യിലെ അധഃസ്ഥിത പ്രതിനിധികൾ, ട്രാവൻകൂർ ലെജിസ്ലേറ്റീവ് അസംബ്ലിയിലെ അധഃസ്ഥിത പ്രതിനിധികൾ, ഓർമ്മദിനങ്ങൾ, ശ്രീമൂലം പ്രജാസഭയിലേക്ക് അയ്യൻകാളിയെ നോമിനേറ്റു ചെയ്തുകൊണ്ടുള്ള 1911-ലെ തിരുവിതാംകൂർ ഗസറ്റ്, അയ്യൻ കാളിയുടെ ജീവിതത്തിലെ സുപ്രധാന നിമിഷങ്ങൾക്ക് ജീവൻ പകർന്ന അമൂല്യചിത്രങ്ങൾ എന്നിവകൊണ്ടു സമ്പന്നമായ ഈ പുസ്തകം ചരിത്ര വിദ്യാർത്ഥികൾക്ക് ഏറെ പ്രയോജനപ്പെടും. ലക്ഷണമൊത്തതും വിജ്ഞാനപ്രദവുമായ ഒരു ജീവചരിത്ര ഗ്ര ന്ഥമാണ് മലയാളിക്ക് ലഭിച്ചിരിക്കുന്നത്.

■

ഉള്ളടക്കം

പ്രാരംഭം 21

ജനനം, ബാല്യം, കൗമാരം 30

വില്ലുവണ്ടിയിൽ ഒരു ദിഗ്വിജയം 34

സദാനന്ദസ്വാമിയും അയ്യൻകാളിയും 39

സാധുജന പരിപാലനസംഘം:
സംഘശക്തിയുടെ കൊടിയേറ്റം 45

തൈക്കാട്ട് അയ്യാഗുരുസ്വാമി:
ഗുരുതുല്യനായ വഴികാട്ടി 51

വിദ്യാലയപ്രവേശനവും
രാജ്യത്തെ ആദ്യ കാർഷികസമരവും 54

പ്രജാസഭയിൽ 64

ഊരൂട്ടമ്പലം സ്കൂൾപ്രവേശനവും
'തൊണ്ണൂറാമാണ്ട് കലാപ'ങ്ങളും 71

സംഭവബഹുലമായ ഒരു കാലഘട്ടം 80

സമാനഹൃദയരായ സഹപ്രവർത്തകർ 88

സാമൂഹികപരിവർത്തനവും
അയ്യൻകാളിപ്രസ്ഥാനവും 94

അയ്യൻകാളിയും കേശവൻ ശാസ്ത്രിയും 98

ക്ഷേത്രപ്രവേശനവിളംബരം:
സത്യവും മിഥ്യയും 106

സാധുജന പരിപാലനസംഘത്തിന്റെ
അസ്തമനവും ഓൾ ട്രാവൻകൂർ
പുലയമഹാസഭയുടെ ഉദയവും 111

അയ്യൻകാളി ചരിത്രത്തിലേക്ക് 115

പാമ്പാടി ജോൺ ജോസഫ് -
വഴിതെറ്റിയ പഥികൻ 121

സഫലമായ ജന്മം;
വിഫലമായ സംഘശക്തി 130

അനുബന്ധം

അയ്യൻകാളിയുടെ കാലത്തെ
തിരുവിതാംകൂർ രാജാക്കന്മാർ 137

അയ്യൻകാളിയുടെ കാലത്തെ ദിവാന്മാർ 138

ശ്രീമൂലം പ്രജാസഭയിലെ
അധഃസ്ഥിത പ്രതിനിധികൾ 139

തിരുവിതാംകൂർ ശ്രീമൂലം അസംബ്ലിയിലെ
അധഃസ്ഥിത പ്രതിനിധികൾ 140

അധഃകൃതരിലെ ജാതിസംഘടനകൾ-
1940നു മുൻപ് 141

ഓൾ ട്രാവൻകൂർ പുലയ
മഹാസഭയുടെ സ്ഥാപകനേതാക്കൾ 142

ഓർമ്മദിനങ്ങൾ 145

സഹായകഗ്രന്ഥങ്ങളും
പത്രലക്കങ്ങളും 150

If you tell the truth,
you don't have to remember anything

Mark Twain

ഒന്ന്

പ്രാരംഭം

ശക്തമായ കേന്ദ്രീകൃത ഭരണത്തിൻകീഴിൽ നിലകൊണ്ട സാമ്രാജ്യം എന്ന് കുലശേഖരവാഴ്ചയെ (രണ്ടാം ചേരവാഴ്ചയെ) വിശേഷിപ്പിക്കാവുന്ന തെളിവുകൾ ഇനിയും ലഭ്യമായിട്ടില്ല. പല രൂപത്തിൽ നിന്നിരിക്കാവുന്ന കുലശേഖരന്മാരുടെ ഭരണം ഏതായാലും A.D. 11--ാം നൂറ്റാണ്ടോടെ ഛിന്നഭിന്നമായി. രണ്ടാം ചേരവംശത്തിലെ എട്ടാമത്തെ ചക്രവർത്തിയായ ഭാസ്ക്കരരവിവർമ്മ ഒന്നാമന്റെ കാലംമുതൽ അവസാന ചേരചക്രവർത്തിയായ രാമവർമ്മകുലശേഖരന്റെ കാലംവരെ നീണ്ടുനിന്ന നൂറ്റാണ്ടുയുദ്ധം അവസാനമായി ചോളരെ തുരത്തിയെന്നാണ് ഇളംകുളം നമ്മെ ബോധ്യപ്പെടുത്താൻ ശ്രമിച്ചിട്ടുള്ളത്. യുദ്ധകാലം A.D. 985 മുതൽ A.D. 1102 വരെയാണുപോലും.[1]

'നൂറ്റാണ്ടുയുദ്ധ'ത്തെക്കുറിച്ച് ഭൂമിശാസ്ത്രപരവും ഭരണപരവുമായ വിയോജന ചർച്ചകൾ ഇവിടെ പ്രസക്തമല്ല.

ശിഥിലമായ രാജ്യം നാട്ടുരാജ്യങ്ങളായി വിഘടിക്കപ്പെട്ടു. നാട്ടുരാജ്യങ്ങളിൽ സ്വതന്ത്ര ഭരണാധികാരികൾ ഉണ്ടായി. ഈ നാട്ടുരാജാക്കന്മാർ തങ്ങൾ അവസാനത്തെ ചേരരാജാവിന്റെ പിൻഗാമികളാണെന്ന് അവകാശപ്പെട്ടു. ബ്രാഹ്മണർ നാടുവാഴികളും ദേശവാഴികളുമായി. പരിധിയില്ലാത്ത ഭൂസ്വത്തുക്കൾ ക്ഷേത്ര ഊരാളന്മാരായ നമ്പൂതിരിമാരുടെ പക്കൽ എത്തുകവഴി അവർ വൻഭൂവുടമകളായി. ഓരോ നാട്ടുരാജ്യത്തിന്റെയും ഏറ്റവും താഴെ 'ദേശം.' ദേശത്തലവൻ ഏറിയകൂറും പ്രദേശത്തെ നായർ പ്രമാണി. അവർ നാടുവാഴികളായ നമ്പൂതിരിമാരോട് കൂറും വിശ്വസ്തതയും പുലർത്തി. നമ്പൂതിരിമാരാവട്ടെ നാട്ടുരാജാക്കന്മാർക്ക് വിധേയരും.

മുമ്പുതന്നെ ബ്രാഹ്മണർക്ക് അധികാരവും സമ്പത്തുംമൂലം സാമൂഹിക ക്രമത്തിൽ ശ്രേഷ്ഠപദവി കൈവന്നിരുന്നു. ബുദ്ധ-ജൈന മതങ്ങളുടെ

---

1. പി.കെ.ബാലകൃഷ്ണൻ യുക്തിഭദ്രമായി ഇളംകുളത്തോടു വിയോജിക്കുന്നു: 'ജാതിവ്യവസ്ഥിതിയും കേരളചരിത്രവും.' മൂന്നാംപതിപ്പ് 2012, പേജ് 68, ഡി.സി. ബുക്സ് കോട്ടയം

സമൂലനിഷ്ക്കാസനം സാധ്യമാക്കിയ ബ്രാഹ്മണർ തങ്ങളുടെ പ്രാമാണ്യം അരക്കിട്ടുറപ്പിക്കാൻ പാകത്തിൽ ജനതയെ ജാതികളും ഉപജാതികളുമായി വേർതിരിച്ചു. അവർണ്ണരും തീണ്ടൽജാതിക്കാരുമായി മാറിയ സാധാരണ ജനതയ്ക്ക് നമ്പൂതിരിജന്മിയുമായി നേരിട്ട് ബന്ധമില്ലായിരുന്നു.

ബ്രിട്ടീഷ് ഭരണം ആരംഭിക്കുന്നതിനു മുൻപു തന്നെ പ്രത്യേക അധികാരാവകാശങ്ങൾ ഉള്ളവരായിരുന്നു നായന്മാർ. പതിനെട്ടാം നൂറ്റാണ്ടിന്റെ അവസാനംവരെ നായന്മാരുടെ തറക്കൂട്ടങ്ങളും നാട്ടുകൂട്ടങ്ങളും നിലനിന്നു. അടിമകളെക്കൊണ്ടു വേല ചെയ്യിക്കുക, അവർക്കെതിരെ ശിക്ഷാവിധികൾ നടപ്പിലാക്കുക തുടങ്ങിയവ കാര്യസ്ഥനായ നായരുടെ മേൽനോട്ടത്തിൽ നടന്നു. "അവർ (നായന്മാർ) ഒരു തെരുവിലൂടെയോ ഇടവഴിയിലൂടെയോ യാത്ര ചെയ്യുമ്പോൾ താണജാതിക്കാർ വഴിയിൽനിന്ന് മാറിപ്പോവാൻ ഗർജ്ജിക്കാറുണ്ട്. ഒരുത്തൻ ഇതിനു വിസമ്മതിച്ചാൽ നായന്മാർ അവരെ കൊല്ലാറുമുണ്ട്."[2]

ഫ്യൂഡലിസ്റ്റ് വ്യവസ്ഥതിയിൽ അതിന്റെ നിഷ്ഠുരതകൾക്ക് ഇരയായവരിലേറെയും പുലയരാദി അവർണ്ണരാണ്. നൂറ്റാണ്ടുകളുടെ ഇരുണ്ട ഗഹ്വരങ്ങളിൽ ഇവിടെ ഒരു ജനത മൃഗങ്ങളേക്കാൾ കഷ്ടതരമായ ജീവിതം തള്ളിനീക്കിയിരുന്നു. വിധിയെ പഴിച്ചും സ്വയം ശപിച്ചും അവർ തലമുറകൾ താണ്ടി. തൊട്ടുകൂടായ്മ, തീണ്ടിക്കൂടായ്മ, എന്നിവയ്ക്കു വിധേയരായിരുന്നവർ. കൈമാറ്റം ചെയ്യപ്പെടാനും പകലിരവന്യേ ജോലി ചെയ്യാനും വിധിക്കപ്പെട്ടവർ. ഇതു തന്റെ വിധിയെന്നു നിനച്ച് പരനെപ്പഴിക്കാതെ പാടത്തും പറമ്പിലും അത്യധ്വാനം ചെയ്ത് തമ്പ്രാന്റെ നെല്ലറയുടെ ഉദരം സ്വന്തം അധ്വാനംകൊണ്ട് നിറയുമ്പോൾ അഭിമാനംകൊണ്ട് സ്വയംമറന്ന നിഷ്ക്കളങ്കരായ പുലയരും പറയരും വേട്ടുവരും... അവർക്ക് പൊതുവഴികളും നല്ല ആഹാരവും നല്ലവസ്ത്രവും വിദ്യയും നിഷേധിക്കപ്പെട്ടു. അവരെ മർദ്ദിക്കാനും കൊല്ലാനും ഉപരിവർഗ്ഗക്കാർക്ക് ഒരു നിയമത്തിന്റെയും 'അരുത്!' തടസ്സമായില്ല. കുറ്റാന്വേഷണത്തിലും ശിക്ഷാവിധിയിലും ജാതിവിവേചനം പ്രകടമായിരുന്നു.

തിരുവിതാംകൂറിൽ അടിമജാതികൾ പ്രധാനമായും പുലയർ, പറയർ, കുറവർ എന്നിവരായിരുന്നു.1881-ൽ ഇവർ ജനസംഖ്യയുടെ 13% ഉണ്ടായിരുന്നു.[3] 1847ൽപ്പോലും അടിമകളുടെ നില പരിതാപകരമായിരുന്നു. "ആണുങ്ങൾ കീറിപ്പറിഞ്ഞ വസ്ത്രങ്ങൾ ധരിച്ചിരുന്നു. രോഗങ്ങൾ മൂലം വളരെ കഷ്ടതകൾ അനുഭവിച്ചിരുന്നു. വസിക്കുന്ന കൂരകളിലെ പൊടിയും അഴുക്കും ചൊറിച്ചിലും കൃമികളുണ്ടാക്കുന്നു. അവയാകട്ടെ പകൽ വിശ്രമവും രാത്രിയിൽ അവരുടെ ഉറക്കവും കെടുത്തുന്നു. ഇവരുടെ അടുത്തെത്തിയാൽ അഴുക്കും നാറ്റവും കൊണ്ട് നാം മൂക്കു

2. The Book Of Burbosa, Vol.2, London Hukluyat Society, 1921

3. കാനേഷുമാരി 1881, പേജ് 177

പൊത്തിപ്പിടിക്കണം. വൃദ്ധർ ക്ഷീണംമൂലം കഷ്ടപ്പെടുന്നു. മരിക്കുവോളം നിസ്സഹായനായി ഒരേ കിടപ്പുകിടക്കുന്നു. അതിസാരം, ചൊറി, വിരശല്യം, ഭക്ഷണമില്ലായ്മ എന്നിവമൂലം കുട്ടികൾ കഷ്ടപ്പെടുന്നു..."[4]

1847ൽ സർക്കാരിന് 15000 അടിമകളുണ്ടായിരുന്നു. ഈ അടിമകളെ സ്വകാര്യമുതലാളിമാർക്ക് വാടകയ്ക്കു കൊടുക്കുക പതിവാണ്. അനുസരണക്കേടു കാണിക്കുന്ന അടിമയെ മർദ്ദിക്കാനും കൊല്ലാനും മുതലാളിമാർക്ക് അവകാശമുണ്ടായിരുന്നു. "എല്ലാ ചന്ത ദിവസങ്ങളിലും ചങ്ങനാശ്ശേരിയിൽ അടിമകളായ രക്ഷിതാക്കളോ അവരുടെ ബന്ധുക്കളോ കുട്ടികളെ വിൽക്കാൻ കൊണ്ടുവരും. ആറുരൂപയ്ക്കും പതിനെട്ടു രൂപയ്ക്കും ഇടയിലാണ് ഒരു അടിമക്കുട്ടിയുടെ വില."[5]

അടിമത്തത്തിൽനിന്നുള്ള മോചനത്തിന് അടിമവർഗ്ഗത്തിനു മുന്നിലുണ്ടായിരുന്ന ഏകപോംവഴി ക്രിസ്തുമത പരിവർത്തനമായിരുന്നു. വിഭിന്ന ക്രിസ്തീയ സഭകളിലെ പാതിരിമാരിൽ മിക്കവരും അവരെ ഉൾക്കൊള്ളുന്നതിൽ പരാങ്മുഖരായിരുന്നു. അത് സഭയുടെ അന്തസ്സു കെടുത്തുമെന്നും സവർണ്ണഹിന്ദുക്കൾ ക്രിസ്തുമതം സ്വീകരിക്കാൻ മടിക്കുമെന്നും അവർ കരുതി. എന്നാൽ എൽ. എം.എസ്സ്, സി.എം.എസ്സ് എന്നീ ക്രിസ്ത്യൻ വിഭാഗങ്ങൾ അശരണരായ അടിമകളുടെ ദൈന്യതയിൽ ഹൃദയാലുക്കളായിരുന്നു. അവർ അടിമത്തത്തിനും അടിമക്കച്ചവടത്തിനും എതിരെയുള്ള പ്രവർത്തനം 1847-ൽത്തന്നെ തുടങ്ങി.

മിഷണറിമാരുടെ ജീവകാരുണ്യ, മതപരിവർത്തന യത്നങ്ങളിൽ അധഃകൃതർ ആകൃഷ്ടരായത് തീർച്ചയായും ആത്മീയ പ്രബുദ്ധതയ്ക്കുവേണ്ടിയല്ല; തങ്ങളുടെ ഭൗതികമായ അരക്ഷിതാവസ്ഥകൊണ്ടു മാത്രമായിരുന്നു എന്ന് സ്പഷ്ടം. അടിമത്തം അവസാനിപ്പിക്കാനുള്ള ക്രിസ്ത്യൻ മിഷണറിമാരുടെ നിശ്ചയദാർഢ്യത്തോടെയുള്ള മുന്നേറ്റങ്ങൾക്കെതിരെ സർക്കാരും സവർണ്ണരും മർദ്ദനമുറകൾ സ്വീകരിച്ചപ്പോൾ അതിനെ ചെറുക്കാൻ പരിവർത്തിത ക്രൈസ്തവരെ പ്രാപ്തരാക്കിയത് മിഷണറിമാർ നൽകിയ പിന്തുണയാണ്.

സ്വാതിതിരുനാളിനുശേഷം സ്ഥാനാരോഹണം ചെയ്ത ഉത്രാടംതിരുനാൾ മാർത്താണ്ഡവർമ്മയ്ക്ക് സി.എം.എസ്സ്, എൽ.എം.എസ്സ്. മിഷണറിമാർ സംയുക്തമായി 1847 മാർച്ച് 19-ന് ഒരു ഹർജി സമർപ്പിച്ചു. എല്ലാവിധ അടിമത്തവും നിർത്തലാക്കുന്നതിന്റെ ആദ്യപടിയായി സർക്കാർ അടിമകളെ അടിയന്തിരമായി മോചിപ്പിക്കണം എന്നതായിരുന്നു ആവശ്യം. മഹാരാജാവ് വഴങ്ങിയില്ല. ദിവാൻ കൃഷ്ണറാവു റസിഡന്റ് കല്ലനെ അറിയിച്ചു:

4. Mateer, 'Pariah', Page 191
5. റവ. ഹെൻട്രിബേക്കർ ജൂനിയർ 'ചർച്ച് മിഷൻ സൊസൈറ്റി' (C.M.S) സെക്രട്ടറിക്ക് അയച്ച കത്ത്, 1847 ഒക്ടോ. 12, സി.എം.എസ് ആർക്കൈവ്സ് നമ്പർ 29, 1847

"അടിമകളുടെ അവസ്ഥ മെച്ചപ്പെടുത്താൻ മഹാരാജാവിനു സമ്മത മാണ്. എന്നാൽ അവരുടെ വിമോചനകാര്യത്തിൽ പ്രവേശിക്കുക ഇപ്പോൾ സാധ്യമല്ല."

1848 മാർച്ചിൽ മിഷണറിമാർ വീണ്ടും ഒരു ഹർജികൂടി സമർപ്പിച്ചു. ബ്രിട്ടീഷ് ഇന്ത്യയിൽ 1843-ലെ V -ാം ആക്ട് അനുസരിച്ച് അടിമത്തം നിരോധിച്ചിട്ടുള്ളതിനാൽ തിരുവിതാംകൂറും ഈ മാർഗ്ഗം പിന്തുടരണമെന്നായിരുന്നു ആവശ്യം.[6]

രണ്ടു മിഷണറി സംഘങ്ങളും ഇക്കാലത്ത് അടിമകൾക്കായി സ്കൂളുകൾ ആരംഭിച്ചു. അടിമകളുടെ ഉടമകൾ ഇതിനെതിരെ രംഗത്തു വന്നു. അവർ മിഷണറിമാർക്കെതിരെ കലാപം അഴിച്ചുവിട്ടു.

മനസ്സില്ലാമനസ്സോടെ 1853 സെപ്തംബർ 15-ന് ശേഷം ജനിച്ച സർക്കാർ അടിമകളുടെ സന്താനങ്ങളെ അടിമത്തത്തിൽനിന്നും മോചിപ്പിച്ചുകൊണ്ടുള്ള സർക്കാർ വിളംബരമുണ്ടായി. അന്ന് തിരുവിതാംകൂറിൽ 1,30,000 അടിമകളുണ്ടായിരുന്നു. സർക്കാർ അടിമകളാവട്ടെ 15,000വും. ഇതിൽ 6000 പേർക്കാണ് വിളംബരത്തിന്റെ പ്രയോജനം ലഭിച്ചത്. വിളംബരത്തിന്റെ രണ്ടാം വകുപ്പിൽ "............നൽകപ്പെട്ടിരിക്കുന്ന സ്വാതന്ത്ര്യം-നിലവിലുള്ള മതപരമായ ചട്ടങ്ങളെയും പ്രജകളിലെ വിവിധ ജാതിക്കാരുടെ ആചാരങ്ങളെയും ഭഞ്ജിക്കുന്നതിന് അനുവദിക്കാത്തതുമാകുന്നു"[7] എന്നൊരു താക്കീതുകൂടി ഉണ്ടായിരുന്നു.

മിഷണറിമാരുടെ സമീപത്തേക്ക് സംരക്ഷണത്തിനായി അടിമജാതിക്കാരുടെ പ്രവാഹമായിരുന്നു പിന്നീട്.

അടിമകൾക്ക് നിരുപാധിക മോചനം നൽകിക്കൊണ്ടുള്ള വിളംബരം കൊച്ചിസർക്കാർ 1855 ഏപ്രിലിൽ പുറപ്പെടുവിച്ചതോടെ തിരുവിതാംകൂർ സർക്കാരിന് ശങ്കിച്ചുനില്ക്കാനായില്ല. അതേ വർഷം ജൂൺ 24-ാം തീയ്യതി അടിമകൾക്ക് മോചനം നൽകിക്കൊണ്ടുള്ള വിളംബരം തിരുവിതാംകൂറിലുമുണ്ടായി. എങ്കിലും അതിന് വ്യാപകമായ പ്രചാരണം നൽകിയില്ല! ഈ വിളംബരം എല്ലാ സർക്കാർ അടിമകളെയും മോചിപ്പിക്കുകയും അടിമത്തം നിലനിർത്താനുള്ള സകല നിയമങ്ങളും പിൻവലിക്കുകയും ചെയ്തു.

ഹൈന്ദവരായ അടിമജാതിക്കാരും അവകാശങ്ങൾക്കുവേണ്ടി ശബ്ദമുയർത്താൻ ഈ സംഭവവികാസങ്ങൾ കാരണമായി. എല്ലാവിഭാഗത്തിലും പെട്ട അടിമജാതിക്കാരുടെ ഇടയിൽ മിഷണറിമാർക്ക് സ്വീകാര്യത ലഭിക്കാൻ പുതിയ വിളംബരം കാരണമായി. സവർണ്ണരിലാകട്ടെ

---

6. Travancore Calendar 1851, Page VI- X

7. Proclamation, 14 Oct. 1853: MPP, 28 March 1854, Range 321, Vol. VIII, P-1164. (Reproduced from 'The Decline of Nayar Dominance: Society and polities in Travancore, 1847-1908' By Robin Jeffrey)

കേരള സമുദായത്തിൽ വിളംബരം മൂലം വന്നുഭവിക്കാനുള്ള പാരമ്പര്യ ധ്വംസനം ഉത്കണ്ഠ ജനിപ്പിക്കുകയും ചെയ്തു.

അധഃകൃതരേയും മറ്റു സാധാരണക്കാരെയും നിർബന്ധിതജോലിക്കു വിധേയരാക്കുന്ന 'ഊഴിയവേല'യ്ക്കെതിരെ മിഷണറിമാർ സജീവമായി രംഗത്തുവന്നു. 1860-ൽ തിരുവിതാംകൂറിൽ പൊതുമരാമത്ത് വകുപ്പ് സ്ഥാപിതമായതോടെ ഊഴിയവേല അവസാനിക്കുകയും കൂലിവേല നടപ്പിലാവുകയും ചെയ്തു. സർക്കാരിന്റെ നിർമ്മാണ പ്രവർത്തനങ്ങളിലും മറ്റു പൊതുആവശ്യങ്ങൾക്കുള്ള ജോലികൾക്കുമാണ് വേതനം നൽകാതെയുള്ള ഊഴിയവേല നിലവിലുണ്ടായിരുന്നത്. മുൻപ് തിരുവിതാംകൂറിൽ റീജന്റായി ഭരണം നടത്തിയ റാണി ഗൗരീപാർവ്വതീഭായിയുടെ (1815-1829) രാജവിളംബരപ്രകാരം സർക്കാരിന്റെ നിർമ്മാണ പ്രവർത്തനങ്ങളിൽ തൊഴിലാളികൾക്ക് വേതനം നൽകാതെയുള്ള പണിയെടുപ്പിക്കൽ റദ്ദുചെയ്തിരുന്നുവെങ്കിലും അത് വിജയിച്ചില്ല.

വൈകുണ്ഠസ്വാമികൾ

ജന്മിത്വത്തിന്റെയും ബ്രാഹ്മണ മേധാവിത്വത്തിന്റെയും നീരാളിപ്പിടുത്തത്തിൽ വീർപ്പുമുട്ടിക്കഴിഞ്ഞ അടിസ്ഥാനവർഗ്ഗം മനുഷ്യാവകാശങ്ങൾക്കുവേണ്ടി ഉണർന്നു തുടങ്ങിയത് പത്തൊമ്പതാം നൂറ്റാണ്ടിന്റെ തുടക്കത്തിലാണ്. മർദ്ദിതർക്കിടയിൽ അസഹിഷ്ണുതയുടെ നെരിപ്പോട് നീറിത്തുടങ്ങിയിരുന്നു. അവരുടെ ഇരുണ്ട ജീവിതത്തിനു മേലേ പ്രത്യാശയുടെ ശുക്രനക്ഷത്രമായി വൈകുണ്ഠസ്വാമികൾ ഉദിച്ചുയർന്നു. അവസരസമത്വവും സാമൂഹികനീതിയും നിഷേധിക്കപ്പെട്ട കീഴ്ജാതിക്കാരുടെ ആദ്യ ജിഹ്വയായിമാറിയ വൈകുണ്ഠസ്വാമികൾ 1809-ൽ നാഗർകോവിലിനു തെക്കുകിഴക്കുള്ള ശാസ്താംകോയിൽവിള (സ്വാമിത്തോപ്പ്) യിലെ ഒരു ചാന്നാർ കുടുംബത്തിൽ ജനിച്ചു. ഹൈന്ദവസമുദായത്തിലെ ജാതിവ്യവസ്ഥയ്ക്കും അയിത്തത്തിനും അനാചാരങ്ങൾക്കുമെതിരെ നിലകൊണ്ട അദ്ദേഹം നാനാജാതിമതസ്ഥരെ പങ്കെടുപ്പിച്ച് സമപന്തിഭോജനം നടത്തി അയിത്താചാരത്തേയും വർണ്ണവ്യവസ്ഥയേയും വെല്ലുവിളിച്ചു. നിർബന്ധിത അടിമവേലയ്ക്കെതിരെ നിലകൊണ്ട സ്വാമി 'വേലയ്ക്കു കൂലി വേണം' എന്ന നിലപാടെടുത്തു.

സവർണ്ണർ ഉപയോഗിക്കുന്ന കിണറുകളിൽനിന്ന് വെള്ളമെടുക്കാൻ അവർണ്ണരെ അനുവദിക്കാതിരുന്നതിൽ പ്രതിഷേധിച്ച് വൈകുണ്ഠസ്വാമി എല്ലാവർക്കും ഉപയോഗിക്കാൻ പാകത്തിൽ പൊതുകിണറുകൾ കുഴിപ്പിച്ചു.

അവർണ്ണരെ സംഘടിപ്പിച്ച്, ക്ഷേത്രത്തിനു ചുറ്റും വലിക്കുന്ന രഥത്തിന്റെ കയറിൽ പിടിച്ചുവലിച്ചുകൊണ്ട് ജാതിനിയമം ലംഘിക്കാൻ സ്വാമിജി നേതൃത്വം കൊടുത്തു. താൻ വിഷ്ണുവിന്റെ അവതാരമാണെന്ന് പ്രഖ്യാപിച്ചതിലൂടെ സവർണ്ണരുടെ ജാത്യാഭിമാനത്തെ

പരിഹസിച്ചു. സർവ്വജാതി ഹിന്ദുക്കൾക്കും പ്രവേശിച്ച് ആരാധന നടത്തുവാൻ അനുവാദമുള്ള ക്ഷേത്രങ്ങൾ പണികഴിപ്പിച്ച സ്വാമി, സവർണ്ണാധിപത്യത്തിനും ചൂഷണത്തിനുമെതിരെ നിലകൊണ്ടതിന്റെ പേരിൽ സ്വാതിതിരുനാൾ മഹാരാജാവ് 1838ൽ രാജ്യദ്രോഹക്കുറ്റം ചുമത്തി അദ്ദേഹത്തെ നൂറ്റിപ്പത്തു ദിവസം കൽത്തുറങ്കിലടച്ചു.

1829ലെ ചാന്നാർ ലഹളയ്ക്ക് ചാലകശക്തിയായത് സ്വാമികളുടെ പ്രവർത്തനങ്ങളാണ്. ക്രിസ്തുമതത്തിലേക്ക് പരിവർത്തനം ചെയ്ത ചാന്നാർ സ്ത്രീകൾ ഉന്നതജാതിയിലെ സ്ത്രീകൾക്കൊപ്പം ജാക്കറ്റും മേൽമുണ്ടും ധരിച്ചുതുടങ്ങിയത് സവർണ്ണർക്കു സഹിച്ചില്ല. ഇതിനെത്തുടർന്ന് 1829ൽ തെക്കൻ തിരുവിതാകൂറിലാകമാനം ലഹളകൾ പൊട്ടിപ്പുറപ്പെട്ടു. ദിവാൻ റസിഡന്റ് കേണൽ മൺട്രോ ഒരു ഉത്തരവ് പുറപ്പെടുവിച്ചു: ക്രിസ്ത്യൻ ചാന്നാർസ്ത്രീകൾക്ക് കുപ്പായം ധരിക്കാം. എന്നാൽ മേൽമുണ്ടു പാടില്ല. ഇതിനെ ധിക്കരിച്ചുകൊണ്ട് ഈ സ്ത്രീകൾ മേൽമുണ്ടു ധരിക്കാൻ തുടങ്ങിയതോടെ ലഹളകൾ മൂർദ്ധന്യത്തിലായി. മതപരിവർത്തനത്തിനു വിധേയരായ അവർണ്ണ ഹിന്ദു സ്ത്രീകൾക്ക് മാറുമറയ്ക്കാനുള്ള അനുവാദം നൽകിയ സർക്കാർ ആ അവകാശം ഹിന്ദു നാടാർ (ചാന്നാർ) സ്ത്രീകൾ മതംമാറിയപ്പോൾ നിഷേധിച്ചത് എതിർപ്പിനു ശക്തികൂട്ടി.

1850കളുടെ തുടക്കത്തിൽ ലോർഡ് ഹാരീസായിരുന്നു മദ്രാസ് ഗവർണർ. അദ്ദേഹം ഈ പ്രശ്നത്തിൽ ഇടപെട്ടുകൊണ്ട് തിരുവിതാംകൂർ സർക്കാരിന് നൽകിയ നിർദ്ദേശത്തിന്റെ അടിസ്ഥാനത്തിൽ 'ചാന്നാർ സ്ത്രീകൾക്ക് ജാക്കറ്റു ധരിക്കാനും പരുപരുത്ത തുണികൊണ്ടുള്ള മേൽമുണ്ട് ഉപയോഗിക്കാനും' അനുവാദം നൽകിക്കൊണ്ടുള്ള സർക്കാർ ഉത്തരവ് 1859 ജൂലൈ മാസത്തിൽ പുറപ്പെടുവിച്ചു.

വൈകുണ്ഠസ്വാമികൾ സ്ഥാപിച്ച ഏകദൈവമതമാണ് 'അയ്യാവഴി' ജാതീയമായ ഉച്ചനീചത്വങ്ങൾക്കെതിരെയും സാമൂഹ്യസമത്വത്തിനും വേണ്ടി 'സമത്വസമാജം' എന്ന സാമൂഹ്യ സംഘടന സ്ഥാപിച്ച വൈകുണ്ഠ സ്വാമികൾ കേരള നവോത്ഥാനത്തിന്റെ പിതാവാണ്.

തൈക്കാട്ട് അയ്യാഗുരുസ്വാമി

1851ൽ വൈകുണ്ഠസ്വാമികൾ സമാധിയടയുമ്പോൾ സുബ്ബരായൻ എന്ന തൈക്കാട്ട് അയ്യാഗുരുസ്വാമിക്ക് പ്രായം 37. അദ്ദേഹം പ്രസിദ്ധ യോഗാചാര്യനും പണ്ഡിതനും ഗ്രന്ഥകാരനുമായിരുന്നു. ഉദ്യോഗസംബന്ധമായി തൈക്കാട്ട് താമസമാക്കിയതോടെയാണ് തൈക്കാട്ട് അയ്യാഗുരു സ്വാമികൾ എന്ന് അറിയപ്പെട്ടുതുടങ്ങിയത്. ജാതി, മതം, വർഗ്ഗം, ലിംഗം എന്നീ ഭേദങ്ങൾക്കെതിരെ നിലകൊള്ളുകയും താഴ്ന്ന വിഭാഗങ്ങളിലുള്ളവർക്ക് ബ്രാഹ്മണരോടും തന്നോടുമൊപ്പം തുല്യസ്ഥാനം നൽകുകയും

ചെയ്ത ഗുരുവര്യനാണദ്ദേഹം. പത്തൊമ്പതാം നൂറ്റാണ്ടിന്റെ ഉത്തരാർദ്ധം മുതൽ ഇരുപതാം നൂറ്റാണ്ടിന്റെ പ്രാരംഭഘട്ടംവരെ തിരുവിതാംകൂറിന്റെ ആധ്യാത്മികരംഗത്ത് നിറഞ്ഞു നിന്നു അയ്യാഗുരുസ്വാമികൾ. ചര്യ, ക്രിയ, യോഗം, ജ്ഞാനം എന്നിവ അടിസ്ഥാന പ്രമാണമാക്കിയ ശിവരാജ യോഗവിദ്യയിലൂടെ ഗൃഹസ്ഥാശ്രമികളെപ്പോലും യോഗമാർഗ്ഗത്തിലേക്ക് ആനയിച്ച ഗൃഹസ്ഥാശ്രമിയായ യോഗിവര്യനായിരുന്നു അദ്ദേഹം. ബ്രഹ്മ ജ്ഞാനി, ശിവരാജയോഗി, ഗൃഹസ്ഥാശ്രമിയായ സന്ന്യാസി എന്നീ നില കളിൽ വിശ്രുതനായ ഗുരുസ്വാമി ഒരിക്കലും ഭൗതിക പ്രലോഭനങ്ങൾക്ക് വശംവദനായില്ല. പിൽക്കാല ആദ്ധ്യാത്മിക ജ്യോതിസ്സുകളായ ചട്ടമ്പി സ്വാമികൾ, നാരായണഗുരു എന്നിവർക്കും സാമൂഹ്യപരിഷ്കർത്താവായ അയ്യൻകാളിക്കും ഗുരുസ്ഥാനീയനായിരുന്നു അയ്യാഗുരുസ്വാമികൾ. വഴി നടപ്പുസമരം, വിദ്യാലയപ്രവേശ പ്രക്ഷോഭം, അയിത്താചാര വിരുദ്ധ സമരം തുടങ്ങി അയ്യൻകാളി നേതൃത്വപരമായ പങ്കുവഹിച്ച എല്ലാ സമര ങ്ങൾക്കും സ്വാമിജി പിന്തുണ നൽകി.

ചട്ടമ്പിസ്വാമികൾ

കേരളത്തിലെ ആധ്യാത്മിക പ്രബുദ്ധതയ്ക്ക് കാരണഭൂതരിൽ മുമ്പ നായിരുന്നു വിദ്യാദിരാജ പരമ ഭട്ടാരക ചട്ടമ്പിസ്വാമികൾ (1853-1924). കാഷായമോ കമണ്ഡലുവോ ഇല്ലാതെ, ഒരു ആശ്രമംപോലും സ്വന്തമായി സ്ഥാപിക്കാതെ, നിരന്തരമായി യാത്ര ചെയ്ത്, വേദങ്ങൾ സർവ്വ ജാതിക്കും പഠിക്കാം എന്ന് ഉദ്ഘോഷിച്ച, വേദം സനാതനമായ പ്രമാണ മല്ല എന്ന് സധൈര്യം പറഞ്ഞ സന്ന്യാസിവര്യൻ. സാംസ്കാരിക നവോ ത്ഥാനത്തിനും സാമൂഹിക പുരോഗതിക്കും വേണ്ടി പത്തൊമ്പതാം നൂറ്റാണ്ടിന്റെ ഉത്തരാർദ്ധത്തിൽ ആ ശബ്ദം മാറ്റൊലികൊണ്ടു. ജാതി ചിന്തയ്ക്കെതിരെ സാമൂഹിക മനഃസാക്ഷിയെ ഉണർത്താനും അനാചാര ങ്ങളെ ത്യജിക്കാനും ആചാരാനുഷ്ഠാനങ്ങളിൽ നിലനിന്ന ബ്രാഹ്മണ മേധാവിത്വത്തെ എതിർക്കാനും നായർസമുദായത്തിലെ കൂട്ടുകുടുംബ വ്യവസ്ഥ, സംബന്ധമുറ, ആളോഹരി സമ്പ്രദായം, മരുമക്കത്തായം എന്നിവയ്ക്കെതിരെ പ്രതികരിക്കാനും സ്വാമികൾ തുനിഞ്ഞിറങ്ങി. നായർ സമുദായത്തിൽ പിന്നീടുണ്ടായ പല പരിഷ്ക്കാരങ്ങൾക്കും നിമിത്ത മായത് സ്വാമിജിയുടെ ആശയങ്ങളാണ്. മറ്റു സ്വാമിമാരിൽനിന്നും ഭിന്ന മായി ഒരു വെള്ളമുണ്ടും വെള്ള തോർത്തുമായിരുന്നു സ്വാമികളുടെ വേഷം.

വേദങ്ങളും ഓംകാരവും ഗായത്രിയും ബ്രാഹ്മണർക്കായി ദൈവം സൃഷ്ടിച്ചതാണെന്നുള്ള മൂഢവിശ്വാസത്തിന്റെ തിരസ്കാരമാണ് 1920ൽ അദ്ദേഹമെഴുതിയ 'വേദാധികാര നിരൂപണം.' ഹൈന്ദവ സമൂഹത്തിൽ അവിഹിതമായ അധീശത്വം നേടിയ ബ്രാഹ്മണ്യത്തെ ഈ കൃതി നിശിത മായ വിമർശനത്തിന് വിധേയമാക്കി.

ശ്രീനാരായണഗുരു

കേരളം ആത്മീയ ലോകത്തിനു നൽകിയ വരദാനമായിരുന്നു ചട്ടമ്പി സ്വാമികളുടെ സമകാലികനായിരുന്ന ശ്രീനാരായണഗുരു സ്വാമികൾ (1856–1928). തീണ്ടൽ എന്ന ദുർഭൂതം ഭ്രാന്താലയമാക്കിയ കേരളത്തിൽ മാനവീകതയുടെ മഹത്വം ഉദ്ഘോഷിച്ച നാരായണഗുരു തന്നിൽ അന്തർലീനമായ ആധ്യാത്മിക ചൈതന്യവും ചിന്തയും ആയുധമാക്കി മാറ്റി.

'ഒരു ജാതി, ഒരു മതം, ഒരു ദൈവം മനുഷ്യന്
ഒരു യോനിയൊരാകാരമൊരു ഭേദവുമില്ലിതിൽ
ഒരു ജാതിയിൽ നിന്നല്ലോ പിറന്നീടുന്നു സന്തതി
നരജാതിയിതോർക്കുമ്പോളെല്ലാരു ജാതിയിലുള്ളതാം
നരജാതിയിൽ നിന്നത്രേ പിറന്നീടുന്നു വിപ്രനും
പറയൻതാനുമെന്തുള്ളതന്തരം നരജാതിയിൽ?
പറച്ചിയിൽനിന്നു പണ്ടു പരാശര മഹാമുനി
പിറന്നു മറസൂത്രിച്ച മുനി കൈവർത്ത കന്യയിൽ'[8]

ഇങ്ങനെ മാനവികതയുടെ മഹാസിദ്ധാന്തം ആവിഷ്കരിക്കുകയും അത് പ്രായോഗികമാക്കാനുള്ള സംഘടിതശ്രമങ്ങൾക്ക് ഗുരു ധാർമ്മിക നേതൃത്വം നൽകുകയും ചെയ്തു.

1888–ൽ നെയ്യാറിന്റെ തീരത്തുള്ള അരുവിപ്പുറത്ത്, പ്രതിഷ്ഠാകർമ്മം ആഢ്യബ്രാഹ്മണർക്കായി വിധിക്കപ്പെട്ട നാളുകളിൽ, ഗുരു ശിവപ്രതിഷ്ഠ നടത്തി. ഒരു അവർണ്ണൻ- അത് ശ്രീനാരായണഗുരു ആയാൽപ്പോലും- ശിവപ്രതിഷ്ഠ നടത്തി അഹമ്മതി കാട്ടിയപ്പോൾ വർണ്ണവെറിയന്മാർ അടങ്ങിയിരിക്കുമോ? ചോദ്യം വന്നു. അതിന് ശാന്തസ്വരത്തിൽ ഗുരുവിന്റെ മറുപടി:

"ഞാൻ ഈഴവ ശിവനെയാണ് പ്രതിഷ്ഠിച്ചത്!"

അരുവിപ്പുറം ശിവക്ഷേത്രത്തിൽ പിന്നീട് ഗുരുവിന്റെ സൂക്തങ്ങൾ ഇങ്ങനെ പ്രകാശിച്ചു:

"ജാതിഭേദം മതദ്വേഷം
ഏതുമില്ലാതെ സർവ്വരും
സോദരത്വേന വാഴുന്ന
മാതൃകാ സ്ഥാനമാണിത്"

സവർണ്ണമേധാവിത്വത്തിന്റെ ശിരസ്സിലേറ്റ ആ താഡനം വരാനിരിക്കുന്ന സാമൂഹിക പരിവർത്തനത്തിന്റെ നാന്ദിയായിരുന്നു.

ഈശ്വര സങ്കൽപത്തെയും ജാതിമത ഭേദങ്ങളെയും അനാചാരങ്ങളെയും തള്ളിക്കളയുകയും 'ആനന്ദമത'ത്തിനു രൂപം നൽകുകയും

---

8. 'ജാതിനിർണ്ണയം'- ശ്രീനാരായണഗുരു.

ചെയ്ത ബ്രഹ്മാനന്ദശിവയോഗി (1852-1929), വിഗ്രഹാരാധനയെയും ക്ഷേത്രദർശനത്തെയും എതിർത്ത് 'ആത്മവിദ്യാസംഘം' സ്ഥാപിച്ച വാഗ്ഭടാനന്ദൻ (1885-1937), ബ്രാഹ്മണാധിപത്യത്തെയും ഉച്ചനീചത്വങ്ങളെയും എതിർത്ത സ്വാമി ആഗമാനന്ദൻ (1896-1961) എന്നീ നവോത്ഥാന നായകർ അയ്യൻകാളിയുടെ സമകാലികരായിരുന്നു.

ആസന്നമായ സാമൂഹിക നവോത്ഥാനത്തിനു കളമൊരുങ്ങിയ ചില ആത്മീയ-ഭൗതിക സാഹചര്യങ്ങൾ സൂചിപ്പിക്കുകയായിരുന്നു ഇവിടെ. വെങ്ങാനൂരിൽനിന്ന് ജ്വലിച്ചുയർന്ന അയ്യൻകാളി എന്ന വിപ്ലവ നക്ഷത്രത്തിന്റെ സമരപാതയിൽ മേൽച്ചൊന്ന സാമൂഹിക ചുറ്റുപാടുകളും നവോത്ഥാനനായകരും ഊർജ്ജം വിതറിയോ? ആ മഹാത്മാക്കളുടെ ആദർശങ്ങൾ അദ്ദേഹം ഉൾക്കൊണ്ടിരുന്നുവോ? "അതേ" എന്നു രേഖപ്പെടുത്താൻ വേണ്ട തെളിവുകളൊന്നുമില്ല. കുഗ്രാമവാസിയും നിരക്ഷരനുമായ ഒരു പുലയച്ചെക്കന് ഭൂതകാലത്തെക്കുറിച്ചുള്ള അറിവിന്റെ തിരിനാളം സ്വന്തം വിപ്ലവപാതയിൽ വഴികാട്ടിയായിരിക്കുമെന്ന് ഊഹിക്കുക അസാധ്യം. അധഃകൃതന്റെ നൊമ്പരങ്ങളും ധർമ്മസങ്കടങ്ങളും അവൻ കാണുകയും അനുഭവിക്കുകയും ചെയ്തതാണ്. വൈകുണ്ഠ സ്വാമിയെക്കുറിച്ചും നാടാർ ലഹളയെക്കുറിച്ചും മുതിർന്നപ്പോൾ കേട്ടറിഞ്ഞിരിക്കണം. സദാനന്ദസ്വാമി കാട്ടിയ വഴിയിലൂടെ, അയ്യാസ്വാമിയുടെ വാത്സല്യാതിരേകം നുകർന്ന്, അരുവിപ്പുറത്തെ ശിവപ്രതിഷ്ഠയിൽ ഉത്തേജിതനായി, പട്ടമ്പിസ്വാമികളുടെ അയിത്താചാരവിരുദ്ധ ഉദ്ബോധനങ്ങളിൽ ആഹ്ലാദംകൊണ്ട്, ജന്മസിദ്ധമായ താൻപോരിമയിൽ ജ്വലിച്ച് ഏഴകളുടെ പടയാളിയായി മാറുകയായിരുന്നു ആ പുലയ യുവാവ്...

രണ്ട്

ജനനം, ബാല്യം, കൗമാരം

തിരുവനന്തപുരം നഗരത്തിന് 15 കി.മീ തെക്കാണ് വെങ്ങാനൂർ ഗ്രാമം. ചുവന്ന മണ്ണും (ഏറെ) കറുത്ത മനുഷ്യരുമുള്ള നാട്. നഗരത്തിന്റെ പ്രൗഢിയോ പകിട്ടോ ഇന്നും എത്തിച്ചേർന്നിട്ടില്ലാത്ത പ്രശാന്ത സുന്ദര മായ ഈ ഗ്രാമത്തിൽ (ഏറെയും) നിഷ്ക്കളങ്കരായ സാധാരണക്കാരും കർഷകത്തൊഴിലാളികളും ഇടതിങ്ങിപ്പാർക്കുന്നു. വിഴിഞ്ഞം കടലോര ത്തിന് കിഴക്ക് ഉയർന്ന ഒരു കുന്നിന്റെ നെറുകയിലാണ് പെരുങ്കാറ്റുവിള. കടൽത്തീരത്തിനു തൊട്ടുകിഴക്കുള്ള ഗിരിപ്രദേശമായതു കാരണം ശക്തമായ കാറ്റ് ഈ പ്രദേശത്ത് എപ്പോഴും ആഞ്ഞടിച്ചുകൊണ്ടിരിക്കും. ശക്തമായ കാറ്റടിക്കുന്ന പ്രദേശം എന്ന അർത്ഥത്തിലാവാം ഈ പ്രദേശ ത്തിന് പെരുങ്കാറ്റുവിള എന്ന പേര് സിദ്ധിച്ചതെന്നു കരുതണം.

ഇവിടെ പ്ലാവർത്തൽ വീട്ടിൽ അയ്യനും ഭാര്യ മാലയും പാർപ്പു തുടങ്ങിയത് പനങ്ങോട്ട് ഊറ്റിറത്ത് ഗോവിന്ദപ്പിള്ള എന്ന ജന്മിയുടെ വേലക്കാരായിട്ടാണ്. എ.ഡി. 1830 നും 1840 നും ഇടയിലാണിത്. അയ്യന്റെ ജന്മനാട് വെള്ളായണിയിലായിരുന്നു. വിവാഹശേഷം ഈ ദമ്പതികളെ ഗോവിന്ദപ്പിള്ള തന്റെ കൃഷിപ്പണികൾക്കായി സ്വന്തം പുരയിടത്തിൽ കുടികിടപ്പുകാരായി ഏർപ്പാടു ചെയ്യുകയായിരുന്നു. കൃഷിക്ക് അനു യോജ്യമല്ലാത്ത ഒട്ടേറ ഭൂപ്രദേശങ്ങൾ കാടുപിടിച്ച് വെങ്ങാനൂരിലും സമീപത്തുമുണ്ടായിരുന്നു. ജന്മിമാർ സ്വന്തം അടിയാളരെക്കൊണ്ട് കാടു വെട്ടിത്തെളിച്ച് സ്വന്തമാക്കിക്കൊണ്ടിരുന്ന കാലമാണത്. ഗോവിന്ദ പ്പിള്ളയും സ്വന്തം അടിയാനായ അയ്യനെക്കൊണ്ട് കാടുവെട്ടിത്തെളിച്ച് ഏക്കറുകണക്കിന് കൃഷിഭൂമി സ്വന്തമാക്കി. അക്കാലത്തെ ജന്മിമാരിൽ നിന്നും തുലോം വ്യത്യസ്തനായിരുന്നു ഗോവിന്ദപ്പിള്ള. നന്മയുടെ നിറ കുടം. തമ്പ്രാൻ - അടിയാൻ ബന്ധം രക്തബന്ധത്തിനു തുല്യമെന്നു കരുതിയ ആൾ. അത് അദ്ദേഹം സ്വന്തം പ്രവൃത്തിയിലൂടെ തെളിയിച്ചു. കാലങ്ങൾകൊണ്ട് അയ്യൻ അധ്വാനിച്ചു വെട്ടിത്തെളിച്ച ഭൂമിയിൽ ഒരു പങ്ക് ആ തമ്പ്രാൻ സ്വന്തം അടിയാനു നൽകി - ഏതാണ്ട് അഞ്ചേക്കർ പുരയിടം!

കാലക്രമേണ അയ്യൻ ഒരു സ്വതന്ത്ര കൃഷിക്കാരനായി. അക്കാലത്തെ അടിമപ്പണിക്കാരനായ ഒരു പുലയന് സ്വപ്നം കാണാൻപോലുമാവാത്ത നില. അയ്യൻ-മാല ദമ്പതികളുടെ കൊച്ചുകുടുംബം ക്രമേണ സമ്പൽ സമൃദ്ധമായിത്തീർന്നു. വർഷങ്ങൾ ഒന്നുരണ്ടു കടന്നുപോയി. ഇനിയും തങ്ങളുടെ കൂരയിൽ ഒരു കുഞ്ഞിക്കാൽ കാണാനാവാത്തതിൽ അയ്യൻ - മാല ദമ്പതികൾ ഏറെ ഖിന്നരായി. അയ്യന്റെ 44 വയസ്സുവരെ അവർക്ക് സന്താനഭാഗ്യം ലഭിച്ചില്ല. (കൊ.വ. 995ലാണ് അയ്യൻ ജനിച്ചത്) കടുത്ത ദൈവവിശ്വാസികളായിരുന്നു അയ്യനും മാലയും. പെരുങ്കാറ്റുവിളയിലുള്ള മൂടിപ്പുര ദേവീക്ഷേത്രത്തിലെ നിത്യസന്ദർശകരായിരുന്നു അവർ. ക്ഷേത്ര പ്രവേശന വിളംബരത്തിനു മുൻപും ഈ ക്ഷേത്രത്തിൽ ദർശനം നടത്തുന്നതിന് അധഃകൃതർക്ക് വിലക്കില്ലായിരുന്നു. അവർ ദേവീസന്നിധിയിൽ മുട്ടിപ്പായി പ്രാർത്ഥിച്ചതു കാരണമാണ് ആദ്യ സന്തതിയായി ഒരു ആൺകുഞ്ഞ് പിറന്നതെന്ന് അയ്യൻകാളിയുടെ ഇളയമകൻ ശിവതാണു സാക്ഷ്യപ്പെടുത്തുന്നു.* വിശ്വാസം എന്തുമാകട്ടെ ദേവിയുടെ കൃപാകടാക്ഷത്താൽ തങ്ങൾക്കു ലഭിച്ച കുഞ്ഞിന് അയ്യനും മാലയും ദേവിയുടെ പേരുതന്നെ നൽകി: കാളി. കാളി ജനിച്ചത് 1863 ആഗസ്റ്റ് 28ന്. (കൊ:വ: 1039 ചിങ്ങം 14 വെള്ളിയാഴ്ച, അവിട്ടം നക്ഷത്രം) പിതാവിന്റെ പേരുകൂടിചേർന്ന് അവനെ അയ്യൻകാളി എന്ന് മാതാപിതാക്കളും ബന്ധുക്കളും വിളിച്ചു. തുടർന്ന് അയ്യന് ഒൻപതു സന്താനങ്ങൾകൂടി ഉണ്ടായി. രണ്ടുപേർ അകാലത്തിൽ മരിച്ചു.

സഹോദരന്മാർ: ചാത്തൻ, ഗോപാലൻ, വേലായുധൻ, വേലുക്കുട്ടി. സഹോദരിമാർ: കണ്ണ, ചിന്ന, കുഞ്ഞി.

പരാശ്രയത്തിലാണല്ലോ വിധേയത്വവും തന്മൂലമുള്ള അപകർഷബോധവുമുണ്ടാവുക. സ്വാശ്രയം ആത്മവിശ്വാസമുള്ള വാക്കും. ആത്മവിശ്വാസവും അപകർഷബോധമില്ലായ്മയും അയ്യൻകാളിയുടെ സ്വഭാവത്തിന്റെ സ്ഥായീഭാവമായി നിരീക്ഷിക്കപ്പെട്ടിട്ടുണ്ട്. കുടുംബത്തിലെ സ്വാശ്രയ ചുറ്റുപാടുകളാണ് അദ്ദേഹത്തിന്റെ മേൽപ്പറഞ്ഞ സ്വഭാവരൂപീകരണത്തിന് അടിത്തറയായത് എന്ന കാര്യത്തിൽ സംശയമില്ല.

മീനമാസത്തിലെ സൂര്യൻ പെരുങ്കാറ്റുവിളയിലെ ചുവന്ന മണ്ണിനെ തപിപ്പിക്കുന്ന മധ്യാഹ്നങ്ങളിൽ ഏറിയ സമയവും കൗമാരം പിന്നിട്ട് യൗവ്വനത്തിലേക്കു കടന്ന അയ്യൻകാളി പെരുങ്കാറ്റുവിളയിലെ ഗിരിപ്രദേശത്തുണ്ടാവും. ഇടതൂർന്നു നിൽക്കുന്ന കശുമാവിൻ തോട്ടത്തെ ഉലച്ചു കൊണ്ട് കടൽക്കാറ്റ് വീശിയടിച്ചുകൊണ്ടിരിക്കും. അത് വെയിലിന്റെ താണ്ഡവത്തെ ചെറുത്ത് അന്തരീക്ഷത്തെ തണുപ്പിക്കും. കശുമാവിന്റെ തണലിൽ സമപ്രായക്കാരായ മറ്റ് അധഃകൃത വാല്യക്കാരും ഒത്തുകൂടും. പാഠശാലകളിൽ അക്ഷരം പഠിക്കാൻ അവർക്ക് അനുവാദമില്ല. സവർണ്ണക്കുട്ടികളുടെ സൗഭാഗ്യങ്ങളൊന്നും അവർക്കു സ്വപ്നം കാണാൻ

* അയ്യൻകാളി സ്മരണിക, 1988, എഡി: അപ്പൻ വഞ്ചിയൂർ

പോലുമാവില്ല. നല്ല വസ്ത്രങ്ങൾ ധരിക്കാനോ നല്ല ഭക്ഷണം ആസ്വദിക്കാനോ ക്ഷേത്രദർശനം നടത്താനോ ക്ഷേത്രോത്സവങ്ങളിൽ പങ്കെടുക്കാനോ അവർക്കനുവാദമില്ല. ചിലർ അച്ഛനമ്മമാർക്കൊപ്പം വയലിലും പറമ്പിലും അധ്വാനിക്കാൻ പോവും. ചിലരൊക്കെ അയ്യൻകാളിയുടെ നേതൃത്വത്തിൽ കശുമാവിൻ തോട്ടത്തിൽ ഒത്തുകൂടും. കളിയും ചിരിയും പന്തുകളിയുമായി പകലന്തിയോളം അവിടെത്തന്നെ. അയ്യൻകാളിയും സഹോദരങ്ങളും തങ്ങളുടെ മാടുകളെ മേച്ചും പുല്ലുപറിച്ചും കൂട്ടരോടൊത്ത് കളിച്ചും ചിരിച്ചും കൂടും. അവർ സുഖദുഃഖങ്ങൾ പങ്കുവച്ചു. സ്വന്തം വർഗ്ഗത്തോടും തങ്ങളോടും മറ്റുള്ളവർ കാട്ടുന്ന അനീതികളെക്കുറിച്ചു പറഞ്ഞ് രോഷാകുലരാവും.

അനീതികളെ വെല്ലുവിളിക്കണം. ചെറുത്തു തോൽപ്പിക്കണം. കാളിക്ക് വ്യക്തിപരമായി ഒട്ടേറെ ദുരനുഭവങ്ങളുണ്ടായി. സവർണ്ണരിൽനിന്നുണ്ടായ ജാതിപറഞ്ഞുള്ള അധിക്ഷേപങ്ങൾ. ഒരിക്കൽ ഒരു തമ്പുരാന്റെയും കാര്യസ്ഥന്റെയും മാർഗ്ഗത്തിൽ പെട്ടുപോയ ഒരു പാവം പുലയനെ അവർ ക്രൂരമായി മർദ്ദിച്ചു. അയ്യൻകാളി അതുവഴി വരികയായിരുന്നു. അയാൾ 'തമ്പ്രാനെ' രൂക്ഷമായ ഭാഷയിൽ വിരട്ടിവിട്ടു. ജാതിനിന്ദയുടെ അനുഭവങ്ങൾ സ്വാതന്ത്ര്യദാഹിയായ ആ യുവാവിൽ കോപതാപങ്ങൾ ജ്വലിപ്പിച്ചു. കശുമാവിൻ തോട്ടത്തിലെ സംഘം ആലോചിച്ചുറച്ചു. കാളി നേതാവായി. മറ്റുള്ളവർ അനുചരരും. വിജനമായ കശുമാവിൻ തോട്ടത്തിൽ അവർ കായികാഭ്യാസികളെ വരുത്തി. അവർ ആയുധാഭ്യാസവും അടിതടയും പഠിക്കാൻ തുടങ്ങി. അതോടെ ആത്മവിശ്വാസം വർദ്ധിച്ചു. ഏറ്റുമുട്ടണം - തങ്ങളെ അടിമകളാക്കി. വ്യവസ്ഥിതിക്കെതിരെ പൊരുതി ജയിക്കണം.

ജാതിപരമായ ഇകഴ്ത്തലും അവഹേളനവും കൗമാരമനസ്സുകളിലുണ്ടാക്കുന്ന മുറിവുകൾ ആഴത്തിലുള്ളവയാണ്. ചിലരെ അത് ആത്മനിന്ദയിലേക്കും അപകർഷബോധത്തിലേക്കും തള്ളിയിടും. സ്വാതന്ത്ര്യബോധമുള്ള മാനികളാവട്ടെ ആത്മരോഷത്തോടെ ചെറുത്തു നിൽക്കും. അയ്യൻകാളി ചെറുത്ത് നിൽക്കാൻ തന്നെ തീരുമാനിച്ചു. പുലയരാദി അവർണ്ണ വിഭാഗങ്ങളോട് ജാതിഹിന്ദുക്കൾ പുലർത്തിയിരുന്ന മനുഷ്യത്വഹീനമായ സമീപനങ്ങൾക്ക് താൻ ശരവ്യമായതും നിരന്തരമായി അവഹേളിക്കപ്പെട്ടതും ഉള്ളിൽ സങ്കടമല്ല, രോഷമാണുളവാക്കിയത്. കാലം കടന്നുപോകെ രോഷം മനസ്സിൽ ഉമിത്തീപോലെ നീറിപ്പുകഞ്ഞു. തുല്യ ദുഃഖിതരായ പുലയയുവാക്കൾക്കൊപ്പം കായികാഭ്യാസം നേടാനും തങ്ങളെ പീഡിപ്പിക്കുകയും നിന്ദിക്കുകയും ചെയ്യുന്ന ബാഹ്യശക്തികൾക്കെതിരെ പൊരുതാനുമുള്ള കൂട്ടായ്മയായി - അയ്യങ്കാളിപ്പടയായി - ആ സംഘത്തെ പരിവർത്തിപ്പിക്കാനും അയ്യൻകാളി തീരുമാനിച്ചു. വിലക്കപ്പെട്ട വഴികളിലൂടെ വില്ലുവണ്ടിയോടിച്ച് അക്കാലത്തിന്റെ നീതിശാസ്ത്രങ്ങളെ വെല്ലുവിളിക്കാൻ അയ്യൻകാളിയെ പ്രേരിപ്പിച്ചത് അദ്ദേഹത്തിന്റെ സ്വാതന്ത്ര്യ മോഹമാണ്.

നാട്ടിൽ നിഷേധിയെന്നും ചട്ടമ്പിയെന്നും അയ്യൻകാളിക്കു പേരു വീഴാൻ കാരണങ്ങൾ ഉണ്ടായിക്കൊണ്ടിരുന്നു. വഴിയാത്രയ്ക്കിടയിൽ പൊതുനിരത്തിലും ഗ്രാമപാതകളിലും യദൃശ്ചയാ കണ്ടുമുട്ടുന്ന ഹീന ജാതിക്കാരെ അക്രമിക്കാൻ തുനിഞ്ഞ തമ്പ്രാക്കളെ അമ്പരപ്പിച്ചുകൊണ്ട് അയ്യൻകാളി ചെറുക്കാൻ തുടങ്ങി. അടിക്ക് അടിയും വാക്കിനു മറു വാക്കുമായി കാളി മാടമ്പിമാരെ തുടരെത്തുടരെ അലോസരപ്പെടുത്തി ക്കൊണ്ടിരുന്നു. തങ്ങളെ മർദ്ദിച്ചൊതുക്കാൻ തുനിയുന്ന വർണ്ണവെറിയ ന്മാരോട് പകരം ചോദിക്കാൻ ഒരാൾ ഉണ്ടെന്നു വന്നപ്പോൾ, പീഡനങ്ങളെ ചെറുക്കാൻ ത്രാണിയില്ലാതിരുന്ന കറുത്ത മക്കൾ ഒരു രക്ഷകനെ കണ്ടെ ത്തിയ ആശ്വാസത്തിലായി. അവർ ആദരവോടെ അയ്യൻകാളിയെ 'ഊർപിള്ള'യെന്നും 'മൂത്തപിള്ള'യെന്നും വിളിക്കാൻ തുടങ്ങി.

അക്കാലത്ത് വെങ്ങാനൂരും പരിസരപ്രദേശങ്ങളും തമിഴ് നാടാർ ഭൂരിപക്ഷപ്രദേശങ്ങളായിരുന്നു. സ്വാഭാവികമായും അവിടത്തെ വാച്യ ഭാഷ തമിഴും മലയാളവും ഇടകലർന്ന സങ്കരഭാഷയായിരുന്നു. അക്ഷര വിഹീനനായിരുന്ന അയ്യൻകാളിയുടെ സംസാരഭാഷയും പിൽക്കാലത്ത് പ്രസംഗഭാഷയും ഈ സങ്കരഭാഷയിലായിരുന്നു. അദ്ദേഹത്തിന്റെ പ്രസംഗ ശൈലി ശക്തിയും മൂർച്ചയുമുള്ളതായിരുന്നു.

മൂന്ന്

വില്ലുവണ്ടിയിൽ ഒരു ദിഗ്വിജയം

"മകൻ മാളോരെ എതിർക്കുന്നു. ചട്ടമ്പിത്തരം കാട്ടുന്നു. ലോകനീതിയെ ചോദ്യം ചെയ്യുന്നു." അയ്യനും മാലയ്ക്കും ഇരിക്കപ്പൊറുതിയില്ല. കൊല്ലിനും കൊലയ്ക്കും അവകാശമുള്ള ജന്മിത്തമ്പ്രാക്കളോടാണ് ഏറ്റു മുട്ടാൻ പുറപ്പാട്. അവർക്ക് ആധിയായി. നേർന്നു പെറ്റ പൊന്നുമോനാണ്. അവന് എന്തെങ്കിലും ആപത്ത് വരുന്നത് ആ വാത്സല്യനിധികൾക്ക് ഓർക്കാനേ വയ്യ അവനൊരു പൂർണ്ണ യുവാവായി കഴിഞ്ഞു. പൊതു കാര്യം കഴിഞ്ഞേ വീട്ടുകാര്യമുള്ളൂ എന്നാണു ഭാവം. ഇതിനൊരു പരി ഹാരം കണ്ടേ തീരൂ. ഒരു വിവാഹം കഴിച്ചാൽ ഒരുപക്ഷേ അടങ്ങിയൊ തുങ്ങി ജീവിച്ചുകൊള്ളും.

എല്ലാം വളരെ പെട്ടെന്നായിരുന്നു. 1888 മാർച്ച് മാസത്തിൽ തന്റെ 25-ാമത്തെ വയസ്സിൽ അയ്യൻകാളി വിവാഹിതനായി. മഞ്ചാംകുഴിയിലെ ചെല്ലമ്മ എന്ന പതിന്നാലുകാരിയായിരുന്നു വധു. അക്കാലത്ത് ബാല വിവാഹങ്ങൾ സർവ്വസാധാരണമായിരുന്നല്ലോ. എട്ടുംപൊട്ടും തിരിയാത്ത ഒരു സാധു പെൺകുട്ടി. തൊട്ടടുത്ത ദേശക്കാരിയെങ്കിലും അയ്യൻകാളി യുടെ സാഹസിക ജീവിതത്തെക്കുറിച്ചൊന്നും ആ പെൺകുട്ടി അറിഞ്ഞി രിക്കാൻ ഇടയില്ല. പക്ഷേ, നാളുകൾ പോകെ, അവൾ ഭർത്താവിന്റെ വിപ്ലവപാത അടുത്തറിയുകതന്നെ ചെയ്തു. ഒരു എതിർപ്പും പ്രകടിപ്പി ക്കാതെ അയ്യൻകാളിയുടെ ജീവിതത്തോടു സമരസപ്പെടുകയും വീട്ടു കാര്യങ്ങളിൽ ഒതുങ്ങിക്കൂടുകയും ചെയ്തു ആ സ്വാധ്വി. അവൾ ഭർത്താ വിന് താങ്ങും തണലുമായി. അയ്യൻകാളിയാവട്ടെ വീട്ടുകാര്യവും പൊതു കാര്യവും ഒരുപോലെ കാണുകയും ചെയ്തു.

കുറേ നാളുകൾക്കുശേഷം ആ ദമ്പതികൾ കുടുംബത്തിൽ നിന്നു മാറി തെക്കേവിളയിൽ താമസമാക്കി. അവർക്ക് പത്തു മക്കളുണ്ടായി. മൂന്നുപേർ കുഞ്ഞുന്നാളിലേ മരണപ്പെട്ടു. ശേഷിച്ചവർ പൊന്നു, ചെല്ലപ്പൻ, കൊച്ചുകുഞ്ഞ്, ശിവതാണു, ചാത്തൻ, ഗോപാലൻ എന്നിവരും തങ്കമ്മ എന്ന പെൺകുട്ടിയും. (പൊന്നുവിന്റെ പുത്രൻ പി. ശശിധരൻ പിൽക്കാ ലത്ത് ഐ.പി.എസ്സുകാരനും ഡി.ഐ.ജിയുമായി. ശിവതാണുവിന്റെ

പുത്രൻ ഗിരിജാത്മജൻ മുൻ അഡീഷണൽ ഗവ. സെക്രട്ടറി. ഇദ്ദേഹത്തിന്റെ ഭാര്യ കെ.പി. വള്ളോന്റെ ചെറുമകളും അഡ്വ. കെ. വി. കുമാരന്റെ മകളുമാണ്. അയ്യൻകാളിയുടെ ഏകമകൾ തങ്കമ്മയെ വിവാഹം ചെയ്തത് കേരളനിയമസഭയുടെ ആക്ടിംഗ് സ്പീക്കറും പ്രമുഖ സമുദായ പരിഷ്ക്കർത്താവുമായിരുന്ന ടി.ടി. കേശവൻ ശാസ്ത്രിയാണ്.)

കുടുംബജീവിതം ആരംഭിക്കവേതന്നെ അയ്യൻകാളി അയിത്താചാരത്തിനെതിരെയും അധഃകൃതരുടെ മനുഷ്യാവകാശങ്ങൾക്കു വേണ്ടിയും പൊരുതിത്തുടങ്ങിയിരുന്നു.

മനുഷ്യൻ പരിതഃസ്ഥിതിയുടെ അടിമയാണ്. കാലം ആവശ്യപ്പെടുമ്പോൾ സാധാരണക്കാരിൽ നിന്നുപോലും മഹത്തുക്കൾ സൃഷ്ടിക്കപ്പെടും. മഹാത്മാക്കൾ സ്വയംഭൂവല്ല. അവർ കാലഘട്ടത്തിന്റെ സൃഷ്ടിയാണ്. കൊടിയ പീഡനങ്ങൾ ഏറ്റുവാങ്ങുമ്പോഴും പ്രതികരണശേഷിയില്ലാതെ ഒരു ജനത നിസ്സഹായരും നിരാലംബരുമായിരുന്നപ്പോഴാണ് അയ്യൻകാളി എന്ന യുവാവിന്റെയുള്ളിൽ രോഷത്തിന്റെ അഗ്നിസ്ഫുലിംഗങ്ങൾ ഉയർന്നുപൊങ്ങിയത്. അതിൽനിന്നുയിർക്കൊണ്ട പ്രതികരണങ്ങൾ അഗ്നിലാവ കണക്കെ തെക്കൻതിരുവിതാംകൂറിൽ പരന്നൊഴുകി. അതിന്റെ പ്രകമ്പനങ്ങളാണ് പിന്നീട് കൊല്ലത്തും ചെന്നിത്തലയിലും പുല്ലൂറ്റും മണക്കാട്ടും കഴക്കൂട്ടത്തും മറ്റും മാറ്റൊലികൊണ്ടത്.

പ്രജാക്ഷേമതത്പരനായിരുന്ന ശ്രീമൂലംതിരുനാൾ രാമവർമ്മ മഹാരാജാവ് 1885ൽ ഭരണഭാരമേറ്റു. അതേ വർഷം തന്നെ അയിത്തജാതിക്കുട്ടികൾക്ക് വിദ്യാലയ പ്രവേശനം അനുവദിച്ചുകൊണ്ടുള്ള രാജവിളംബരവുമുണ്ടായി. പക്ഷേ, ഏട്ടിലെ പശു പുല്ലു തിന്നില്ല. സർക്കാർ കല്പന തിരുവിതാംകൂറിലെവിടെയും സ്വീകരിക്കപ്പെടാതെ അന്തരീക്ഷത്തിൽ പറന്നു നടന്നു. വർണ്ണവെറിയന്മാർ രാജകല്പനയെ ധിക്കരിച്ച് ചെറുത്തു നിന്നു. ഒരു അധഃകൃതക്കുട്ടിപോലും 'ഹരിശ്രീ' എഴുതിയില്ല.

ഇക്കാലത്ത് ശ്രീനാരായണഗുരു ചരിത്രപ്രസിദ്ധമായ അരുവിപ്പുറം ശിവപ്രതിഷ്ഠ നടത്തിയത് - 1888-ൽ. അന്ന് അയ്യൻകാളിക്ക് 25 വയസ്സാണ് പ്രായം. തീർച്ചയായും അരുവിപ്പുറം സംഭവം അദ്ദേഹത്തെ പ്രചോദിപ്പിച്ചിരിക്കണം. അയ്യൻകാളി സ്വന്തമായി ഒരു വില്ലുവണ്ടി വാങ്ങി. രണ്ടു വെള്ളക്കാളകളെയും സംഘടിപ്പിച്ചു. അവയുടെ കഴുത്തിൽ ഓട്ടുമണികൾ അണിയിച്ചു. കുളമ്പുകളിൽ ലാടം തറച്ചു. 1893-ലാണിത്. ഒരു ദിവസം പകൽ പതിനൊന്നു മണിയോടടുത്ത സമയം. കാളി ചാട്ടവാറുമായി വണ്ടിക്കാരന്റെ സീറ്റിൽ. വണ്ടിക്കുള്ളിൽ കൂട്ടുകാരായ ചെറുവാല്യക്കാർ. അരക്കയ്യൻ ബനിയനും മേൽമുണ്ടും തലയിൽ വട്ടക്കെട്ടുമായി അയ്യൻകാളി കാളകളെ തെളിച്ചു. ഓട്ടുമണി കിലുക്കി, കുളമ്പടിയൊച്ചയുടെ 'ടക് ടക്' ശബ്ദത്തോടെ കാളകളുടെ കുതിപ്പു തുടങ്ങി. ആ വില്ലുവണ്ടി വെങ്ങാനൂരിലെ ചെമ്മൺ നിരത്തിലൂടെ മുന്നോട്ടു പാഞ്ഞു.

അന്ന് വില്ലുവണ്ടി ആഭിജാതരുടെ വാഹനമായിരുന്നു. മാടമ്പികളുടെ ആഭിജാത്യ നാട്യത്തെ ഒരു പുലയയുവാവ് ചട്ടമ്പിത്തരംകൊണ്ട് കുടഞ്ഞെറിഞ്ഞു കളഞ്ഞു. വെള്ളത്തലേക്കെട്ട് പുലയനുമാകാം എന്ന് ലോകത്തെ കാണിച്ചുക്കൊടുത്തു. പൊതുവഴി തന്റെ ജനത്തിനും കൂടി ഉള്ളതാണെന്ന് ഭംഗ്യന്തരേണ പൊതുസമൂഹത്തെ ധരിപ്പിക്കുകയായിരുന്നു അയ്യൻകാളി. വഴിയിൽ പലദിക്കിലും അയ്യൻകാളിയുടെ വില്ലുവണ്ടിയാത്ര തടസ്സപ്പെടുത്താൻ മാടമ്പികളും കവലച്ചട്ടമ്പികളും സവർണ്ണ ഗുണ്ടകളും വൃഥാശ്രമം നടത്തി. നിർഭയനായി, അക്ഷോഭ്യനായി നേതാവ് ചാട്ടവാറു ചുഴറ്റി കാളകളെ പായിച്ചു. ചിലയിടങ്ങളിൽ വെച്ച് കായികമായ ആക്രമണ ശ്രമമുണ്ടായി. ഫലിച്ചില്ല. വഴിയോരങ്ങളിലും കവലകളിലും നിന്ന് ചോദ്യശരങ്ങളുണ്ടായി. ഉരുളയ്ക്ക് ഉപ്പേരിപോലുള്ള മറുപടികളും അദ്ദേഹം അവർക്കു നൽകി. ഭീഷണി ശക്തമായ ഇടങ്ങളിൽ വെച്ച് അയ്യൻകാളി ഇടുപ്പിൽ തിരുകിയ കഠാര വലിച്ചൂരി. കല്ലുവീണ ജലാശയത്തിലെ ഓളങ്ങൾ പോലെ ഭീഷണിക്കാർ ചുറ്റിലും നിന്ന് അകന്നുമാറി. ആ യാഗാശ്വം യാത്ര തുടർന്നു. അപരാഹ്നമായപ്പോൾ, ദിഗ്വിജയം കഴിഞ്ഞ്, വിജയശ്രീലാളിതരായി അയ്യൻകാളിയും കൂട്ടരും വെങ്ങാനൂരിൽ മടങ്ങിയെത്തി.

കണ്ണിലെണ്ണയൊഴിച്ച് കാത്തിരുന്ന, ഉത്ക്കണ്ഠയിൽ വീർപ്പുമുട്ടിയ മാതാപിതാക്കളും ഭാര്യയും ദീർഘശ്വാസം വിട്ടു.

അമ്പരപ്പും ഭയാശങ്കകളും പിന്നീടുള്ള നാളുകളിൽ എത്രയോ തവണ ചെല്ലമ്മ അനുഭവിച്ചിരിക്കുന്നു. എങ്കിലും അയ്യങ്കാളിയുടെ സാഹസിക ജീവിതത്തിനു മുന്നിൽ നിന്ന് 'അരുതേ!' എന്നൊരുവാക്ക് ആ സാധ്വി ഉച്ചരിച്ചില്ല. ഭർത്താവ് ഏറ്റെടുത്ത ദൗത്യത്തെക്കുറിച്ച് അവർ ബോധവതിയായിരുന്നു. ആപത്ശങ്ക പലപ്പോഴും അവരെ അലട്ടിയെങ്കിലും സമരനായകനായ തന്റെ ഭർത്താവിന്റെ ജീവിതവുമായി അവർ സമരസപ്പെട്ടു. മക്കളുടെ വിദ്യാഭ്യാസ കാര്യങ്ങളും കുടുംബകാര്യങ്ങളും സ്വയം ഏറ്റെടുത്തുകൊണ്ട് ഒരു സാധാരണ വീട്ടമ്മയായി അവർ ഒതുങ്ങിക്കൂടി. പൊതുജീവിതത്തിൽ ആണ്ടുമുഴുകിയപ്പോഴും കുടുംബജീവിതത്തിൽ ശ്രദ്ധയും കരുതലുമുണ്ടായിരുന്നു അയ്യൻകാളിക്ക്.

ചാലിയതെരുവു ലഹള

വില്ലുവണ്ടിയാത്രയോടെ അയ്യൻകാളി നാട്ടിലെ അധഃകൃത ജനതയുടെ അനിഷേധ്യനേതാവായി മാറി. പൊതുപ്രവർത്തനത്തിന്റെ തുടക്കം മുതൽ പുലയരുടെ മാത്രം പ്രശ്നപരിഹാരത്തിന് യത്നിച്ചയാളല്ല അദ്ദേഹം. അധഃകൃത ജനത പൊതുവിൽ അഭിമുഖീകരിക്കുന്ന പ്രശ്നങ്ങൾ ദൂരീകരിക്കാൻ അദ്ദേഹം നിലകൊണ്ടു. തന്മൂലം അധഃകൃതർ ആകമാനം തങ്ങളുടെ 'ഊർപിള്ള'യായി അദ്ദേഹത്തെ ആദരിച്ചു തുടങ്ങി.

ഇതിനകം അയ്യൻകാളി ആരോഗ്യദൃഢഗാത്രരായ യുവാക്കളെ സംഘടിപ്പിച്ചുകൊണ്ട് 'അയ്യൻകാളിപ്പട' എന്നൊരു യുവസേനയെ സംഘടിപ്പിച്ചു. ഇതിലെ അംഗങ്ങൾ ഒരു 'വാച്ച് ഡോഗ്' കമ്മിറ്റിയായി പ്രവർത്തിക്കണം എന്നായിരുന്നു തീരുമാനം. എവിടെ അടിസ്ഥാന വർഗ്ഗം ആക്രമിക്കപ്പെടുന്നുവോ, എവിടെ അവരുടെ മനുഷ്യാവകാശങ്ങൾ ലംഘിക്കപ്പെടുന്നുവോ അവിടെ അയ്യങ്കാളിപ്പടയിലെ അംഗങ്ങൾ എത്തി അവരുടെ സുരക്ഷ ഉറപ്പാക്കണമെന്നായിരുന്നു നിർദ്ദേശം.

പീഡിപ്പിക്കപ്പെടുന്ന അധഃകൃതരുടെ രക്ഷയ്ക്ക് അയ്യൻകാളിപ്പടയിലെ ഓരോ പ്രദേശത്തുമുള്ള അംഗങ്ങൾ ഇടപെട്ടു തുടങ്ങിയതോടെ അധഃകൃതരുടെ നേർക്കുള്ള ആക്രമണങ്ങൾ കുറഞ്ഞുവന്നു. മർദ്ദകർക്ക് അയ്യൻകാളിപ്പട ഒരു പേടിസ്വപ്നമായി മാറി.

'ഈ മണ്ണും ഈ വഴിയും ഈ തെരുവുകളും ഞങ്ങളുടേതു കൂടിയാണ്' എന്ന് പ്രഖ്യാപിച്ചുകൊണ്ട് വില്ലുവണ്ടിയിലേറി ജൈത്രയാത്ര നടത്തിയ അയ്യൻകാളി 1898-ൽ ഒരു വഴിനടപ്പു സമരം സംഘടിപ്പിച്ചു. ഏതു പ്രതികൂല സാഹചര്യത്തെയും അഭിമുഖീകരിക്കാൻ പാകത്തിൽ ആയുധ സന്നാഹത്തോടെയുള്ള യാത്രയായിരുന്നു അത്. ബാലരാമപുരത്തുള്ള ആറാലുംമൂട് പുത്തൻകട ചന്തയായിരുന്നു ലക്ഷ്യം. അക്കാലത്ത് പുത്തൻകട ചന്തയിൽ ഒരു അധഃകൃതൻ എത്തിയാൽ മർദ്ദനം സുനിശ്ചിതമായിരുന്നു. പലർക്കും ഇങ്ങനെ മർദ്ദനമേറ്റ കഥ അയ്യൻകാളി അറിഞ്ഞിരുന്നു. അയ്യൻകാളിയും കൂട്ടരും അംഗരക്ഷകനായ യാക്കൂ ചട്ടമ്പിയും മുന്നോട്ടു നീങ്ങുകയായിരുന്നു. വഴിനീളെ എതിർപ്പുകൾ തല പൊക്കി. ബാലരാമപുരം ചാലിയത്തെരുവിൽ എത്തിയപ്പോൾ ആയുധ ധാരികളായ യഥാസ്ഥിതികരും ഗുണ്ടകളും അവരുടെമേൽ ചാടിവീണു. അക്ഷരാർത്ഥത്തിൽ ഒരു യുദ്ധമാണ് പിന്നീട് അവിടെ നടന്നത്. ഇരുകൂട്ടരും തുല്യശക്തികളായിരുന്നു. ചാലിയതെരുവിൽ രക്തം വാർന്നൊഴുകി.

ചാലിയത്തെരുവിലെ ലഹളയെക്കുറിച്ചുള്ള വാർത്തകൾ നാട്ടിലാകെ പരന്നു. അടിസ്ഥാന വർഗ്ഗത്തിന്റെ ആത്മാഭിമാനം കത്തിജ്വലിച്ചു. മണക്കാട്, കഴക്കൂട്ടം, കണിയാപുരം തുടങ്ങിയ പ്രദേശങ്ങളിൽ ലഹള പടർന്നു പിടിച്ചു. വഴിനടപ്പു സമരങ്ങളും അതിനെതിരെയുള്ള ചെറുത്തു നിൽപ്പുകളും ഒട്ടേറെ നടന്നു. പലയിടങ്ങളിലും അടിയാള യുവാക്കൾ സവർണ്ണരുമായി ഏറ്റുമുട്ടി. സമരങ്ങൾ നടന്ന ഇടങ്ങളിലൊക്കെ അയ്യൻകാളി പാഞ്ഞെത്തി സമരക്കാർക്ക് നിർദ്ദേശവും നേതൃത്വവും കൊടുത്തു.

നമ്മുടെ അക്കാദമിക് ചരിത്രകാരന്മാർക്ക് ഈ സമരങ്ങൾ മനുഷ്യാവകാശങ്ങൾക്കായുള്ള സ്വാതന്ത്ര്യസമരങ്ങളായിരുന്നില്ല; വെറും പുലയ ലഹളകളായിരുന്നു!

സവർണ്ണർ അയ്യൻകാളിക്കു കല്പിച്ചു നൽകി ഒരു വിശേഷണം- 'ചട്ടമ്പി.' വെറുപ്പും അവഹേളനവും ഒരിത്തിരി ഭയവും ദ്യോതിപ്പിക്കുന്ന

വിശേഷണം. ചട്ടമ്പികൾ പിടിച്ചു പറിക്കാരും സാമൂഹ്യവിരുദ്ധരും കയ്യൂക്കുള്ള കശ്മലന്മാരുമാണല്ലോ. പക്ഷേ, അയ്യൻകാളി ചട്ടമ്പിത്തരം കാട്ടിയെങ്കിൽ അത് അധഃകൃതരുടെ പൗരാവകാശങ്ങൾ പൊരുതി നേടാനാണ്. കക്ഷത്തിലിടുക്കിയ നിവേദനങ്ങളുമായി അധികാരികളുടെ മുന്നിൽ ഓച്ഛാനിച്ചു നിന്നാൽ പുലയന് സഞ്ചാര സ്വാതന്ത്ര്യവും വിദ്യാസ്വാതന്ത്ര്യവും ലഭിക്കുമെന്നു കരുതാൻ മാത്രം മൗഢ്യം അയ്യങ്കാളിക്കില്ലായിരുന്നു.

ചരിത്രത്തിന്റെ ഏതോ ദശാസന്ധിയിൽ പുലത്തിന് (കൃഷിസ്ഥലത്തിന്) ഉടമയായിരുന്ന പുലയരെ ബ്രാഹ്മണ ദുഷ്പ്രഭുത്വം നിന്ദിതരും പീഡിതരുമാക്കി അയിത്തം കൽപിച്ച് സമൂഹത്തിന്റെ പൊതുധാരയിൽ നിന്നകറ്റി അയിത്തം കല്പിച്ചു. നല്ല വസ്ത്രം ധരിച്ചുകൂടാ. കീറപ്പഴന്തുണിയേ ധരിക്കാവൂ. രോഗിയായെത്തിയാൽ രോഗവിവരം ദൂരെനിന്ന് വിളിച്ചുപറഞ്ഞ് എറിഞ്ഞു കിട്ടുന്ന മരുന്നുപയോഗിച്ചവർ, പൊതുകിണറ്റിൽനിന്ന് ദാഹജലമെടുക്കാൻ അനുവാദമില്ലാഞ്ഞവർ, വഴി നടക്കാൻ സ്വാതന്ത്ര്യമില്ലാഞ്ഞവർ, ചായക്കടക്കാരൻ ചിരട്ടയിലൊഴിച്ച് കൊടുത്ത ചായ ദൂരെമാറിനിന്ന് മോന്തിക്കുടിച്ച് പണം തറയിൽ വച്ച് ഓടിപ്പോകേണ്ടവർ- അക്കാലത്തിന്റെ ഈ നേർച്ചിത്രങ്ങൾക്കു മുന്നിൽ അഭിമാനിയും സ്വാതന്ത്ര്യമോഹിയുമായ അയ്യൻകാളി ചട്ടമ്പിയായില്ലെങ്കിലേ അദ്ഭുതമുള്ളൂ.

നാല്

സദാനന്ദസ്വാമിയും അയ്യൻകാളിയും

അരുവിപ്പുറം ശിവപ്രതിഷ്ഠയ്ക്കു ശേഷം അവിടെ നിർമ്മിച്ച ശിവക്ഷേത്രത്തിന്റെ ഭരണകാര്യങ്ങൾക്കായി ഏർപ്പെടുത്തിയ 'വാവൂട്ടുയോഗം' വിപുലീകരിച്ച് 'ശ്രീനാരായണ ധർമ്മ പരിപാലന യോഗം (എസ്.എൻ.ഡി.പി. യോഗം)' രൂപം കൊണ്ടു. കേരള സാമൂഹിക വിഹായസ്സിൽ ആയിരക്കണക്കിന് ശാഖകൾ വീശിക്കൊണ്ട് പടർന്നു പന്തലിച്ച ഈ മഹാപ്രസ്ഥാനത്തിന്റെ ഉദയം 1903 മെയ് 15-നായിരുന്നു. എസ്.എൻ.ഡി.പി. യോഗത്തിന്റെ ശില്പി ഡോ. എ. പൽപ്പുവായിരുന്നു. ആജീവനാന്ത അദ്ധ്യക്ഷനായി ശ്രീനാരായണഗുരുവും പ്രഥമ ജനറൽ സെക്രട്ടറിയായി കുമാരനാശാനും തിരഞ്ഞെടുക്കപ്പെട്ടു. ആശാൻ 1919 ജൂലൈ 20 വരെ തൽസ്ഥാനത്തു തുടർന്നു.

യോഗത്തിന്റെ ആവിർഭാവം ശ്രീനാരായണീയരിൽ ആവേശവും പ്രതീക്ഷയും ഉളവാക്കി. അന്നുവരെ ഈഴവർ കൂട്ടായ്മയെന്ന നിലയിലോ സംഘടന എന്ന നിലയിലോ സുസംഘടിതരായിരുന്നില്ല. എന്നാൽ അയ്യൻകാളിയുടെ വില്ലുവണ്ടിയാത്ര, സഞ്ചാരസ്വാതന്ത്ര്യ സമരങ്ങൾ എന്നിവ കാരണം അധഃകൃതർ ഉണർന്നു കഴിഞ്ഞിരുന്നു. തെക്കൻ തിരുവിതാംകൂറിനെ ഇളക്കിമറിച്ചുകൊണ്ട് മുന്നേറിയ അധഃകൃത സമര പരമ്പര സുസംഘടിതമായ ഒരു സംഘശക്തിയായി പരിണമിപ്പിക്കാനുള്ള ഒരു രാസപ്രക്രിയ നടന്നുകൊണ്ടിരിക്കവേയാണ് എസ്. എൻ. ഡി. പി യോഗത്തിന്റെ പിറവി. അതിന് ഏഴു വർഷം മുൻപ് ഡോ. പൽപ്പുവിന്റെ നേതൃത്വത്തിൽ 13176 ഈഴവർ ഒപ്പിട്ട ഒരു ഭീമഹർജി മഹാരാജാവിനു സമർപ്പിച്ചു. ഇത് 1896 സെപ്തംബർ 3ന് ആയിരുന്നു. തിരുവിതാംകൂറിലെ ജനസംഖ്യയുടെ അഞ്ചിൽ ഒരു ഭാഗം വരുന്ന ഈഴവർക്ക് സർക്കാർ ഉദ്യോഗങ്ങളിൽ നാമമാത്രമായ പ്രാതിനിധ്യം പോലും ലഭിച്ചിരുന്നില്ല. ഔദ്യോഗിക, വിദ്യാഭ്യാസ മേഖലകളിൽ മതിയായ പ്രാതിനിധ്യവും ലഭിക്കണമെന്നതായിരുന്നു ഹർജിയുടെ ആവശ്യം. 'ഈഴവ മെമ്മോറിയൽ' എന്നറിയപ്പെട്ട ഈ സംഭവവും എസ്.എൻ.ഡി.പി യോഗരൂപീകരണവും

അയ്യൻകാളിയുടെ അധഃകൃത സ്വപ്നങ്ങളെ ഉത്തേജിപ്പിച്ചുകൊണ്ടിരുന്നു. അവകാശപ്പോരാട്ടങ്ങൾക്കായി തങ്ങൾക്കും ഒരു സംഘടന അനിവാര്യമെന്ന് അയ്യൻകാളിയും സഹയാത്രികരും ആലോചിച്ചുകൊണ്ടിരിക്കവേയാണ് സദാനന്ദസ്വാമി എന്നൊരു അവധൂതൻ അനന്തപുരിയിൽ രംഗപ്രവേശം ചെയ്യുന്നത്. 1904-ന്റെ തുടക്കം. എല്ലാ സന്ധ്യാനേരങ്ങളിലും അദ്ദേഹം കിഴക്കേക്കോട്ടയുടെ മുന്നിലെത്തും. അന്ന് പുത്തരിക്കണ്ടം തീർത്തും വയലാണ്. വയലിന് നടുവിലൂടെ കിഴക്ക് കാടുകളുടെ ഭാഗത്തു നിന്നും ഒരു ഇടുങ്ങിയ ചെമ്മൺപാതയുണ്ട്. അത് പടിഞ്ഞാറ് അവസാനിക്കുന്നത് കിഴക്കേക്കോട്ടയ്ക്കു മുന്നിൽ തെക്കുവടക്കുള്ള പൊതുനിരത്തിലാണ്. കിഴക്കേക്കോട്ടയ്ക്കു മുന്നിലുള്ള നിരത്തിൽ നിന്ന് സ്വാമി പ്രസംഗം തുടങ്ങും. ഉച്ചത്തിൽ അംഗവിക്ഷേപങ്ങളോടെയാണ് പ്രസംഗം. കവലകളിൽ സുവിശേഷം പ്രസംഗിക്കാനെത്തുന്ന ക്രിസ്ത്യൻ ഉപദേശിമാരുടെ മട്ടും ഭാവവുമാണ് സ്വാമിക്ക്. ഹൈന്ദവരിലെ ജാത്യനാചാരമാണ് എന്നും പ്രസംഗവിഷയം. ദൈവത്തിനു മുന്നിൽ എല്ലാവരും സമന്മാരാണ്, അവർക്കിടയിൽ വേലിക്കെട്ടുകൾ അരുത്, എല്ലാ വഴികളും സകലർക്കുമുള്ളത്, പൊതുസ്ഥാപനങ്ങളും എല്ലാവർക്കുമുള്ളത് - നീണ്ടുപോകുന്ന സ്വാമിയുടെ സ്ഥിരം പ്രസംഗവിഷയങ്ങൾ ഇതൊക്കെയാണ്.

ഈ പ്രസംഗ പരിപാടി ആഴ്ചകളും മാസങ്ങളും കടന്നു. ശ്രോതാക്കളും ഏറി വന്നു. കേഴ്വിക്കാർ കൂടുതലും സവർണ്ണഹിന്ദുക്കൾ. അവർണ്ണർക്ക് കിഴക്കേക്കോട്ടയും പരിസരങ്ങളും അന്ന് ബാലികേറാമലയായിരുന്നുവല്ലോ. അക്കാലത്തു നിലവിലിരുന്ന അലംഘനീയമായ നീതിശാസ്ത്രങ്ങളെയാണ് സ്വാമി വെല്ലുവിളിക്കുന്നത്. അതിന്റെ താക്കോൽ സൂക്ഷിപ്പുകാരായ സവർണ്ണർക്കു സഹിക്കുമോ? കാവിയുടുത്തവനായാലും ശരി, അവനെ ക്രൂശിക്ക! അലംഘനീയമായ സനാധനധർമ്മത്തെ വിമർശിക്കാൻ ധൈര്യം കാട്ടിയ ധിക്കാരിയായ ആ ഹൈന്ദവ വിരുദ്ധനെ കയ്യേറ്റം ചെയ്യാനും വധിക്കാൻപോലും സവർണ്ണർ പദ്ധതിയിട്ടു. അയാളെക്കുറിച്ച് രഹസ്യമായി അന്വേഷിച്ചറിഞ്ഞപ്പോൾ അവർ വാപൊളിച്ചുപോയി. രാജകൊട്ടാരത്തിലെ ഉന്നത തലത്തിലുള്ള ഉദ്യോഗസ്ഥരുമായി അടുത്ത ബന്ധമുള്ള സദാനന്ദസ്വാമി ചില്ലറക്കാരനല്ല! പാലക്കാടിനടുത്ത് തത്തമംഗലം ദേശത്ത് സമ്പന്ന നായർകുടുംബമായ പുത്തൻ വീട്ടിലാണു ജനിച്ചത്. പൂർവ്വാശ്രമത്തിലെ പേര് രാമനാഥമേനോൻ. മലയാളത്തിനു പുറമേ സംസ്കൃതത്തിലും തമിഴിലും നല്ല വ്യുൽപ്പത്തിയുണ്ട്. കൊട്ടാരക്കരയ്ക്ക് അടുത്ത് 'സദാനന്ദപുരം' എന്നൊരു അവധൂതാശ്രമം സ്ഥാപിച്ചിട്ടുണ്ട്. 'ചിൽസഭ' എന്നൊരു ഹൈന്ദവ കൂട്ടായ്മയുടെ സ്ഥാപകനാണ്. 'അഗസ്ത്യൻ' എന്ന പേരിൽ തമിഴ് മാസികയും 'സദാനന്ദവിലാസം' എന്ന പേരിൽ മലയാളം മാസികയും പ്രസിദ്ധീകരിക്കുന്നുണ്ട്. സമുദായശാസ്ത്രം, ഹിന്ദുസംസ്കാരം, സന്താനരത്നം, പ്രസംഗത്തിരുട്ട്, ഉപന്യാസ മഞ്ജരി, ഉപദേശ രത്നമാല എന്നീ തമിഴ് ഗ്രന്ഥങ്ങളും

ദശോപനിഷത്ത്, തത്വബോധം, ബ്രഹ്മാനന്ദ ലഹരി എന്നീ സംസ്കൃത കൃതികളും 'വിഗ്രഹാരാധന' എന്ന മലയാളം കൃതിയും രചിച്ചിട്ടുണ്ട്.

ഉന്നതോദ്യോഗസ്ഥരിൽ മാത്രമല്ല രാജകൊട്ടാരത്തിലും നല്ല സ്വാധീനമാണ് സ്വാമിക്ക്. ഇത്രയൊക്കെ അറിഞ്ഞപ്പോഴേക്കും കലിതുള്ളി നിന്ന സനാതന ധർമ്മികൾ അന്തർദ്ദാനം ചെയ്തു. സ്വാമിയാകട്ടെ പിന്നീടുള്ള ദിവസങ്ങളിലും കിഴക്കേക്കോട്ടവാതുക്കൽ വൈകുന്നേരങ്ങളിൽ ശുഭ്ര വസ്ത്രധാരിയായി എത്തുകയും ജാതിഹിന്ദുക്കളുടെ അക്രമങ്ങൾ, സഹോദര തുല്യരായ അവർണ്ണർ, ജാതി മനുഷ്യ സങ്കല്പം, ജാതിചിന്ത വർജ്ജിക്കേണ്ടതിന്റെ പ്രാധാന്യം അയിത്താചാരം-ദുരാചാരം, അവർണ്ണർക്ക് ക്ഷേത്രപ്രവേശനം ഇത്യാദി വിഷയങ്ങളെക്കുറിച്ച് ആപത്ശങ്കയില്ലാതെ ഘോരഘോരം പ്രഭാഷണം നടത്തുകയും ചെയ്തു.

സദാനന്ദസ്വാമി തിരുവനന്തപുരത്ത് എത്തിയ കാലത്ത് അവശജന വിഭാഗങ്ങളിൽ നിന്ന് ക്രിസ്തുമതത്തിലേക്ക് മലവെള്ളപ്പാച്ചിൽ പോലെ മതപരിവർത്തനം നടന്നുകൊണ്ടിരുന്നു. 1892-ലാണ് രക്ഷാസൈന്യ (Salvation Army)ത്തിന്റെ പ്രവർത്തനം തെക്കൻ തിരുവിതാംകൂറിൽ ആരംഭിച്ചത്. 1895-ൽ ബ്രദറൻ സഭാ മിഷണറിമാരും കേരളത്തിലെത്തി. സി.എം.എസ്, എൽ.എം.എസ് തുടങ്ങിയ സഭകളുടെ പ്രവർത്തനങ്ങളെക്കുറിച്ച് മുൻപു സൂചിപ്പിച്ചുകഴിഞ്ഞു ഇവർ ഹൈന്ദവ സമൂഹത്തിലെ അസ്പൃശ്യതയും അവർണ്ണരുടെ അസഹിഷ്ണുതയും മുതലെടുത്തു. മതപരിവർത്തനം ചെയ്ത അവർണ്ണർക്ക് സാമ്പത്തിക, വിദ്യാഭ്യാസ സഹായങ്ങളും മാനുഷീക പരിഗണനയും ലഭിച്ചപ്പോൾ മതംമാറ്റം സാർവ്വത്രികമായി.

പുതുക്രിസ്ത്യാനികളായവരിൽ അയ്യൻകാളിയുടെ തായ്‌വഴിയും പെടും. അദ്ദേഹത്തിന്റെ പൊതുജീവിതത്തിൽ വലം കയ്യായി പ്രവർത്തിച്ച തോമസ് വാധ്യാർ അയ്യൻകാളിയുടെ മാതൃസഹോദരീ പുത്രനാണ്. സാന്ദർഭികമായി പറയട്ടെ, അയ്യൻകാളിയെയും മതപരിവർത്തനം ചെയ്യിക്കാൻ ചില ശ്രമങ്ങളുണ്ടായി. അത് പാഴ്ശ്രമമായി. തന്റെ ജനം സ്വയേച്ഛയാൽ മതംമാറുന്നതിൽ അദ്ദേഹത്തിന് എതിർപ്പുണ്ടായിരുന്നില്ല. നിർബന്ധ മതപരിവർത്തനം പാടില്ല എന്ന നിലപാടായിരുന്നു അയ്യൻകാളിക്ക്. (പിന്നീട് സദാനന്ദസ്വാമിയുമായി ചേർന്ന്, മതപരിവർത്തനം ചെയ്യിക്കുന്നതിനെതിരെ ഒരു ഭീമഹർജി മഹാരാജാവിനു നൽകി. താമസംവിനാ 'നിർബന്ധിത മതംമാറ്റം പാടില്ല' എന്നു രാജവിളംബരമുണ്ടായി.) മതംമാറിയ അധഃകൃതർക്ക്, തങ്ങൾ പ്രകാശമാനമായ ഒരു പുതിയ ലോകത്തിൽ എത്തിച്ചേർന്ന പ്രതീതിയാണുണ്ടായത്. നല്ല വസ്ത്രം ധരിക്കാം. സഞ്ചാരസ്വാതന്ത്ര്യമുണ്ട്. കുട്ടികൾക്ക് പൊതുവിദ്യാലയങ്ങളിൽ ചേർന്നു പഠിക്കാം. പൊതുസമൂഹം അയിത്തം കല്പിച്ച് അകറ്റി നിർത്തുന്നില്ല. ചുരുക്കത്തിൽ സമൂഹത്തിൽ നിന്ന് ആട്ടിയകറ്റപ്പെട്ട് നിന്ദിതരും പീഢിതരുമായി പാർശ്വവത്കരിക്കപ്പെട്ട അധഃകൃതരല്ല

ഇന്നു തങ്ങളെന്ന് പരിവർത്തിത ക്രൈസ്തവർ അഭിമാനിച്ചു; അതിൽ കൂടുതൽ അഹങ്കരിച്ചു. (പിന്നീടവർ പുലക്രിസ്ത്യാനിയായും പറ ക്രിസ്ത്യാനിയായും സവർണ്ണ ക്രിസ്ത്യാനികളാൽ അവഹേളിക്കപ്പെട്ട്, ദേവാലയ കവാടങ്ങൾ തങ്ങൾക്കു മുന്നിൽ കൊട്ടിയടയ്ക്കപ്പെട്ട് ത്രിശങ്കു സ്വർഗ്ഗത്തിൽ പെട്ടത് മറ്റൊരു കഥ!)

ഹിന്ദുമതത്തെ സംബന്ധിച്ചിടത്തോളം മതപരിവർത്തന പ്രക്രിയ ഒരു ഭീഷണിയെന്ന് തിരിച്ചറിഞ്ഞ സവർണ്ണ ബുദ്ധിയായിരുന്നോ സദാനന്ദ സ്വാമിയുടേതെന്നറിഞ്ഞുകൂടാ. അതെന്തായാലും സ്വാമിയുടെ നിലപാടു കളുടെ അക്ഷരാർത്ഥം അധഃസ്ഥിതരെ ആകർഷിച്ചു. അയ്യൻകാളിയുടെ മുൻപറഞ്ഞ ബന്ധു തോമസ് വാധ്യാർക്ക് ദിനവും സദാനന്ദവചസ്സുകൾ ശ്രവിക്കാൻ അവസരം ലഭിച്ചു. വാധ്യാരുടെ പേരും വെളുത്തു തുടുത്ത ആകാരംഭംഗിയും സാൽവേഷൻ ആർമിയുടെ യൂണിഫോമും കിഴക്കേ ക്കോട്ടയിലെത്താൻ ഉപയുക്തമായി. അദ്ദേഹം സദാനന്ദസ്വാമിയെക്കുറിച്ച് അയ്യൻകാളിയോടു പറഞ്ഞു.

കിഴക്കേക്കോട്ടയുടെ കിഴക്ക് അന്ന് ഇടതൂർന്ന കാടാണ്. ഒരു ദിവസം അയ്യൻകാളി (അന്നദ്ദേഹത്തിനു 41 വയസ്സ്)യും കൂട്ടരും കാടും മേടും താണ്ടി പുത്തിരിക്കണ്ടത്തിന്റെ കിഴക്കേ അതിരിൽ വന്നുനിന്ന് സ്വാമി യുടെ പ്രസംഗം ശ്രവിച്ചു. ആയിടെ കവടിയാറിൽ ഒരാഴ്ചക്കാലം നീണ്ടു നിന്ന ഒരു ഹൈന്ദവ സമ്മേളനം നടന്നു. മുഖ്യപ്രഭാഷകൻ സദാനന്ദ സ്വാമി തന്നെ. ഈ സമ്മേളനത്തിൽ ഒരു ശ്രോതാവായി തോമസ് വാധ്യാർ ആദ്യാവസാനം പങ്കെടുത്തു. യോഗം കഴിഞ്ഞപ്പോൾ വാധ്യാർ സ്വജനങ്ങളുടെ സാമൂഹിക പരാധീനതകൾ സവിസ്തരം പ്രതിപാദിച്ച് സ്വാമിക്ക് ഒരു നിവേദനം നൽകി. സ്വാമിയുടെ ഹൃദയത്തെ മഥിക്കാൻ പോന്നതായിരുന്നു അത്. അയ്യൻകാളിയുടെ പ്രവർത്തനങ്ങളെക്കുറിച്ച് സ്വാമി അറിയാൻ ഇടയായത് ഈ നിവേദനമാണ്.

വൈകാതെ സദാനന്ദസ്വാമി വെങ്ങാനൂരിലേക്ക് ക്ഷണിക്കപ്പെട്ടു. വെങ്ങാനൂരിൽ അദ്ദേഹത്തിന് വൻപിച്ച വരവേല്പാണ് അയ്യൻകാളി ഒരു ക്കിയിരുന്നത്. അയ്യൻകാളിയുടെ പ്രവർത്തനങ്ങൾക്കു സമാന്തരമായി വാധ്യാരുടെ നേതൃത്വത്തിൽ മറ്റൊരു കൂട്ടായ്മയുണ്ടായിരുന്നു. അസ്പൃ ശ്യതയ്ക്കും അടിച്ചമർത്തലുകൾക്കും എതിരെ രൂപപ്പെട്ട ഈ കൂട്ടായ്മ യിൽ വാധ്യാരോടൊപ്പം നന്ദൻകോട് ഹെൻട്രി, മൂലേക്കോണത്ത് ഹാരീസ്, കറുത്ത തോമസ് വാധ്യാർ എന്നിവരായിരുന്നു നേതൃനിരയിൽ. ഈ സംഘവും സ്വീകരണച്ചടങ്ങിൽ പങ്കാളികളായിരുന്നു. അധഃകൃതർ യോഗസ്ഥലത്തേക്ക് ഒഴുകിയെത്തി. യോഗം ആരംഭിച്ചു. സ്വാമിയുടെ പ്രസംഗത്തിന്റെ സാരാംശം ഇതായിരുന്നു: ഉണരുക, സംഘടിക്കുക, അവകാശങ്ങൾ ആരും സ്വമേധയാ കൊണ്ടുതരില്ല. അത് പിടിച്ചുപറ്റണം. അതിനായി ഒരു സംഘടന ഉണ്ടാവണം. അതിനു നേതൃത്വം വേണം. നേതാവ് അക്ഷരാഭ്യാസമുള്ളവനാകണം.

നേതൃസ്ഥാനത്തിന് പുലയരിൽ ഒന്നാമൻ അയ്യൻകാളി തന്നെ. പക്ഷേ, അക്ഷരാഭ്യാസമില്ല. തന്നിമിത്തം അക്ഷരാഭ്യാസമുള്ള തൈവിളാകത്തെ കാളി നേതാവായി തിരഞ്ഞടുക്കപ്പെട്ടു. അയ്യൻകാളിക്കാവട്ടെ അതിലൊട്ടും കുണ്ഠിതം തോന്നിയില്ല. പരിഭവവുമില്ല. ഏവുംവിധം തന്റെ ജനത്തിന് ഗുണമുണ്ടായാൽ മതി. നേതാവാരുമാകട്ടെ-അതായിരുന്നു അയ്യൻകാളിയുടെ നിലപാട്. യോഗനടപടികൾ തുടങ്ങി. വന്നുചേർന്ന അണികൾ അവിടെയുമിവിടെയുമായി കൂട്ടംകൂടി നിന്ന് ഉച്ചത്തിൽ സംസാരിക്കുകയും മറ്റു ചിലർ അലസരായി ചുറ്റിയടിക്കുകയും ചെയ്തുകൊണ്ടിരുന്നു. ആ പാവങ്ങൾക്കുണ്ടോ സഭാമര്യാദകൾ? അവർക്കുണ്ടോ അച്ചടക്കം? നേതാവായി തിരഞ്ഞെടുക്കപ്പെട്ട തൈവിളാകത്തെ കാളി എന്തുചെയ്യേണ്ടൂ എന്നറിയാതെ പകച്ചു നിൽക്കെ അയ്യൻകാളി ഒരു വടിയുമായി അണികൾക്കിടയിലൂടെ ഒരുവട്ടം ചുറ്റിക്കറങ്ങി. അനുസരണക്കേടു കാട്ടുന്നവർക്കുനേരേ ഒരു നോട്ടം. ആ ദൃഷ്ടികളുടെ ആജ്ഞാശക്തിയുടെ ചൂടറിയേണ്ട താമസം ബഹളം കൂട്ടിയവരൊക്കെ നിശ്ശബ്ദരായി. സദസ് ഊർപിള്ളയുടെ മുന്നിൽ അനുസരണയുള്ള ആട്ടിൻകുട്ടികളായി.

സദാനന്ദസ്വാമി എല്ലാം ശ്രദ്ധിക്കുന്നുണ്ടായിരുന്നു. അണികളിൽ അയ്യൻകാളിക്കുള്ള സ്വാധീനവും അയ്യൻകാളിയുടെ നേതൃത്വപാടവവും അദ്ദേഹത്തിനു ബോധ്യമായി. അയ്യൻകാളിയെ യോഗം രണ്ടാം നേതാവായി തിരഞ്ഞെടുത്തു. അധഃകൃതരുടെയുള്ളിൽ ഒന്നാം സ്ഥാനം അപ്പോഴും അവരുടെ ഊർപിള്ളയ്ക്കു തന്നെയായിരുന്നു.

അയ്യൻകാളിയുടെ സ്വഭാവഗുണവും നന്മ നിറഞ്ഞ മനസ്സും വെളിവായ ഒരു സന്ദർഭമായിരുന്നു അത്. സ്വന്തം ജനതയുടെ പൗരാവകാശങ്ങൾക്കു വേണ്ടി പോർക്കളത്തിലിറങ്ങുകയും അവരിൽ അവകാശബോധമുണർത്തുകയും ചെയ്ത അദ്ദേഹം നിരക്ഷരനെങ്കിലും അവരുടെ നേതാവാകാൻ സർവ്വഥാ യോഗ്യൻ തന്നെ. അക്ഷരാഭ്യാസത്തേക്കാൾ നേതൃത്വഗുണമാണ് ഒരു പൊതുപ്രവർത്തകനു വേണ്ടത്. ആജ്ഞാശക്തി, അർപ്പണബോധം, നിസ്വാർത്ഥത എന്നീ നേതൃത്വഗുണങ്ങൾ അയ്യൻകാളിക്കുണ്ടായിരുന്നു. അക്ഷരജ്ഞാനം ഒരധികയോഗ്യത മാത്രമാണ്. അയ്യൻകാളിയോടൊപ്പം സദാനന്ദസ്വാമി പരിസരത്തുള്ള അധഃകൃത സങ്കേതങ്ങൾ സന്ദർശിച്ചു. അവിടത്തെ അന്തേവാസികൾ അനുഭവിക്കുന്ന ദുരിതങ്ങൾ കണ്ടറിഞ്ഞു. നാടിന്റെ മഹാരാജാവ് തന്റെ കറുത്ത പ്രജകളെ ഇനിയും തൃക്കൺപാർത്തിട്ടില്ല. അങ്ങനെയൊരു വർഗ്ഗം തന്റെ പ്രജകളിലുണ്ടോ എന്നുപോലും പൊന്നുതമ്പുരാന് നിശ്ചയമുണ്ടോ എന്നറിയില്ല. മഹാരാജാവ് ഈ പാവം കറുത്ത പ്രജകളെ കാണണം. അവർക്ക് നാടിന്റെ ഉടയോനെയും കാണണം. സ്വാമി ഒരുപായം കണ്ടുപിടിച്ചു. വിജയദശമി ദിനത്തിൽ മഹാരാജാവ് ശ്രീപത്മനാഭസ്വാമി ക്ഷേത്രത്തിൽ ദർശനത്തിനെത്തും. ക്ഷേത്ര ദർശനത്തിനുശേഷം

അദ്ദേഹം കിഴക്കേക്കോട്ട വഴി ചാലയിലെത്തി. വിജയദശമി ആഘോഷ ങ്ങളിൽ പങ്കെടുക്കാൻ പൂജപ്പുരയ്ക്ക് എഴുന്നള്ളുക പതിവാണ്. ആ വർഷത്തെ വിജയദശമി ദിനത്തിൽ അതിരാവിലെ തന്നെ സദാനന്ദസ്വാ മിയുടെ നിർദ്ദേശപ്രകാരം വെങ്ങാനൂരിൽ നിന്നും മഹാരാജാവിന്റെ ചിത്രവും വഹിച്ചുകൊണ്ട് പുലയരുടെ ഘോഷയാത്ര പുത്തരിക്കണ്ടത്തി ലെത്തി പാതയ്ക്ക് ഇരുവശവുമായി വയൽവരമ്പിൽ ഒതുങ്ങിനിന്നു. കറുത്ത ജനം അതുവഴി എഴുന്നള്ളുന്ന ശ്രീമൂലംതിരുനാൾ മഹാരാജാ വിനെ ആദ്യമായി കൺകുളുർക്കെ കണ്ട് സായൂജ്യമടഞ്ഞു. രാജാവ് തന്റെ കറുത്ത പ്രജകളെയും കണ്ടിരിക്കണം. രാജാവിനെ കണ്ട ആഹ്ലാ ദതിമിർപ്പിൽ അവർ മണക്കാടുവഴി മടങ്ങുകയായിരുന്നു. അവരുടെ നേർക്ക് അപ്രതീക്ഷിതമായാണ് ആക്രമണമുണ്ടായത്. പുലയരും ആയു ധങ്ങൾ കരുതിയിരുന്നു. ആക്രമണകാരികളുമായി പൊരിഞ്ഞ അടി നടന്നു. അക്രമികളെ തുരത്തിയെങ്കിലും അയ്യൻകാളിക്കും സംഘ ത്തിൽപ്പെട്ടവർക്കും പരിക്കു പറ്റി. വഴിമദ്ധ്യേ സംഘത്തിനു നേരേ ആക്ര മണം ഉണ്ടാകുമെന്ന് അറിഞ്ഞ് അവർ വലിയതുറയിലെത്തി മുക്കുവ രുടെ സഹായത്തോടെ ചാളത്തടികളിൽ നാട്ടിലേക്കു മടങ്ങി. സ്വാമിയുടെ സാന്നിധ്യത്തിൽ വെങ്ങാനൂരിൽ പുലയരുടെ ഒരു സംഘം രൂപീകരിച്ചു വെന്ന് പറഞ്ഞുവല്ലോ. പിന്നീട് ഈ സംഘത്തെ സദാനന്ദസ്വാമി പാച്ച ല്ലൂർ കേന്ദ്രമാക്കി രൂപീകരിച്ച 'ബ്രഹ്മനിഷ്ഠാ മഠ'ത്തിന്റെ ചിൽസഭ(ശാഖ) യാക്കി പരിണമിപ്പിച്ചു.

അഞ്ച്
സാധുജന പരിപാലന സംഘം
സംഘശക്തിയുടെ കൊടിയേറ്റം

1907-ൽ അയ്യൻകാളിയുടെ നേതൃത്വത്തിൽ 'സാധുജന പരിപാലന സംഘം' രൂപീകരിക്കപ്പെട്ടു. ഇതേ വർഷമാണ് സി. കൃഷ്ണപിള്ളയുടെ കേരളീയ നായർ സമാജവും ബ്രഹ്മാനന്ദശിവയോഗിയുടെ ആനന്ദമത പ്രസ്ഥാനവും രൂപീകൃതമായത്.

സദാനന്ദ സ്വാമിയുടെ ബ്രഹ്മനിഷ്ഠാമഠം അധഃസ്ഥിതരുടെ സാമൂഹികവും വിദ്യാഭ്യാസപരവുമായ പ്രശ്നങ്ങൾക്ക് പരിഹാരം കാണാനാവുന്ന ഒരു വേദിയല്ല എന്ന് അയ്യൻകാളി വൈകാതെ തിരിച്ചറിഞ്ഞു. തന്നെയുമല്ല മതപരിവർത്തനത്തിൽ നിന്ന് അധഃകൃതരെ പിന്തിരിപ്പിക്കാനുള്ള ഹൈന്ദവതന്ത്രമല്ലേ സദാനന്ദസ്വാമികളുടെ ലക്ഷ്യം എന്ന സന്ദേഹവും ബലപ്പെട്ടു. ജാതിഹിന്ദുക്കളുമായി അടിസ്ഥാനവർഗ്ഗത്തെ കൂടുതൽ അടുപ്പിക്കുകയും അതുവഴി സവർണ്ണ-അവർണ്ണ ഭേദം ലഘൂകരിക്കുകയും അത്യാവശ്യം വേണ്ട ഭൗതിക സ്വാതന്ത്ര്യങ്ങൾ അധഃകൃതർക്കു കരഗതമാക്കുകയും ചെയ്യുക എന്ന സദുദ്ദേശ്യവും ഒരുപക്ഷേ സദാനന്ദ സ്വാമിക്ക് ഉണ്ടായിരുന്നിരിക്കണം. അത് എന്തായാലും അക്കാലത്തിന്റെ സാമൂഹിക ചുറ്റുപാടിൽ ആ ലക്ഷ്യങ്ങൾ ആകാശകുസുമം മാത്രമായി രുന്നു. 'ബ്രഹ്മനിഷ്ഠാമഠ'ത്തിന്റെ പ്രവർത്തനങ്ങൾ ക്രമേണ അസ്തമിച്ചു; സദാനന്ദസ്വാമി ചരിത്രത്തിന്റെ പിന്നാമ്പുറത്ത് മറയുകയും ചെയ്തു.

മുൻപുതന്നെ അയ്യൻകാളിയും സഹപ്രവർത്തകരും ബ്രഹ്മനിഷ്ഠാ മഠവുമായുള്ള ബന്ധം വിടർത്തിയിരുന്നു. വി.ജെ. തോമസ് വാധ്യാർ, ഹാരിസ് വാധ്യാർ തുടങ്ങിയവരുടെ നേതൃത്വത്തിലുണ്ടായിരുന്ന അയിത്താചാര വിരുദ്ധ കൂട്ടായ്മയെക്കുറിച്ച് മുൻപ് സൂചിപ്പിച്ചിരുന്നുവല്ലോ. അവരെക്കൂടി ഉൾപ്പെടുത്തിക്കൊണ്ട് എസ്.എൻ.ഡി.പി. യോഗം മാതൃകയിൽ ഒരു സംഘടന ഉണ്ടാക്കുവാനുള്ള ശ്രമം തുടങ്ങി. ഹൈന്ദവരെന്നോ പരിവർത്തിത ക്രൈസ്തവരെന്നോ ഭേദമില്ലാതെയും പുലയർ, പറയർ, കുറവർ, അയ്യനവർ തുടങ്ങിയ സർവ്വമാന അധഃകൃത വിഭാഗങ്ങളെയും

ഉൾക്കൊണ്ടുകൊണ്ടുള്ള ഒരു സംഘടനയ്ക്കു രൂപം നൽകുവാൻ തീരുമാനമായി. സംഘത്തിന്റെ രൂപീകരണത്തിന് അയ്യൻകാളിക്കു സഹായികളായി വർത്തിച്ചവർ വിദ്യാഭ്യാസം സിദ്ധിച്ച പുലയ ക്രൈസ്തവരായ തോമസ് വാധ്യാരും ഹാരിസ് വാധ്യാരുമാണ്. എല്ലാ അയിത്ത ജാതിക്കാരുടെയും മോചനവും സാമൂഹ്യ പുരോഗതിയുമാവണം സംഘടനയുടെ ലക്ഷ്യമെന്ന് അംഗീകരിക്കപ്പെട്ടു. ഈ ഉപജാത്യാതീത-മതാതീത സംഘടനയ്ക്ക് 'സാധുജന പരിപാലന സംഘം' (Organisation for the protection of the poor people) എന്ന അന്വർത്ഥമായ നാമം സ്വീകരിക്കപ്പെട്ടു. രൂപീകരണം 1907 (കൊ. വ. 1082)

സംഘത്തിന് 24 വകുപ്പുകളുള്ള ഒരു നിയമാവലി തയ്യാറാക്കി. കരടുനിയമാവലി തയ്യാറാക്കിയത് അയ്യൻകാളിയുടെ നിർദ്ദേശപ്രകാരം ഗോവിന്ദൻ ജഡ്ജിയാണ്.

ഉദ്ദേശ്യ ലക്ഷ്യങ്ങൾ:

1. അച്ചടക്കബോധം, സന്മാർഗ്ഗബോധം, ശുചിത്വം, പരസ്പര ബഹുമാനം എന്നിവ അംഗങ്ങൾ പാലിക്കണം.
2. സഞ്ചാരസ്വാതന്ത്ര്യം, വിദ്യാലയപ്രവേശന സ്വാതന്ത്ര്യം, ആചാര പരിഷ്കരണം എന്നിവയ്ക്കുവേണ്ടി സംഘം നിലകൊള്ളും.
3. ദിവസം എട്ടുമണിക്കൂർ ജോലി, ഞായർ അവധി.

സമുദായക്കോടതി

അധഃകൃതർക്ക് കോടതികൾ അന്ന് ബാലികേറാമലയായിരുന്നു. അഥവാ പീഡനങ്ങൾക്കു വിധേയരായി ഇവർ കോടതിയെ സമീപിച്ചാൽത്തന്നെ കേസ് അനന്തമായി നീണ്ടുപോകും. ഒടുവിൽ കേസ് തീർപ്പാക്കുന്നതോ വാദിപ്രതിയാകുന്ന അവസ്ഥയിലും. ഈ ചുറ്റുപാടിൽ സംഘം സമുദായക്കോടതി ആരംഭിച്ചു. ഇത് പഴയ തറക്കൂട്ടങ്ങളുടെ രീതിയിലാണ് സംഘടിപ്പിച്ചത്. സമുദായത്തിലെ വഴക്കുകളും വ്യക്തികൾ തമ്മിലുള്ള പ്രശ്നങ്ങളും തീർപ്പാക്കാൻ സമുദായക്കോടതിയിൽ ഒരു ഉന്നതാധികാരക്കോടതിയും സംഘം ശാഖകളിൽ സബ്കോടതികളും ഏർപ്പെടുത്തി.

ഉന്നതാധികാര കോടതി

മുഖ്യ ജഡ്ജി	-	അയ്യൻകാളി
വക്കീൽ	-	കുഞ്ഞുകൃഷ്ണനൻ
ഗുമസ്ഥൻ	-	?
റൈറ്റർ	-	കേശവൻ റൈറ്റർ
ശിപായി	-	ചിന്നൻ വിളപ്പിൽശാല

സർക്കാർ കോടതികളിലെ കീഴ്വഴക്കങ്ങൾ സമുദായക്കോടതിയും അനുവർത്തിച്ചു. സർക്കാർ കോടതിയിലെ വക്കീലന്മാർ കോടതിയിലെ അവധി ദിവസങ്ങളിൽ സമുദായക്കോടതിയിലെത്തി കേസുകൾ വാദിച്ചു പോന്നു. ന്യായവിധികൾ, ഉത്തരവുകൾ എന്നിവ ശിപായിമാർ മുഖേന സംഘം ശാഖകളിൽ എത്തിച്ചു. പ്രതികളെ അറസ്റ്റു ചെയ്ത് സമുദായ ക്കോടതിയിൽ എത്തിക്കുന്നതിന് വാറണ്ട് ശിപായിമാരും ബഞ്ചുഗുമസ്ഥ ന്മാരും ഉണ്ടായിരുന്നു. സർക്കാർ സമുദായക്കോടതിക്കുവേണ്ട സൗകര്യ ങ്ങൾ ഏർപ്പെടുത്തിക്കൊടുത്തു. നിഷ്പക്ഷമായ ന്യായവിധികളിൽ കുറ്റ വാളികൾ ശിക്ഷിക്കപ്പെട്ടു. സമുദായക്കോടതിക്കു പരിഹരിക്കാനാവാത്ത കേസുകൾ സർക്കാർ കോടതിയിലേക്ക് റഫർ ചെയ്യപ്പെട്ടു. വെങ്ങാനൂരി ലുള്ള സംഘം ഹെഡ്ഓഫീസിൽ ശനിയാഴ്ചകളിലാണ് സമുദായ ക്കോടതി ചേർന്നിരുന്നത്. സർക്കാർ കോടതികളിലാവട്ടെ അധഃകൃതരുടെ കേസുകൾ വക്കീലന്മാരും മജിസ്ട്രേറ്റും കേട്ടിരുന്നത് കോടതി പിരിഞ്ഞ തിനുശേഷം കോടതി വളപ്പിലെ ഒഴിഞ്ഞ ഭാഗത്താണ്.

ശാഖാ പ്രവർത്തനം

പ്രസിഡന്റ്, വൈസ്പ്രസിഡന്റ്, സെക്രട്ടറി, ഖജാൻജി, മാനേജർ, കരനാഥൻ എന്നിവരടങ്ങിയതായിരുന്നു ഓരോ ശാഖയുടെയും ഭരണ സമിതി. ശാഖകളിൽ ഞായറാഴ്ചയാണ് യോഗം കൂടുക. യോഗത്തിന് മുൻപ് ഭജന ഉണ്ടാവും. സ്ത്രീകളാണ് യോഗത്തിൽ പുരുഷന്മാരേക്കാൾ അത്യുത്സാഹത്തോടെ പങ്കെടുത്തിരുന്നത്. മാനേജർക്കാണ് ശാഖയിൽ പ്രമുഖ സ്ഥാനം. സംഘടനയ്ക്കു വേണ്ടി വേണ്ടിവന്നാൽ കായികമായി പ്രതികരിക്കാൻ കെല്പുള്ള ധീരന്മാരെയാണ് മാനേജരുടെ ചുമതല ഏൽപിക്കുക. സംഘത്തിന്റെ സന്നദ്ധസേനയുടെ ക്യാപ്റ്റൻ മാനേജരാ യിരുന്നു.

ശാഖായോഗത്തിൽ സമുദായ പ്രശ്നങ്ങൾ ചർച്ച ചെയ്യുകയും പരി ഹരിക്കുകയും ചെയ്യും. വരിസംഖ്യ പുരുഷന് അരചക്രവും സ്ത്രീകൾക്ക് കാൽചക്രവുമായി നിജപ്പെടുത്തിയിരുന്നു. (ഇങ്ങനെ ശാഖകളിൽ നിന്ന് സ്വരൂപിച്ച പണം ഉപയോഗപ്പെടുത്തി 1910-ൽ സംഘം രജിസ്റ്റർ ചെയ്യു കയും സംഘം വകയായി വസ്തു വാങ്ങിക്കുകയും ചെയ്തു.)

സംഘം പ്രഥമ പരിഗണന നൽകിയത് കാർഷികമേഖലയ്ക്കാണ്. എട്ടുമണിക്കൂർ ജോലിയും ഞായറാഴ്ച അവധിയും എന്ന സംഘം നിർദ്ദേശം ലംഘിക്കുന്ന പണിയാളരെ ശിക്ഷിക്കാൻ ശ്രദ്ധവച്ചു. ജന്മി മാരെ ഈ തീരുമാനം യഥാസമയം അറിയിച്ചു. സംഘം തീരുമാനിച്ച ജോലിസമയവും അവധിയും അവർക്ക് രസിച്ചില്ല. അവരും സംഘടിച്ചു. സംഘത്തിന്റെ തീരുമാനങ്ങൾ ലംഘിക്കാൻ കൂട്ടാക്കാത്ത പണിക്കാരെ ജന്മിയുടെ ആളുകൾ കെട്ടിയിട്ട് ചാട്ടവാറുകൊണ്ട് പ്രഹരിച്ചു. മറ്റു പീഡനങ്ങളുമുണ്ടായി. ഇതറിഞ്ഞ അയ്യങ്കാളിപ്പടയിലെ അംഗങ്ങൾ

സംഭവസ്ഥലത്ത് പാഞ്ഞെത്തി പകരം ചോദിച്ചു. സംഘർഷങ്ങൾ നാടു നീളെ അരങ്ങേറി. അവസാനം തീരുമാനമുണ്ടായി: പണിയാളർക്ക് കൂലി കൂടുതൽ, എട്ടുമണിക്കൂർ ജോലി, ഞായറാഴ്ച അവധി എന്നിവ അംഗീ കരിക്കപ്പെട്ടു.

സംഘത്തിന്റെ ആദ്യ പ്രസിഡന്റ് ആരായിരുന്നു എന്ന ലേഖകന്റെ അന്വേഷണം സഫലമായില്ല. ആദ്യ ജനറൽ സെക്രട്ടറി അയ്യൻകാളിയും ഖജാൻജി തോമസ് വാധ്യാരുമായിരുന്നു.

പൊതുധാരയിൽ നിന്ന് അകന്ന് അജ്ഞതയിലും അനാചാരങ്ങളിലും മുഴുകിപ്പോയ, പാർശ്വവത്കരിക്കപ്പെട്ട ഒരു ജനതയായിരുന്നു അടിസ്ഥാന വർഗ്ഗം. മാടനും മറുതയും പേയും അവർക്കു ദൈവം. പാടത്തും പറ മ്പിലും തളച്ചിടപ്പെട്ട അവർക്ക് ശുദ്ധിയോ വൃത്തിയോ പാലിക്കാനായില്ല. ആരോഗ്യരക്ഷയ്ക്ക് ആതുരാലയങ്ങളെ ആശ്രയിക്കാനും അനുവാദം ലഭി ച്ചില്ല. അവർ ദുർമന്ത്രവാദികളിൽ ആശ്രയം തേടി. അവരുടെ ഇടയിലെ മന്ത്രവാദികൾ പരാണ ജീവികളായി തടിച്ചുകൊഴുത്തു. വള്ളുവന്മാർ അവരുടെ മന്ത്രവാദികളും നായകരുമായി. നായകർ പാവങ്ങളുടെ രക്ഷ കരെന്നു നടിച്ച് അവരുടെ അജ്ഞതയെ ചൂഷണം ചെയ്തു. തങ്ങളുടെ അവകാശങ്ങളും അധികാരങ്ങളും അലംഘനീയങ്ങളെന്ന് നിയമങ്ങളു ണ്ടാക്കി. ഈ അലിഖിത നിയമങ്ങൾ പൊളിച്ചെഴുതാൻ അയ്യൻകാളിയും സാധുജന പരിപാലന സംഘവും തുനിഞ്ഞിറങ്ങി. ഫലം ക്ഷിപ്രസാദ്ധ്യ മായിരുന്നില്ല. ദുർബ്ബല മനസ്കരും അന്ധവിശ്വാസികളുമായിരുന്ന സമു ദായ ജനത്തിന്റെ ഹൃദയങ്ങളിൽ വള്ളോനും വേലത്താനും (മന്ത്രവാദി) ഉള്ള സ്ഥാനം പാറപോലെ ഉറച്ചതായിരുന്നു. പാറപോലെ ഉറച്ച വിശ്വാസം തകർത്തെറിയാൻ സംഘം നിശ്ചയദാർഢ്യത്തിന്റെ ഉരുക്കുകൂടം ഉപയോ ഗിച്ചു. അന്ധവിശ്വാസങ്ങളും അനാചാരങ്ങളും സമൂഹഗാത്രത്തിൽ നിന്ന് പയ്യെപ്പയ്യെ ഉരുകിയൊലിച്ചു....

സംഘം രൂപീകരണത്തിൽ ശ്രീനാരായണഗുരുവും മൂലൂർ എസ്. പത്മ നാഭപ്പണിക്കരും മഹാകവി കുമാരനാശാനും എം. ഗോവിന്ദൻ ജഡ്ജിയും അയ്യൻകാളിക്കു നൽകിയ ഉപദേശ നിർദ്ദേശങ്ങൾ ഇവിടെ വിസ്മരിച്ചു കൂടാ. സംഘത്തിന്റെ വളർച്ച ത്വരിതഗതിയിലായിരുന്നു. തെക്കൻ തിരു വിതാംകൂറിലെ സംഘം പ്രവർത്തനങ്ങൾ പുരോഗമിക്കവേതന്നെ വടക്കൻ തിരുവിതാംകൂറിലും അയ്യൻകാളിക്കു ചുറ്റിസഞ്ചരിക്കേണ്ടിവന്നു. അയ്യൻകാളിയെക്കുറിച്ചും അയ്യൻകാളി പ്രസ്ഥാനത്തെക്കുറിച്ചും രോമാഞ്ചജനകമായ വാർത്തകൾ വടക്കരിലും ആവേശം പടർത്തിക്കഴി ഞ്ഞിരുന്നു. അവിടുത്തെ അധഃകൃത നായകർ അയ്യൻകാളിയെ തങ്ങ ളുടെ നാടുകളിലേക്ക് ആവേശപൂർവ്വം ക്ഷണിച്ചുകൊണ്ടിരുന്നു. ദീർഘ ദൂരയാത്രയിൽ പലപ്പോഴും കൂടെ സഹപ്രവർത്തകരിൽ ചിലരുമുണ്ടാവും. ബോട്ടിലും വള്ളത്തിലും കാൽനടയായും അദ്ദേഹവും കൂട്ടരും പല ദിക്കുകളിലും ചെന്നെത്തി. മാവേലിക്കര, ആറന്മുള, ചങ്ങനാശ്ശേരി,

വൈക്കം, കുട്ടനാട് തുടങ്ങിയ സ്ഥലങ്ങളിലൊക്കെ ആവേശകരമായ സ്വീകരണമാണ് അയ്യൻകാളിക്കു ലഭിച്ചത്. അദ്ദേഹം കടന്നുചെന്ന ഇടങ്ങളിലൊക്കെ 'അയ്യങ്കാളിയശ്മാനെ' സ്വീകരിക്കാൻ ആയിരക്കണക്കിന് കറുത്ത മക്കൾ തടിച്ചുകൂടി. തങ്ങളുടെ രക്ഷകനായി പിറന്ന അയ്യൻകാളിയെ കാണാനും അദ്ദേഹത്തിന്റെ വാക്കുകൾ ശ്രവിക്കാനും അവർക്ക് ഉത്സാഹം ഏറെയായിരുന്നു. ഉച്ചഭാഷിണികൾ പ്രചാരത്തിലില്ലാത്ത കാലം. ദീർഘകായകനായ അയ്യൻകാളി തന്റെ പ്രിയപ്പെട്ട കറുത്ത മക്കളോട് ഘനഗംഭീരമായ ശബ്ദത്തിൽ പ്രസ്ഥാനത്തെക്കുറിച്ചും പ്രസ്ഥാനം ഏറ്റെടുത്ത ദൗത്യത്തേക്കുറിച്ചും ദീർഘമായി സംസാരിച്ചു. അവരുടെ സങ്കടങ്ങളും ആവലാതികളും കേട്ടു.

സംഘടനാദൗത്യവുമായി അയ്യൻകാളി തിരുവിതാംകൂറിലങ്ങോളമിങ്ങോളം സഞ്ചരിച്ചു. വർത്തമാനകാലത്തെ ഭാഗ്യവാന്മാരായ സമുദായനേതാക്കൾക്ക് അയ്യൻകാളിയുടെയും സഹപ്രവർത്തകരുടെയും കഷ്ടപ്പാടുകൾ നിറഞ്ഞ സംഘടനാപ്രവർത്തനം യക്ഷിക്കഥപോലെ അന്യം!

ഒരു ഘട്ടത്തിൽ അയ്യൻകാളി മധ്യതിരുവിതാംകൂറിൽ തന്റെ പ്രവർത്തനം കേന്ദ്രീകരിച്ചിരുന്നു, കൃത്യമായി പറഞ്ഞാൽ 1913 മുതൽ 1931 വരെയുള്ള ഒന്നര വ്യാഴവട്ടക്കാലം. അക്കാലത്ത് അദ്ദേഹം പ്രജാസഭസാമാജികനായിരുന്നു. തൃക്കൊടിത്താനത്തെ ചെമ്പുന്തറ കാളിക്കറുപ്പൻ, കട്ടത്തറ പാപ്പൻ, മേച്ചേരിത്തറ പാപ്പൻ, പ്ലാന്തറ പാപ്പൻ, ചങ്ങനാശ്ശേരി പെരുന്നയിൽമൈലൻ, മാന്തറകുട്ടി, പി. വാസുദേവൻ, വി.എം. പരമേശ്വരൻ, പാലപ്പറമ്പിൽ പാപ്പൻ, വല്യതുറ പാപ്പൻ, കോട്ടയത്ത് തിരുവാർപ്പ് ടി.സി. കുട്ടൻ തിരുവല്ലയിൽ വെള്ളിക്കര ചോതി, കൊമ്പാടി അണിഞ്ചൻ, തലക്കേരിൽ കണ്ടൻകാളി ആറന്മുളയിൽ കുറുമ്പൻ ദൈവത്താൻ പള്ളാത്തുരുത്തിയിൽ ശീതങ്കൻ തുടങ്ങിയ അധഃകൃത നേതാക്കൾ മധ്യതിരുവിതാംകൂറിൽ അയ്യൻകാളിയുടെ സംഘടനാ പ്രവർത്തനങ്ങൾക്ക് നൽകിയ പിന്തുണ പ്രത്യേക പരാമർശമർഹിക്കുന്നു.

1930 കളുടെ ആദ്യപകുതിയോടെ സാധുജന പരിപാലന സംഘത്തിന് തിരുവിതാംകൂർ വ്യാപകമായി ആയിരത്തിൽപ്പരം ശാഖകളുണ്ടായി. പല ശാഖകൾക്കും സവർണ്ണരിലെ ഉത്പതിഷ്ണുക്കൾ നൽകിയ വസ്തുവിൽ ശാഖാമന്ദിരങ്ങൾ ഉയർന്നു. ചങ്ങനാശ്ശേരിയിൽ വാഴപ്പള്ളി പടിഞ്ഞാറുഭാഗം വില്ലേജിൽ അയ്യൻകാളിയുടെയും സഹപ്രവർത്തകരുടെയും ശ്രമഫലമായി 1922-ൽ സംഘത്തിന് രണ്ട് ഏക്കർ സ്ഥലം പതിച്ചുകിട്ടി. തൃക്കൊടിത്താനം ചോതിക്കറുപ്പന്റെ പത്രാധിപത്യത്തിൽ ചങ്ങനാശ്ശേരിയിൽ നിന്ന് സംഘത്തിന്റെ മുഖപത്രമായ 'സാധുജന പരിപാലിനി' മാസിക പ്രസിദ്ധീകരിച്ചിരുന്നു. ചങ്ങനാശ്ശേരി സുദർശൻ പ്രസ്സിലാണ് ഇത് അച്ചടിച്ചിരുന്നത്. ചേമ്പുന്തറ സി. പാപ്പൻ, എം. ഗോപാലൻ നായർ എം.എ.എൽ.ടി. എന്നിവരായിരുന്നു മാസികയിലെ സ്ഥിരം എഴുത്തുകാർ.

ജൂബിലിഹാൾക്കൂട്ടം

പ്രജാസഭ സമ്മേളനം നടന്നിരുന്നത് തിരുവനന്തപുരത്ത് വി.ജെ.ടി. ഹാളിലാണ്. സമ്മേളനത്തിന്റെ അടുത്ത ദിവസം എല്ലാവർഷവും കൃത്യമായി 'സാധുജന പരിപാലന സംഘ'ത്തിന്റെ ജൂബിലിഹാൾക്കൂട്ടം ഉണ്ടാവും. ഇത് സംഘത്തിന്റെ വാർഷിക സമ്മേളനമാണ്. ഇതിനുള്ള അനുവാദം അയ്യൻകാളി മുൻകൂട്ടി വാങ്ങിയിരുന്നു. തിരുവിതാംകൂറിന്റെ വിവിധ പ്രദേശങ്ങളിൽ നിന്നുള്ള ആയിരത്തിൽപ്പരം ശാഖകളിൽ നിന്ന് പ്രതിനിധികൾ തിരുവനന്തപുരത്ത് സംഗമിക്കും. തിരുവനന്തപുരത്തെ പ്രാദേശിക ശാഖകൾ ഘോഷയാത്രയായാണ് സമ്മേളനത്തിനെത്തുക. പൊതുവഴികൾ വിലക്കപ്പെട്ടിരുന്നതിനാൽ ഊടുവഴികളിലൂടെയാവും ഘോഷയാത്ര വി.ജെ.ടി. ഹാളിലെത്തുക. ചെണ്ടമേളവും മുത്തുക്കുടകളും കൊടികളുമായി ആഹ്ലാദാരവങ്ങളോടെ ഘോഷയാത്ര വി.ജെ.ടി. ഹാളിലെത്തും.

തിരുവിതാംകൂർ ദിവാനാണ് യോഗത്തിൽ അധ്യക്ഷം വഹിക്കുക. ഉദ്യോഗസ്ഥാനുദ്യോഗസ്ഥന്മാരും സാമൂഹിക സാംസ്കാരിക നേതാക്കളും യോഗത്തിൽ സംബന്ധിക്കും. ഉള്ളൂർ എസ്. പരമേശ്വരയ്യർ, മഹാകവി കുമാരനാശാൻ, ചങ്ങനാശ്ശേരി പരമേശ്വരൻ പിള്ള, മൂലൂർ എസ്. പത്മനാഭപ്പണിക്കർ തുടങ്ങിയവർ പലപ്പോഴായി ജൂബിലിഹാൾ കൂട്ടത്തിന്റെ വേദിയെ അലങ്കരിച്ചിട്ടുണ്ട്.

പ്രാർത്ഥനാഗാനത്തോടെയാണ് സമ്മേളന നടപടികൾ ആരംഭിക്കുക. ഈശ്വരപ്രാർത്ഥനയെന്നതിലുപരി സർക്കാരിനുള്ള നിവേദന രൂപത്തിൽ ആലപിക്കുന്ന ഗാനത്തിന്റെ രചയിതാവ് പലപ്പോഴും മൂലൂരായിരിക്കും. അധഃകൃതന്റെ ദൈന്യതയും ആവലാതികളും സഭാവേദിയിൽ അർപ്പിക്കുന്ന വിധത്തിലാണ് ഗാനം ചിട്ടപ്പെടുത്തുക. 'പുലയവൃത്തം' എന്നായിരുന്നു മൂലൂർ ഈ ഗാനങ്ങൽക്കു നൽകിയിരുന്ന പേര്. ശ്രുതിമധുരമായി പാടാൻ കഴിവുള്ള അധഃകൃത ബാലികാബാലന്മാരാണ് ഗാനം ആലപിക്കുക. അധഃകൃതരുടെ പൊതുസ്ഥിതിയും അവരുടെ കാലികപ്രശ്നങ്ങളുമാവും യോഗം ചർച്ചചെയ്യുക. ജനറൽ സെക്രട്ടറി എന്ന നിലയിൽ സ്വജനത്തിന്റെ ആവലാതികൾ അയ്യൻകാളി സഭയിൽ അവതരിപ്പിക്കും. ചീഫ് സെക്രട്ടറി, വകുപ്പുമേധാവികൾ, മറ്റ് ഉദ്യോഗസ്ഥന്മാർ എന്നിവർ വേദിയിലുണ്ടാവും ഓരോ വിഷയത്തിലും അതത് വകുപ്പു തലവന്മാർ ഉത്തരം നൽകും. ഓരോ വകുപ്പിലും സമയബന്ധിതമായി നടപടി എടുക്കാൻ ദിവാൻ കൽപിക്കും. ഉടനടി പൂർത്തിയാക്കേണ്ട കാര്യങ്ങളുടെ ക്രോഡീകരിച്ച ലിസ്റ്റ് മഹാരാജാവിന്റെ അംഗീകാരത്തിനായി അയയ്ക്കാനുള്ള ചുമതല അധ്യക്ഷന്റേതാണ്.

ഇതോടെ യോഗ നടപടികൾ അവസാനിക്കുന്നു.

ആറ്
തൈക്കാട്ട് അയ്യാഗുരുസ്വാമി
ഗുരുതുല്യനായ വഴികാട്ടി

അയ്യൻകാളിയുടെ സാധുജന വിമോചന പ്രവർത്തനങ്ങൾക്ക് അനുഗ്രഹം വർഷിച്ചു കൊണ്ട് ഒരു മഹാഗുരു അക്കാലത്ത് അനന്തപുരിയിലുണ്ടായിരുന്നു. ഗുരുക്കന്മാരുടെ ഗുരുവായ സാക്ഷാൽ തൈക്കാട്ട് അയ്യാഗുരുസ്വാമി. പത്തൊമ്പതാം നൂറ്റാണ്ടിന്റെ പൂർവ്വാർദ്ധം മുതൽ ഇരുപതാം നൂറ്റാണ്ടിന്റെ ആദ്യ ദശകം വരെ കേരളത്തിന്റെ ആധ്യാത്മിക രംഗത്ത് പ്രഭ ചൊരിഞ്ഞു നിന്ന് ശിവരാജയോഗവിദ്യ ശിഷ്യരിലേക്കു പകർന്നുനൽകിയ മഹാത്മാവായിരുന്നു ബ്രഹ്മശ്രീ തൈക്കാട്ട് അയ്യാ ഗുരുസ്വാമികൾ. ചട്ടമ്പിസ്വാമികൾ, ശ്രീനാരായണഗുരു, കൊല്ലത്തമ്മ, തക്കല പീർ മുഹമ്മദ്, ഫാദർ പേട്ടയിൽ ഫർണാണ്ടസ്, കേരളവർമ്മ ഭഗവാൻ കോയിത്തമ്പുരാൻ (ശ്രീ ചിത്തിര തിരുനാൾ ബാലരാമവർമ്മയുടെ മാതാമഹൻ) തുടങ്ങിയവർ ആ പുണ്യചരിതനിൽ നിന്നും ആധ്യാത്മികദീപം ഏറ്റുവാങ്ങിയവരാണ്.

ആത്മീയോപദേശങ്ങളൊന്നും സ്വാമികൾ അയ്യൻകാളിക്കു നൽകിയിട്ടില്ലെങ്കിലും ജാതിരാക്ഷസനെതിരെ ഉടവാളുയർത്തിയ കർമ്മധീരനായ അയ്യൻകാളിയോട് അതിരറ്റ വാത്സല്യമായിരുന്നു അദ്ദേഹത്തിന്. പലപ്പോഴും സന്ധിക്കുകയും വിവരങ്ങൾ അന്യോന്യം കൈമാറുകയും ചെയ്തിരുന്നു. അധഃസ്ഥിതരുടെ സാമൂഹികമോചനത്തിനായുള്ള അയ്യൻകാളിയുടെ പ്രവർത്തനങ്ങൾക്ക് സ്വാമിജി ആത്മബലം പകർന്നു നൽകി. സവർണ്ണർ അധഃകൃതരെ അയിത്തം കൽപിച്ച് അകറ്റിനിർത്തിയപ്പോൾ ആത്മീയ-വൈദിക കാര്യങ്ങളിൽ ബ്രാഹ്മണർക്കു വിധേയപ്പെട്ട ക്ഷത്രിയരാവട്ടെ രാജനീതി മറന്ന് മൗനം ദീക്ഷിക്കാൻ പ്രേരിതരായി. തിരുവിതാംകൂർ രാജകുടുംബത്തിൽ പൂജിച്ച് ആരാധിക്കപ്പെട്ട അയ്യാഗുരു സ്വാമികൾ അയിത്തം പാപമാണെന്ന് തന്റെ ശിഷ്യരെയും രാജകുടുംബാംഗങ്ങളെയും ഓർമ്മപ്പെടുത്തി.

തൈക്കാട് ശ്രീ. അയ്യാമിഷൻ മാനേജർ ഇ.കെ. സുഗതൻ രേഖപ്പെടുത്തിയിരിക്കുന്നു:

"...അതിഭയങ്കരമായ സവർണ്ണരുടെ ജാതിഭ്രാന്തിനെതിരെ അയിത്തോച്ചാടന പ്രവർത്തനങ്ങൾക്ക് കേരളത്തിൽ തുടക്കം കുറിച്ചത് തൈക്കാട്ട് അയ്യാസ്വാമികളായിരുന്നു. അയിത്തജാതിക്കാർ തൊട്ടുകൂടാത്തവരും തീണ്ടിക്കൂടാത്തവരും ആണെന്നിരിക്കെ എല്ലാ മകരമാസത്തിലെ തൈപ്പൂയ സദ്യയ്ക്കും അയ്യാസ്വാമികൾ ജാതിമതഭേദമെന്യേ എല്ലാ ശിഷ്യരെയും തന്റെ ആശ്രമതുല്യമായ വസതിയിൽ വരുത്തി പന്തിഭോജനം നടത്തിയിരുന്നു. ആ പന്തിഭോജനത്തിൽ അധഃകൃത സമുദായാംഗമായ അയ്യൻകാളിയും പങ്കെടുത്തിരുന്നു..."[1]

തിരുവിതാംകൂർ റസിഡന്റ് മാനേജരായിരുന്ന സുബ്ബരായപണിക്കർ എന്ന തൈക്കാട്ട് അയ്യാഗുരുസ്വാമികൾ ബ്രഹ്മജ്ഞാനി, ശിവരാജയോഗി, ഗൃഹസ്ഥനായ സന്ന്യാസി എന്നീ വിശേഷണങ്ങൾക്ക് അർഹനാണ്. ആത്മസാക്ഷാത്കാരത്തിൽ ജിജ്ഞാസുക്കളായി എത്തിയ അനേകം പേർ ആശ്രമതുല്യമായ അദ്ദേഹത്തിന്റെ ഗൃഹത്തിലൂടെ കടന്നുപോയി. ഉത്തമനായ ഈ ഗുരു ആരുടെയും പ്രശംസ പിടിച്ചുപറ്റാൻ പ്രചരണം നടത്തിയില്ല. 'ഗൃഹസ്ഥാശ്രമം മറ്റെല്ലാ ആശ്രമങ്ങൾക്കും താങ്ങായി നിൽക്കുന്നു' എന്ന് അദ്ദേഹം ശിഷ്യരെ ഓർമ്മിപ്പിച്ചു. എല്ലാ മതങ്ങളിലുമുള്ള നന്മയെ ഉൾക്കൊള്ളാൻ അയ്യാഗുരു ശിഷ്യരെ ഉദ്ബോധിപ്പിച്ചു. ആയില്യം തിരുനാളിന്റെ ആശ്രിതനായി തിരുവിതാംകൂറിൽ ഔദ്യോഗിക ജീവിതം തുടങ്ങിയ ഗൃഹസ്ഥാശ്രമിയായ ആയ്യാഗുരുസ്വാമിയോട് റാണി ലക്ഷ്മീഭായി, ശ്രീമൂലം തിരുനാൾ, കേരളവർമ്മ വലിയകോയിത്തമ്പുരാൻ, രാജരാജവർമ്മ കോയിത്തമ്പുരാൻ എന്നിവർക്ക് ഏറെ ബഹുമാനാദരവുകൾ ഉണ്ടായിരുന്നു. തിരുവിതാംകൂർ രാജാക്കന്മാരുടെ പരമ പവിത്രമായ പള്ളിത്തേവാരത്തിൽ സാളഗ്രാമങ്ങൾ, ശിവലിംഗങ്ങൾ, പഞ്ചലോഹ വിഗ്രഹങ്ങൾ എന്നിവയ്ക്കൊപ്പം അയ്യാസ്വാമിയുടെ ചിത്രവും ഇപ്പോഴുമുണ്ട്.

തന്നോട് അതിരറ്റ വാത്സല്യമുണ്ടായിരുന്ന സ്വാമിജിയെ അയ്യൻകാളി അവസാനമായി കാണുന്നത് 1909 ജൂലൈ 13-ാം തീയ്യതിയാണ്. സ്വാമിജി വലിയ കൊട്ടാരത്തിൽ ശ്രീമൂലം തിരുനാളിനെ മുഖം കാണിച്ചിട്ട് മടങ്ങുകയായിരുന്നു. പുത്തരിക്കണ്ടത്തിന്റെ വരമ്പിൽ വച്ച് സ്വാമിജി അയ്യൻകാളിയെ കണ്ടു.

"കാളീ, സൗഖ്യം താനാ... ഉന്നുടൈയ ഫോട്ടൊ രാജാക്കൾ വയ്ക്കപ്പോകിറാൻ... ശ്രീമൂലം സഭയിലും ഉനക്ക് പോകലാം..."[2]

അന്ന് സ്വാമിജിയുടെ പ്രായം 95 വയസ്സ്. കാളി യുവത്വത്തിന്റെ പ്രസരിപ്പിൽ.

---

1. തൈക്കാട്ട് അയ്യാഗുരുസ്വാമി-ഇ.കെ. സുഗതൻ ഒന്നാംപതിപ്പ്, പേജ് 161, വിതരണം: കേരള സ്റ്റേറ്റ് ബുക്ക്മാർക്ക്.
2. തൈക്കാട്ട് അയ്യാഗുരുസ്വാമി-ഇ.കെ. സുഗതൻ പേജ് 110

ഒരു പ്രവചനമായിരുന്നു അത്; അന്ത്യപ്രവചനവും. 1909 ജൂലൈ 20-ന് അയ്യാഗുരുസ്വാമി സമാധിയടഞ്ഞു. കൃത്യം 7-ാം നാൾ.

അന്ത്യപ്രവചനം രണ്ടു വർഷത്തിനുള്ളിൽ യാഥാർത്ഥ്യമായി: അയ്യൻ കാളി പ്രജാസഭ മെമ്പറായി.

1943 ജൂൺമാസത്തിൽ തിരുവിതാംകൂർ അമ്മ മഹാറാണിയുടെ മേൽനോട്ടത്തിൽ അയ്യാഗുരുസ്വാമിയുടെ സമാധിയിൽ ശിവപ്രതിഷ്ഠ നടന്നു. തൈക്കാട് ശ്മശാനത്തോടു ചേർന്ന് വടക്കുഭാഗത്താണ് സമാധി ക്ഷേത്രം.

രണ്ടു ശിഷ്യന്മാർ-ചട്ടമ്പി സ്വാമികളും നാരായണഗുരുവും-വിശ്വ വിശ്രുതരായി; പ്രസിദ്ധി കാംക്ഷിക്കാത്ത മഹാഗുരു ഇന്നത്തെ തല മുറയ്ക്കു തീർത്തും അപരിചിതൻ.

ഏഴ്

വിദ്യാലയപ്രവേശനവും രാജ്യത്തെ ആദ്യ കാർഷികസമരവും

ഇരുപതാം നൂറ്റാണ്ടിലെ ആദ്യ വ്യാഴവട്ടക്കാലം തിരുവിതാംകൂറിലെ അയിത്ത ജാതിക്കാരെ സംബന്ധിച്ചിടത്തോളം പലതുകൊണ്ടും അവിസ്മരണീയമാണ് പ്രജാക്ഷേമതത്പരനായ ശ്രീമൂലം തിരുനാളിന്റെ ഭരണം. തിരുവിതാംകൂറിലെ പത്താമത്തെ ദിവാനായി, അധഃകൃതക്ഷേമത്തിൽ നിക്ഷിപ്ത തത്പരനാണെന്ന് പിന്നീടു തെളിയിച്ച സർ. പി. രാജഗോപാലാചാരി എത്തുന്നു. വിദ്യാഭ്യാസ ഡയറക്ടർ പദവിയിൽ പുരോഗമനാശയക്കാരനായ മിച്ചൽ സായ്‌വ്. ഈ കാലഘട്ടത്തിൽ സാധുജന പരിപാലന സംഘത്തിന്റെ പിറവി. പൊതുജീവിതത്തിൽ ഒരു പൊൻതൂവലായി അയ്യൻകാളിയുടെ പ്രജാസഭാംഗത്വം. അധഃകൃതരുടെ സ്കൂൾ പ്രവേശനത്തിനുള്ള സർക്കാർ ഉത്തരവുകൾക്കെതിരെ സവർണ്ണരുടെ പ്രതിരോധവും 'സാധുജന പരിപലാന സംഘ'ത്തിന്റെ ചെറുത്തുനിൽപ്പും. തിരുവിതാംകൂറിലെ കറുത്ത ജനത പരീക്ഷണഘട്ടങ്ങളെ നേരിടുകയും പ്രത്യാശയുടെ സൂര്യോദയം സ്വപ്നം കാണുകയും ചെയ്ത കാലഘട്ടമാണത്.

ദിവാൻ പി. രാജഗോപാലാചാരി (1907–1914), വിദ്യാഭ്യാസ ഡയറക്ടർ മിച്ചൽ സായ്‌വ് എന്നിവരുടെ ദീനാനുകമ്പയും നീതിബോധവും സംഘത്തിന്റെ ഒട്ടേറെ നിവേദനങ്ങൾക്ക് പരിഗണന ലഭിക്കാനും അനുകൂല നടപടികളുണ്ടാവാനും കാരണമായി. 1904-ൽ ജാതിവ്യത്യാസം കൂടാതെ എല്ലാവർക്കും പ്രൈമറി വിദ്യാഭ്യാസം അനുവദിക്കപ്പെട്ടെങ്കിലും അധഃകൃതർക്കു മുന്നിൽ പാഠശാലകളുടെ വാതിലുകൾ പക്ഷേ, അടഞ്ഞുതന്നെ കിടന്നു. ഈ പശ്ചാത്തലത്തിൽ അയ്യൻകാളി വെങ്ങാനൂർ പുതുവൽവിളാകത്ത് ഒരു കുടിപ്പള്ളിക്കൂടം സ്ഥാപിച്ചു. ഇതിന് സർക്കാരിന്റെ അനുവാദമുണ്ടായിരുന്നു. ഒരു അധ്യാപകനെ കണ്ടെത്തുകയായിരുന്നു ദുഷ്ക്കരം. അധഃകൃതരിൽ അധ്യാപക യോഗ്യതയുള്ളവരെ കണ്ടെത്താനായില്ല. സവർണ്ണർ തയ്യാറുമല്ല. അന്വേഷണം നീണ്ടു. മഹാകവി

കുമാരനാശാന്റെ സഹായത്തോടെ അയ്യൻകാളി ഒരാളെ കണ്ടെത്തി. തിരുവനന്തപുരം കൈതമുക്കു സ്വദേശിയും പുരോഗമനാശയക്കാരനുമായ ഒരു യുവാവ്. പേര് പരമേശ്വരൻ പിള്ള. അധ്യാപകനുള്ള ശമ്പളം സർക്കാർ നൽകുമെന്നായിരുന്നു ധാരണ. ഒരു ദിവസം രാവിലെ ചുമതല ഏറ്റെടുക്കാനായി പരമേശ്വരൻ പിള്ള ആപത്ശങ്കയോടെ സ്കൂളിലെത്തി. ക്ലാസ്സു തുടങ്ങി. പുറത്ത് അട്ടഹാസവും കൂക്കുവിളിയും. പുലയർക്കും വാശിയായി. അടിപിടിയായി. തടഞ്ഞുവയ്ക്കപ്പെട്ട അധ്യാപകനെ അയ്യൻകാളി മോചിപ്പിച്ചു. അന്നു രാത്രി സ്കൂൾ തകർക്കപ്പെട്ടു. അടുത്ത ദിവസം അതേ സ്ഥാനത്ത് പാഠശാല ഉയർന്നു. അധ്യാപകന് അയ്യൻകാളിയും സിൽബന്ധികളും അംഗരക്ഷകരായി. അക്കാലത്ത് കയ്യൂക്കുകൊണ്ട് അവകാശങ്ങൾ പിടിച്ചുവാങ്ങുക എത്ര ദുഷ്കരമായിരുന്നു! അധഃകൃതർക്ക് അത്താണിയായി പൊതുസമൂഹത്തിനു മേൽക്കയ്യുള്ള പുരോഗമന പ്രസ്ഥാനങ്ങൾ ഇല്ലാതിരുന്ന ആ കാലഘട്ടത്തിൽ തൻപോരിമകൊണ്ടും സ്ഥൈര്യം കൊണ്ടും മുന്നിട്ടിറങ്ങിയ അയ്യൻകാളി, വിശാഖം തേവൻ, വെള്ളിക്കര ചോതി, ഗോപാലദാസൻ, കുറുമ്പൻ ദൈവത്താൻ തുടങ്ങിയ വിപ്ലവകാരികളുടെ മുന്നിൽ സ്വാതന്ത്ര്യം ഒട്ടേറെ അനുഭവിക്കുന്ന വർത്തമാനകാല ദളിതന്റെ ശിരസ്സു കുനിഞ്ഞു പോവുക സ്വാഭാവികം!

1907-ൽ പി. രാജഗോപാലാചാരി ദിവാൻ പദവി ഏറ്റെടുത്ത് ഏറെ ച്ചെല്ലുന്നതിനു മുൻപ് അയിത്ത ജാതിക്കാർക്ക് വിദ്യാലയ പ്രവേശനം അനുവദിച്ചുകൊണ്ട് സർക്കാർ ഉത്തരവായി. പക്ഷേ, ഈ ഉത്തരവ് ഉദ്യോഗസ്ഥന്മാർ പൂഴ്ത്തിവച്ചു. ദിവാന്റെ ഓഫീസിൽനിന്നും ഉത്തരവിനെക്കുറിച്ചറിഞ്ഞ അധഃകൃത നേതാക്കൾ കുട്ടികളെ വിദ്യാലയങ്ങളിലെത്തിക്കാൻ രക്ഷകർത്താക്കളെ ഏർപ്പാടാക്കി. ഇതിൻപ്രകാരം കുട്ടികളുമായി പാഠശാലകളിലെത്തിയ രക്ഷകർത്താക്കൾക്ക് നിരാശയോടെ മടങ്ങേണ്ടിവന്നു. അയ്യൻകാളിയാവട്ടെ ഉത്തരവ് നടപ്പാക്കണമെന്ന് സർക്കാരിൽ സമ്മർദ്ദം ചെലുത്തി.

തിരുവിതാംകൂർ രാജ്യത്ത് ഭൂരിഭാഗം വിദ്യാലയങ്ങളുടെയും ഉടമകൾ അന്ന് ജന്മിമാരായിരുന്നു. തങ്ങളുടെ അടിമകളായ, തങ്ങളുടെ പാടത്തും പറമ്പിലും തങ്ങൾക്കുവേണ്ടി അധ്വാനിക്കേണ്ട പുലയരുടെയും പറയരുടെയും മക്കൾ വിദ്യ അഭ്യസിക്കുകയോ? അത്തരമൊരവസ്ഥയെപ്പറ്റി അവർക്ക് ചിന്തിക്കാനേ കഴിയുമായിരുന്നില്ല. അവർ സർവ്വശക്തിയും സംഭരിച്ച് സർക്കാർ ഉത്തരവിനെതിരെ നിലകൊണ്ടു. വിദ്യാലയാധികൃതരുടെ കർക്കശമായ നിലപാടിനെ മറികടക്കാനാവാതെയും പുരോഗമനപരമായ പുതിയ ഉത്തരവ് ഉപേക്ഷിക്കാനാവാതെയും സർക്കാർ ധർമ്മസങ്കടത്തിലായി.

രണ്ടു വർഷങ്ങൾ കടന്നുപോയി. ഇക്കാലമത്രയും അസ്വാരസ്യങ്ങളുടെ ഇരുണ്ട മേഘങ്ങൾ സാമൂഹികാന്തരീക്ഷത്തിൽ കാളിമ

ദിവാൻ ബഹദൂർ

പി. രാജഗോപാലാചാരിയുടെ നിർദ്ദേശപ്രകാരം 1912ൽ എടുത്തതാണീ ചിത്രം. പുരാവസ്തു ശേഖരത്തിലെ ഗ്രൂപ്പ് ഫോട്ടോയിൽ നിന്നു ചിത്രകാരൻ എസ്.പി. വിജയ് വരച്ചെടുത്തത്.

പടർത്തി നിന്നു. നാട്ടിലാകെ അയ്യങ്കാളിപ്പടയും സവർണ്ണരുടെ ഗുണ്ട കളും തമ്മിൽ സംഘർഷങ്ങൾ ഉടലെടുത്തു.

ഉത്പതിഷ്ണുവും ദേശീയവാദിയുമായിരുന്ന വക്കം അബ്ദുൾഖാദർ മൗലവിയുടെ ഉടമസ്ഥതയിലുള്ള 'സ്വദേശാഭിമാനി' പത്രം അന്ന് സാമൂഹികതിന്മകൾക്കും രാഷ്ട്രീയ സദാചാരവിരുദ്ധ നടപടികൾക്കു മെതിരെ പോരാടിക്കൊണ്ടിരിക്കുകയായിരുന്നു. പിന്നീട് 'സ്വദേശാഭിമാനി' എന്നറിയപ്പെട്ട കെ. രാമകൃഷ്ണപിള്ള എന്ന നിർഭയനായ പത്രപ്രവർത്ത കനായിരുന്നു അന്ന് പ്രസ്തുത പത്രത്തിന്റെ പത്രാധിപർ. അധഃകൃത വർഗ്ഗങ്ങളുടെ വിദ്യാലയപ്രവേശവുമായി ബന്ധപ്പെട്ട് ചില മുഖപ്രസംഗ ങ്ങൾ ശ്രീ. രാമകൃഷ്ണപിള്ള എഴുതുകയുണ്ടായി. 1910 മാർച്ച് 2ന് സ്വദേശാഭിമാനിയിൽ 'വിദ്യാഭ്യാസക്കുഴപ്പം' എന്ന ശീർഷകത്തിൽ അദ്ദേഹമെഴുതിയ മുഖപ്രസംഗത്തിലെ ചില ഭാഗങ്ങൾ അടർത്തിയെ ടുത്ത് ഉത്പതിഷ്ണുവായ ഈ മഹാത്മാവ് സവർണ്ണപക്ഷപാതിയും അധഃകൃതവിരുദ്ധനും ആണെന്ന് വരുത്തിത്തീർക്കുവാൻ ചില അസം സ്കൃതചിത്തർ തുനിഞ്ഞിട്ടുള്ളതിനാൽ ആ മുഖപ്രസംഗം അതേപടി ഇവിടെ ഉദ്ധരിച്ചു ചേർക്കുന്നു.*

'താണജാതിക്കാർ' എന്നും 'തീണ്ടാളുകൾ' എന്നും 'തൊടരുതാത്ത വർ' എന്നും മറ്റും പല വിധത്തിൽ വിളിക്കപ്പെട്ടുവരുന്ന ജനങ്ങളോടൊ രുമിച്ചിരുന്ന് പഠിക്കുന്ന കാര്യത്തിൽ മറ്റുള്ളവർ വഴക്കു കൂടുമ്പോൾ ഈ വിഷയത്തിൽ രണ്ടു സംഗതികൾ പ്രത്യേകം പ്രത്യേകം ഗണിക്കപ്പെടേ ണ്ടത് കൂട്ടിക്കലർത്തി കുഴപ്പമാക്കി വരുന്നതായി കാണുന്നുണ്ട്. ഇവ ഒന്ന് ആചാരകാര്യവും മറ്റേത് വിദ്യാഗ്രഹണകാര്യവും ആണ്. നാട്ടിലെ പഴയ ആചാരം പുലക്കുട്ടികളോടും പറക്കുട്ടികളോടും മറ്റും ഒരുമിച്ചിരിക്കുവാൻ മറ്റു പല ജാതിക്കാരെ അനുവദിക്കുകയില്ലെന്നു വെച്ചിരിക്കുന്നതിനെ മാറ്റാത്തപക്ഷം ജനസമുദായത്തിന്റെ ശ്രേയസ്സിന് ന്യൂനത ബാധിക്കു ന്നതാണ് സംവദിക്കുന്നവരെ സാഹസികന്മാരെന്നു ആക്ഷേപി ക്കുന്നവരുണ്ട്. ഈ ആക്ഷേപത്തെ ഞങ്ങൾ അഗണ്യമെന്നു വിചാരി ക്കുന്നതേ ഉള്ളൂ. എന്നാൽ ആചാരകാര്യത്തിൽ സാർവ്വജനീതമായ സമത്വം അനുവദിക്കപ്പെടണമെന്നു വാദിക്കുന്നവർ ആ ഒരു സംഗതിയെ ആധാരമാക്കിക്കൊണ്ട് പാഠശാലകളിൽ കുട്ടികളെ അവരുടെ വർഗ്ഗീയ യോഗ്യതകളെ വകതിരിക്കാതെ നിർഭേദം ഒരുമിച്ചിരുത്തി പഠിപ്പിക്കേണ്ട താണെന്നു ശഠിക്കുന്നതിനെ അനുകൂലിക്കാൻ ഞങ്ങൾ യുക്തി കാണു ന്നില്ല. ഞങ്ങൾ പബ്ലിക് കാര്യങ്ങളിൽ പ്രത്യേകമൊരു ജാതിക്കാരെയോ ഒരു മതക്കാരെയോ ഒരു വർഗ്ഗക്കാരെയോ അനുകൂലിച്ചോ പ്രതികൂലിച്ചോ നിൽക്കുന്നില്ലെങ്കിലും വിദ്യാഭ്യാസ സംബന്ധമായ ഈ കാര്യത്തിൽ

* അവലംബം: 'ഭയകൗടില്യ ലോഭങ്ങൾക്കെതിരെ - സ്വദേശാഭിമാനി സമ്പൂർണ്ണ കൃതികൾ' വാല്യം1, പേജ് 415. പ്രസാ: കേരളഗ്രന്ഥശാല സഹ കരണസംഘം.

ഗവൺമെന്റിന്റെ ഇപ്പോഴത്തെ നയത്തെ അനുകൂലിക്കുന്നില്ലെന്നും ഒരു ഭേദവിചാരത്തിന്റെ ആവശ്യകത ഉണ്ടെന്നുമാണ് വാദിക്കുന്നത്. ഗവൺമെന്റിന്റെ ഇപ്പോഴത്തെ നയം സാമുദായികമായ മനശ്ശാസ്ത്രത്തിനും സദാചാര ശാസ്ത്രത്തിനും വിരുദ്ധമാണെന്നു ഞങ്ങൾ വിചാരിക്കുന്നു. ഈ നയം പുലക്കുട്ടികൾക്കും പറക്കുട്ടികൾക്കും ജ്ഞാനവിഷയത്തിൽ താണവരായ മറ്റു ജാതിക്കാർക്കും എന്തെങ്കിലും ഗുണം ചെയ്യുന്നതാണെങ്കിൽ അതിനേക്കാൾ ഏറെ ദോഷം അവർക്കുണ്ടാകുന്നതാണെന്നും ഇതരജാതിക്കുട്ടികൾക്ക് തീരെ ദോഷത്തിനു മാത്രമാണ് കാരണമായിട്ടുള്ളതെന്നും ഞങ്ങൾ പറഞ്ഞുകൊള്ളട്ടെ. മനുഷ്യവർഗ്ഗത്തിൽ ഒരാളും മറ്റൊരാളും തമ്മിൽ ശാരീരികമായ വ്യത്യാസത്തെ ഞങ്ങൾ അറിയുന്നില്ല. എന്നാൽ അനേകം ശതാബ്ദകാലമായി പരമ്പരാസിദ്ധമായിട്ടുള്ള ബുദ്ധിസംബന്ധമായ വ്യത്യാസത്തെ വിസ്മരിക്കുവാൻ സാധിക്കുന്നതല്ല. എത്രയോ തലമുറയായി ബുദ്ധിയെ കൃഷി ചെയ്തു വന്നിട്ടുള്ള ജാതിക്കാരേയും അതിനേക്കാൾ എത്രയോ ഏറെ തലമുറയായി നിലം കൃഷിചെയ്തു വന്നിരിക്കുന്ന ജാതിക്കാരേയും തമ്മിൽ ബുദ്ധി കൃഷിക്കാര്യങ്ങളിൽ ഒന്നായി ചേർക്കുന്നത് കുതിരയെയും പോത്തിനെയും ഒരേ നുകത്തിൽ കെട്ടുകയാകുന്നു.'

തുടർന്ന് 1910 മാർച്ച് 4-ലെ 'വിദ്യാഭ്യാസ പ്രമാദം' എന്ന മുഖപ്രസംഗം കൂടി വായിക്കുക:

'ഇന്ത്യയിൽ 'താണജാതിക്കാർ' എന്നു പേരിട്ട് ഏതാനും ജനസമുദായങ്ങളെ ചവിട്ടി താഴ്ത്തിയിരിക്കുന്നതിനെ അനുശോചിക്കുന്നവരായി പരോപകാര സ്വഭാവികളായ പല ആചാര പരിഷ്കാരികളും മേൽപടി "താണ" ജാതിക്കാരുടെ ഉന്നമനത്തെ കാംക്ഷിച്ചു പ്രവർത്തിക്കുന്നുണ്ടെന്നുള്ളതിനാൽ, അതേ സമഭാവന എല്ലാ കാര്യങ്ങളിലും സമുചിതമായിരിക്കുമെന്ന് ചിലർ തെറ്റിദ്ധരിച്ചു പോകുന്നുണ്ട്. ഇങ്ങനത്തെ തെറ്റിദ്ധാരണതന്നെയാണ് വിദ്യാഭ്യാസകാര്യത്തിലും കാണപ്പെടുന്നത്. പുലയർ, പറയർ മുതലായ 'താണജാതിക്കാർ'ക്ക് മറ്റു ജാതിക്കാരെ സമീപിക്കുവാൻ ന്യായവും അവകാശവുമുണ്ടെന്നും അവരോടൊപ്പം പബ്ലിക്ക് സ്ഥലങ്ങളിലും പബ്ലിക്ക് കാര്യങ്ങളിലും പ്രവേശിക്കാൻ അനുവാദം നൽകേണ്ടതാണെന്നും ഉള്ളവാദത്തെ വിസമ്മതിക്കുവാൻ പാടില്ല എന്നു തന്നെയാണ് ഞങ്ങൾ വിചാരിക്കുന്നത്. പുലയനും പറയനും ബ്രാഹ്മണനേയും നായരേയും പോലെ ഈശ്വരന്റെ സൃഷ്ടിയിൽപ്പെട്ടവർ തന്നെയാണ്. ഇവർ ഇവരോടൊപ്പം ഗവൺമെന്റിന്റെ പ്രജകളും തന്നെയാണ്. അതിനാൽ അവർക്ക് ഇവരോടൊപ്പം പബ്ലിക് കാര്യങ്ങളിൽ പ്രവേശിക്കുന്നതിനു തുല്യാവകാശം അനുവദിക്കേണ്ടത് തന്നെയാണ്. അവരുടെ പൗരത്വലബ്ധമായ ഈ അവകാശങ്ങളെ ഇത്രയും കാലം അവർക്ക് അനുവദിക്കാതെയിരുന്നത് ഒരു മഹാപാപം തന്നെയാകുന്നു. എന്നാൽ അവർ വിദ്യാഗ്രഹണകാര്യത്തിൽ ഇവരോടൊപ്പം നിൽക്കുന്നില്ലെന്ന് സമ്മതിക്കാതെ കഴിയുകയില്ല. ആചാര കാര്യത്തിലാവട്ടെ നാം

അവരുടെ ന്യായമായ അവകാശത്തെയാണ് ഗണിക്കുന്നത്. വിദ്യാഭ്യാസകാര്യത്തിലാവട്ടെ അവരുടെ ഗ്രഹണപടുതയെയാണ് ഗണിക്കേണ്ടതായിരിക്കുന്നത്. ഒന്നാമത്തെ സംഗതിയിൽ അനുഷ്ഠിക്കുന്ന തത്വം രണ്ടാമത്തേതിലും യോജിക്കും എന്നുള്ള അനുമാനം യുക്തിഭ്രമ ലക്ഷ്യമാകുന്നു എന്നു ധരിക്കേണ്ടതാകുന്നു. ഒന്നാമത്തേതിൽ അവകാശം പരസ്പരം തുല്യമാകുന്നു. രണ്ടാമത്തേതിൽ ഗ്രഹണപാടവം പരസ്പരം തുല്യമാകുന്നു. ഈ പരമാർത്ഥത്തെ മറക്കുവാനോ മറയ്ക്കുവാനോ പാടുള്ളതല്ല. പുലയനും പറയനും ആരോഗ്യരക്ഷാവിധികളെ അനുസരിക്കുമാറ് ശുഭ്രവസ്ത്രം ധരിച്ചും ശുദ്ധാണം ഭുജിച്ചും ശുചിയായിരുന്നും പെരുമാറുന്ന പക്ഷം അവരെ തൊട്ടുകൂടാ എന്നോ തീണ്ടരുതെന്നോ ശഠിക്കുവാൻ ഒരു രാജാവിനു തന്നേയും എന്തു ന്യായമാണുള്ളതെന്ന് ഞങ്ങൾ അറിയുന്നില്ല. മേൽപറഞ്ഞ ആരോഗ്യ രക്ഷാവിധികളെ അനുഷ്ഠിക്കാത്തവരായി പെരുമാറുന്നവർ 'ഉന്നതജാതിക്കാർ' തന്നെയായാലും ആ വിധികളെ അനുഷ്ഠിക്കുന്ന പുലയനും പറയനും ആ 'ഉന്നതജാതി' ക്കാരേക്കാൾ ശ്രേഷ്ഠന്മാർ ആകുന്നു എന്നാണ് ഞങ്ങൾ വിചാരിക്കുന്നത്. എന്നാൽ ഇതൊക്കെ ആചാരകാര്യം മാത്രമാണ്. ഇവ മനുഷ്യനാൽ സങ്കല്പിക്കപ്പെട്ടിട്ടുള്ളവയുമാണ്. വിദ്യാഭ്യാസകാര്യത്തിലാവട്ടെ മനുഷ്യകല്പിതമായ ഭേദമല്ല നമ്മുടെ ഗണനയ്ക്ക് വിഷയീഭവിക്കുന്നത്.....'

-ഈ മുഖപ്രസംഗം തുടർന്നുപോകുമ്പോൾ, സഹസ്രാബ്ദങ്ങളായി ബുദ്ധിസംസ്കാരത്തിൽ ബ്രാഹ്മണർ അഗ്രഗാമികളായിരുന്നുവെന്നും പൂർവ്വഗാമികളുടെ ബുദ്ധിസംസ്കാരം ജന്മവാസനയായി അവരുടെ പിൻതലമുറകളിൽ സിദ്ധമായിരിക്കുന്നുവെന്നും അവർക്കു താഴെ പടിയിലുള്ള നായരാദി സവർണ്ണവിഭാഗങ്ങൾ ബുദ്ധിയെ ക്രമാനുഗതമായി സംസ്കരിച്ച് ശ്രേയസ്സിനെ പ്രാപിച്ചുകൊണ്ടിരിക്കുന്നുവെന്നും എന്നാൽ പുലയർ, പറയർ തുടങ്ങിയ അധഃസ്ഥിതജനത ബുദ്ധിവികാസം പ്രാപിച്ചവരല്ലെന്നുമുള്ള രാമകൃഷ്ണപിള്ളയുടെ ഒരു നൂറ്റാണ്ടിനുമുമ്പുള്ള അവബോധം നമുക്കു തള്ളിക്കളയാനാവില്ല. പോത്തും കുതിരയുമായുള്ള താരതമ്യം ഈ അർത്ഥത്തിൽ യുക്തിപരമാണ്; അത് അക്ഷരാർത്ഥത്തിലെടുത്ത് ഒരു ജനതയെ അപഹസിക്കലാണ് എന്നു ധർമ്മരോഷം കൊള്ളുന്നത് പാമരത്വമാണ്.

സ്വദേശാഭിമാനിയുടെ ശാസ്ത്രീയ ചിന്തകളെ അംഗീകരിക്കുമ്പോൾത്തന്നെ, തന്റെ കിടാങ്ങൾക്ക് 'രണ്ടക്ഷരം പഠിക്കാൻ' സാഹചര്യമുണ്ടായേ മതിയാവൂ എന്ന അയ്യൻകാളിയുടെ ശാഠ്യത്തെ എങ്ങനെ തള്ളിപ്പറയാനാവും? തന്നെയുമല്ല കുളിപ്പിച്ചു ശുചിയാക്കി, ശുഭ്രവസ്ത്രവും ധരിപ്പിച്ചാണ് അയ്യൻകാളിയും സംഘംപ്രവർത്തകരും തങ്ങളുടെ കുട്ടികളെ പാഠശാലകളിലേക്ക് ആനയിച്ചത്. ജീവിച്ചുപോന്ന മ്ലേഛമായ ചുറ്റുപാടുകളിൽനിന്ന് പാഠശാലകളിലെ നല്ല അന്തരീക്ഷവുമായി ഇഴുകിച്ചേരുമ്പോഴല്ലേ അവർക്ക് സ്വയം സംസ്ക്കരിക്കപ്പെടാനാവൂ? ആയതിനാൽ 'വിദ്യാഭ്യാസകാര്യത്തിൽ മനുഷ്യകല്പിതമായ ഭേദമല്ല

ഉള്ളത്' എന്ന ചിന്താഗതിയോട് സവിനയം ഇവിടെ വിയോജിക്കുന്നു. എങ്കിലും ചുരുക്കിപ്പറയട്ടെ, ഇവിടെ ഉദ്ധരിച്ചുചേർത്ത മുഖപ്രസംഗഭാഗങ്ങളിൽനിന്ന് ഒരു കാര്യം വ്യക്തമാണ്: സ്വദേശാഭിമാനി രാമകൃഷ്ണപിള്ള സവർണ്ണപക്ഷപാതിയും അധഃകൃതവിരുദ്ധനുമല്ല, അദ്ദേഹം തികച്ചും ഒരു ഉത്പതിഷ്ണുവായിരുന്നു; അധഃസ്ഥിത ജനത സമൂഹത്തിന്റെ മുഖ്യധാരയിലേക്ക് നടന്നടുക്കുന്ന മുഹൂർത്തം ആഹ്ലാദപൂർവ്വം സ്വപ്നം കണ്ടു, സ്വദേശാഭിമാനി!

വിദ്യാഭ്യാസ ഡയറക്ടർ മിച്ചൽ സായ്‌വിന്റെ സമ്മർദ്ദഫലമായി അധഃകൃതകുട്ടികൾക്ക് വിദ്യാലയപ്രവേശനം അനുവദിച്ചുകൊണ്ട് 1907-ൽ പുറപ്പെടുവിച്ച ഉത്തരവിനെതുടർന്ന് അയ്യൻകാളി സ്വന്തം വീടിനു സമീപമുള്ള വെങ്ങാനൂർ ചാവടി സർക്കാർ സ്കൂളിൽ അധഃകൃതകുട്ടികളെ ചേർക്കാൻ എത്തി. കൂടെ സഹപ്രവർത്തകരായ കുഞ്ചറവിളാകം കൊച്ചപ്പി, അയ്യൻ, മഞ്ചാംകുഴി വേലായുധൻ, പപ്പുമാനേജർ, വിശാഖം തേവൻ എന്നിവരുമുണ്ടായിരുന്നു. സവർണ്ണർ സംഘടിച്ചെത്തി അവരെ ആക്രമിച്ചു. ആക്രമണത്തിലും പ്രത്യാക്രമണത്തിലും ഇരുകൂട്ടർക്കും പരുക്കേറ്റു.

അയ്യൻകാളിയുടെ അപേക്ഷപ്രകാരം മിച്ചൽ സായ്‌വ് സ്കൂളിലെത്തി. സ്ഥിതിഗതികൾ അദ്ദേഹം സൂക്ഷ്മമായി വിലയിരുത്തി. അദ്ദേഹം സവർണ്ണരുടെ നിലപാടുമായി യോജിച്ചില്ല. അവർ അദ്ദേഹത്തെ ഭീഷണിപ്പെടുത്തി. (നോക്കണേ, സർക്കാരിനെയും സർക്കാർ തീരുമാനങ്ങളേയും അതു നടപ്പാക്കാനെത്തുന്ന ഉന്നതോദ്യോഗസ്ഥന്മാരെയും ചെറുക്കാനുള്ള അന്നത്തെ ഹൈന്ദവ ദുഷ്പ്രഭുത്വത്തിന്റെ ശക്തിയും ദാർഷ്ട്യവും!) അദ്ദേഹം വഴങ്ങിയില്ല. ഡയറക്ടറുടെ നിർദ്ദേശാനുസരണം സ്കൂൾ അധികൃതർ അഡ്മിഷനെത്തിയ കുട്ടികളെ ഓരോരുത്തരെയായി അഡ്മിറ്റു ചെയ്തുകൊണ്ടിരിക്കവേ ഡയറക്ടറുടെ ജീപ്പ് കത്തിച്ച് ഗുണ്ടകൾ കോപം ശമിപ്പിച്ചു. അന്ന് സ്കൂൾ പ്രവേശനം ലഭിച്ചവരാണ് കുളത്തുമ്മേൽ കൊച്ചാപ്പി, കുഞ്ഞുകൃഷ്ണൻ, അയ്യൻകാളിയുടെ ഇളയ സഹോദരൻ വേലുക്കുട്ടി, ചടയൻ ഗോപാലൻ, സി. പരമേശ്വരൻ, നാരായണൻ, ശങ്കരൻ, കുഞ്ഞന്ന എന്നിവർ. പല 'കുട്ടികളും' പ്രായപൂർത്തി എത്തിയവരായിരുന്നു!

അധഃകൃതകുട്ടികളുടെ സ്കൂൾ പ്രവേശനത്തിന് തടസ്സങ്ങൾ വർദ്ധിച്ചുകൊണ്ടിരുന്നു. പല പ്രദേശങ്ങളിലും സംഘർഷം ഉടലെടുത്തു. ബാലരാമപുരം, വെങ്ങാനൂർ, കണിയാപുരം, കഴക്കൂട്ടം, പെരിനാട്, കാവാലം, പുല്ലാട് തുടങ്ങിയ സ്ഥലങ്ങളിൽ ലഹള പൊട്ടിപുറപ്പെട്ടു. നെടുമങ്ങാട് തുടങ്ങിയ ഇടങ്ങളിൽ അയ്യൻകാളിയുടെ പ്രജാസഭ പ്രവേശനത്തിനു ശേഷവും ലഹളകളുണ്ടായി. സർക്കാർ ഉത്തരവുകൾക്ക് സ്കൂൾ അധികൃതരും ജന്മി-ഗുണ്ടാ-ഭൂപ്രഭുക്കളും പുല്ലുവില കല്പിച്ചില്ല. ക്ഷമയുടെ നെല്ലിപ്പലക കണ്ട അയ്യൻകാളി ക്രുദ്ധനായി ശപഥം ചെയ്തു:

“എന്റെ കുഞ്ഞുങ്ങളെ അക്ഷരം പഠിക്കാൻ അനുവദിച്ചില്ലേൽ ഇക്കാണായ പാടങ്ങളിലെല്ലാം മുട്ടിപ്പുല്ലു കുരുപ്പിക്കും!”

അതൊരു ഭീഷ്മശപഥം തന്നെയായിരുന്നു. തെക്കേവിളയിൽ (അയ്യൻകാളിയുടെ വീട്) വീടിന്റെ വടക്കുഭാഗത്തെ വെങ്ങാനൂർ ഏലായിൽ ചെന്നുനിന്നാണ് അയ്യൻകാളി കാർഷിക പണിമുടക്കിന് ആഹ്വാനം നൽകിയത്. 1907 അവസാനമാണിത്. പാടത്തിന്റെ നടവരമ്പിൽ അപ്പോൾ നേതാവിനൊപ്പം സംഘത്തിന്റെ പ്രധാന പ്രവർത്തകരുമുണ്ടായിരുന്നു. രാവിലെ പത്തുമണിയോടടുത്ത സമയം. പാടത്ത് ആണാളുകളും പെണ്ണാളുകളും പണിയിൽ ഏർപ്പെട്ടിരിക്കുകയായിരുന്നു. എല്ലാവരും കരയ്ക്കു കയറി. അന്ന് മൈക്കും ഉച്ചഭാഷിണിയുമില്ല. യാത്രാ സൗകര്യവുമില്ല. ‘അയ്യങ്കാളിയശ്മാന്റെ’ ഉത്തരവ് നാട്ടിലെ പുലയമാടങ്ങളിലും അധഃകൃത സങ്കേതങ്ങളിലും വീശിയടിച്ച കൊടുങ്കാറ്റുപോലെയെത്തി. രാത്രി വൈകി വെളുത്തും ദക്ഷിണ തിരുവിതാംകൂറിലെ വയലേലകളിലും ചെമ്മൺ പറമ്പുകളിലും അയ്യങ്കാളിപ്പടയും സംഘം പ്രർത്തകരും പണിമുടക്കു വിവരം കാറ്റിന്റെ വേഗതയിൽ എത്തിച്ചു. ദിവസങ്ങളും ആഴ്ചകളും പിന്നിട്ടു. കറുത്ത ജനത വയൽ ഉഴുവാനും വിത്തു വിതയ്ക്കാനും എത്തിയില്ല. കണ്ടല, പെരുംപഴത്തൂർ കണിയാപുരം, പള്ളിച്ചൽ പ്രദേശങ്ങളിലെ കൃഷിപ്പണികൾ പൂർണ്ണമായി സ്തംഭിച്ചു. മുടവൂപ്പാറ മുതൽ വിഴിഞ്ഞം വരെയുള്ള പാടശേഖരങ്ങൾ തരിശുകിടന്നു. ജന്മിത്തമ്പ്രാക്കൾ മുറുക്കിച്ചുവപ്പിച്ച് വീട്ടുകോലായിൽ വെടി പറഞ്ഞിരുന്നു. അവരുടെ ചർച്ച പുലയന്റെ സമരത്തെക്കുറിച്ചായിരുന്നു. കണ്ടന്റേം കോരന്റേം സമരം! വിശക്കുമ്പോൾ അവറ്റകൾ വാലുചുരുട്ടി, ഓച്ഛാനിച്ച് നമ്മുടെ പടിപ്പുരയ്ക്കു പുറത്തു വരാണ്ട് എവിടെ പോവാൻ?

പക്ഷേ, അവർ വന്നില്ല. കുടിലുകളിൽ തീ പുകയാതായപ്പോൾ, കരുമാടിക്കുട്ടന്മാർ വിശന്നലഞ്ഞ് കരഞ്ഞപ്പോൾ തള്ളമാർ താളും തകരയും വേവിച്ച് ഭക്ഷണമാക്കി. പാടത്ത് ‘കാളിച്ചട്ടമ്പി’ പറഞ്ഞമാതിരി മുട്ടിപ്പുല്ലു കേറി. സമരം ഒത്തുതീർപ്പാക്കാൻ ഒരു ഭാഗത്തുനിന്നും ശ്രമമുണ്ടായില്ല. ചില ആവശ്യങ്ങൾ കൂടി സാധുജന പരിപാലനസംഘം മുന്നോട്ടുവച്ചു:

തൊഴിലാളിക്കു ജോലിസ്ഥിരത

തൊഴിലിനു സമയ ക്ലിപ്തത

കൂലിക്കൂടുതൽ

പല സ്ഥലങ്ങളിലും ജോലിചെയ്യാൻ വിസമ്മതിച്ച പണിയാളരുടെ മേൽ ജന്മിമാർ ക്രൂരമർദ്ദനം അഴിച്ചുവിട്ടു. ഇതറിഞ്ഞെത്തിയ അയ്യങ്കാളിപ്പട സംഭവസ്ഥലത്ത് പാഞ്ഞെത്തി തിരിച്ചടിച്ചു.

മാസങ്ങൾ കടന്നുപോയി. സമരം ശക്തമായതോടൊപ്പം കുടിലുകളിൽ ദാരിദ്ര്യം ഭയാനകമാംവിധം വർദ്ധിച്ചു. വിശപ്പു സഹിക്കാതെ അണികളിൽ ചിലർ ഒളിച്ചും മറഞ്ഞും തമ്പ്രാക്കളുടെ പാടത്തും

പറമ്പിലും ജോലിക്കിറങ്ങി. അയ്യങ്കാളിപ്പടയുടെ കണ്ണുകൾ എല്ലായിടത്തുമുണ്ടായിരുന്നു. അവർ 'അനുസരണക്കേടു' കാട്ടിയ വിരുതന്മാരെ തൂക്കിയെടുത്ത് കുടിലുകളിലെത്തിച്ചു. തന്റെ ജനങ്ങളുടെ ദൈന്യാവസ്ഥ സംഘം സെക്രട്ടറിയായ അയ്യൻ കാളി ശ്രദ്ധിക്കുന്നുണ്ടായിരുന്നു. നേതാവും അനുചരന്മാരും കൂട്ടായി ആലോചിച്ചു. പട്ടിണിക്ക് എങ്ങനെ അറുതി വരുത്തും? അവർ ഒരു മാർഗ്ഗം കണ്ടുപിടിച്ചു. ആണുങ്ങളെ വിഴിഞ്ഞത്തും പരിസരത്തുമുള്ള മുക്കുവർക്കൊപ്പം മത്സ്യബന്ധനത്തിനയയ്ക്കുക! മുക്കുവരുമായുള്ള കൂടിയാലോചന സഫലമായി. അധഃകൃത യുവാക്കൾ മത്സ്യത്തൊഴിലാളികൾക്കൊപ്പം കടലിൽ പോകാൻ തുടങ്ങി. തമ്പ്രാന്റെ പാടത്തെ അടിമപ്പണിയേക്കാൾ മെച്ചമാണ് പുതിയ തൊഴിൽ എന്നവർ കണ്ടു. സ്വാതന്ത്ര്യമുണ്ട്. ഏറെ വരുമാനവും. കുടിലുകളിൽ തീ പുകഞ്ഞുതുടങ്ങി...

തമ്പ്രാക്കളുടെ വീട്ടിലെ നെല്ലറയുടെ ഉദരം പയ്യെപ്പയ്യെ ശുഷ്ക്കിച്ചു തുടങ്ങി. നെല്ലറ കാലിയായപ്പോൾ, കാർഷികവിഭവങ്ങൾ ദുർലഭമായപ്പോൾ അവർ ആദ്യമായി വിശപ്പറിഞ്ഞു! തണുപ്പും വെയിലും പേമാരിയും വകവയ്ക്കാതെ തമ്പുരാനുവേണ്ടി അത്യധ്വാനം ചെയ്ത് അവരെ തീറ്റിപ്പോറ്റിയ നിഷ്ക്കളങ്കരായ പുലയനും പറയനും മാസങ്ങൾ നിസ്സഹകരിച്ചപ്പോൾ, അയ്യൻകാളിയുടെ ചിറകിനു കീഴേ സുരക്ഷിതരായി നിന്ന് അവകാശങ്ങൾക്കുവേണ്ടി സമരരംഗത്തായപ്പോൾ, കാർഷിക ഉത്പ്പാദനമേഖലയിൽ പുലയന്റെ കയ്യുംമെയ്യും ചലിക്കാതായപ്പോൾ എല്ലാം കീഴ്മേൽ മറിഞ്ഞു. നാട്ടിലെങ്ങും വറുതി. എന്നിട്ടും മർദ്ദകരുടെ ഹുങ്കും ദുരഭിമാനവും ശമിച്ചില്ല. പുത്തലത്ത് കൃഷ്ണപിള്ളയെപ്പോലുള്ള ജന്മിമാർ സംഘടിച്ച് ജന്മികളുടെ സംഘങ്ങളുണ്ടാക്കി. തരം കിട്ടുമ്പോഴൊക്കെ അവർ പാവങ്ങളെ ഉപദ്രവിച്ചു. പാടത്തും പറമ്പിലും കൃഷിയിറക്കാൻ പുലയന്റെ പാളത്തൊപ്പി തലയിലേറ്റി പാടത്തിറങ്ങി. അവർക്കറിയുമോ അധ്വാനത്തിന്റെ തച്ചുശാസ്ത്രം? പുലയന്റെ അധ്വാനം നൽകുന്ന സമൃദ്ധിയിൽ തിന്നുമദിച്ച് കുംഭയും തടവി ചാവടിയിൽ വെടി പറഞ്ഞു രസിച്ചിരുന്ന തമ്പ്രാക്കൾ ചേറിലും ചളിയിലുമിറങ്ങി ഏറെച്ചെല്ലുന്നതിനു മുൻപ് അവശരായി കരയ്ക്കണഞ്ഞു. പറമ്പിൽ കൈക്കോട്ടെടുത്തവർ വേഗം പരിക്ഷീണരായി.

ഇതു തങ്ങൾക്കു പറ്റിയ പണിയല്ല. അവർ ഉമ്മറക്കോലായിൽ തളർന്നിരുന്നു.

കാർഷികരംഗം അപ്പാടെ സ്തംഭിച്ചു. സമരം ഒത്തുതീർപ്പാക്കുന്നതിന് തോമസ് വാധ്യാർ ഭരണകൂടത്തിന് പലതവണ നിവേദനങ്ങൾ നടത്തി.

ദിവാൻ രാജഗോപാലാചാരി തൊഴിലാളികൾക്ക് അനുകൂലമായിരുന്നു. തൊഴിൽ പ്രശ്നങ്ങളിൽ ഇടപെടരുതെന്ന് അദ്ദേഹം പൊലീസിന് കർശന നിർദ്ദേശം നൽകി. അനുരഞ്ജനത്തിനായി ഫസ്റ്റ്ക്ലാസ് മജിസ്ട്രേട്ട് കണ്ടല നാഗൻപിള്ളയെ സർക്കാർ നിയോഗിച്ചു. അദ്ദേഹം

സംഘം ഭാരവാഹികളുമായും ജന്മികളുടെ പ്രതിനിധികളുമായും വിശദ മായ ചർച്ചകൾ നടത്തി. കർഷകതൊഴിലാളികൾക്ക് ന്യായമായ കൂലി, നിശ്ചിതജോലിസമയം, സ്കൂൾ പ്രവേശനം, സഞ്ചാരസ്വാതന്ത്ര്യം എന്നീ കാര്യങ്ങളിൽ ന്യായമായ തീർപ്പുണ്ടാവണം എന്ന സംഘത്തിന്റെ ആവശ്യങ്ങൾ അംഗീകരിക്കപ്പെട്ടു. 1907 ജൂണിൽ ആരംഭിച്ച പണിമുടക്കു സമരം 1908 മെയ് മാസത്തിൽ വിജയകരമായി അവസാനിച്ചു.

ഈഴവരിൽ ഒരു വിഭാഗം ഈ സമരത്തിൽ സവർണ്ണരോടൊപ്പമായി രുന്നുവെങ്കിലും എസ്.എൻ.ഡി.പി.യോഗം ജനറൽ സെക്രട്ടറി എന്ന നില യിലും വ്യക്തി എന്ന നിലയിലും കുമാരനാശാൻ സാധുജന പരിപാലന സംഘം നയിച്ച കർഷകതൊഴിലാളി സമരത്തിന് പിന്തുണയും സഹായ ങ്ങളും നൽകി.

സമരം നടക്കുന്ന കാലഘട്ടത്തിൽ സാമൂഹികരംഗത്ത് രണ്ടു സംഘടനകൾ കൂടി പിറവിയെടുത്തു. നമ്പൂതിരി സമുദായത്തിന്റെ 'യോഗക്ഷേമസഭ'യും കൊച്ചിയിൽ പണ്ഡിറ്റ് കറുപ്പന്റെ നേതൃത്വത്തിൽ 'അരയസമാജ'വും.

എട്ട്
പ്രജാസഭയിൽ

തിരുവിതാംകൂറിലെ മാത്രമല്ല ഭാരതത്തിലാകമാനമുള്ള അധഃകൃത ലക്ഷങ്ങൾക്ക് 1911 ഡിസംബർ 5 ഒരു സുദിനമായിരുന്നു. ചരിത്രത്തിലാദ്യമായി തങ്ങളുടെ ഒരു പ്രതിനിധി ഇന്ത്യയിലെ ഒരു നാട്ടുരാജ്യ നിയമ നിർമ്മാണ സഭയിലേക്ക് നോമിനേറ്റു ചെയ്യപ്പെട്ടു; അയ്യൻകാളി തിരുവിതാംകൂർ പ്രജാസഭാ മെമ്പറായി അവരോധിക്കപ്പെട്ടു. അന്ന് അയ്യൻ കാളിക്ക് 48 വയസ്സ്. യുഗപുരുഷനായ ഭാരതരത്നം ഡോ. ബാബാ സാഹേബ് അംബദ്ക്കർക്ക് അന്ന് കേവലം 20 വയസ്സ്.

പ്രജാസഭയിൽ അയ്യൻകാളിയുടെ പ്രവേശനവും തുടർന്നുള്ള പ്രവർത്തനങ്ങളും വിശദമാക്കുന്നതിനു മുൻപ് കേരളത്തിലെ നിയമനിർമ്മാണ സഭയുടെ ആദിരൂപമായ തിരുവിതാംകൂർ നിയമനിർമ്മാണ സഭയുടെ ഒരു ലഘുവിവരണം ഉചിതമെന്നു കരുതട്ടെ.

കേരളത്തിലെ നിയമനിർമ്മാണ സഭയുടെ സുപ്രധാനമായ ഒരു ഏടാണ് ശ്രീമൂലം തിരുനാൾ രാമവർമ്മ മഹാരാജാവിന്റെ (1885-1924) ഭരണകാലം. തിരുവിതാംകൂറിൽ രണ്ടു മണ്ഡലങ്ങളുള്ള നിയമനിർമ്മാണ സഭ അദ്ദേഹത്തിന്റെ കാലത്ത് ഉണ്ടായി.

1. ട്രാവൻകൂർ ലെജിസ്ലേറ്റീവ് കൗൺസിൽ (T.L.C)

1888 മാർച്ച് 30-ന് പുറപ്പെടുവിച്ച രാജവിളംബര പ്രകാരം നിയമ നിർമ്മാണ സമിതി രൂപീകരിക്കാൻ തീരുമാനിക്കുകയും 3 അനൗദ്യോഗികാംഗങ്ങൾ ഉൾപ്പെടെ 8 അംഗ സമിതി 1888 ആഗസ്റ്റ് 15ന് നിലവിൽ വരികയും ചെയ്തു. ഇതാണ് ഉപരിമണ്ഡലമായിരുന്ന ട്രാവൻകൂർ ലെജിസ്ലേറ്റീവ് കൗൺസിൽ (T.L.C). ആദ്യ സമ്മേളനം ഓഗസ്റ്റ് 23ന് ഉച്ചയ്ക്കു ശേഷം ദിവാൻ രാമറാവു (1887-1892) വിന്റെ അധ്യക്ഷതയിൽ ചേർന്നു. 1898-ൽ അംഗസംഖ്യ 15 ആയി ഉയർത്തി (അന്ന് ദിവാനായിരുന്നത് കൃഷ്ണസ്വാമി റാവുവാണ്). സാമ്പത്തിക ശേഷി ഉള്ളവർക്കു മാത്രമായിരുന്നു അംഗത്വം.

2. തിരുവിതാംകൂർ ശ്രീമൂലം പ്രജാസഭ അഥവാ ശ്രീമൂലം പോപ്പുലർ അസംബ്ളി (S.M.P.A)

ജനങ്ങളെ രാജ്യഭരണത്തിൽ പങ്കാളികളാക്കുക എന്ന ലക്ഷ്യത്തോടെ 1904 ഒക്ടോബറിൽ ശ്രീമൂലം പ്രജാസഭ നിലവിൽ വന്നു. അതേ മാസം 22-ാം തീയ്യതി വി.ജെ.ടി ഹാളിൽ പ്രജാസഭയുടെ പ്രഥമ യോഗം ചേർന്നു. തുടക്കത്തിൽ സഭയുടെ അംഗസംഖ്യ 100 ആയിരുന്നു. തുടർന്ന് ഓരോ വർഷവും കുംഭമാസത്തിൽ പ്രജാസഭ സമ്മേളിച്ചു. പ്രജാസഭ നിയമനിർമ്മാണ സഭയുടെ അധോമണ്ഡലമായി പ്രവർത്തിച്ചു.

പ്രജാസഭയിലേക്ക് അംഗങ്ങളെ തിരഞ്ഞെടുക്കാനുള്ള അവകാശം ജില്ലാ ഭരണ മേധാവികളായ ഡിവിഷൻ പേഷ്ക്കാർമാർക്ക് (ഇന്നത്തെ ജില്ലാ കളക്ടർ) ആയിരുന്നു. അംഗങ്ങളാകാനുള്ള യോഗ്യത വാർഷിക വരുമാനം 6000 രൂപയായിരുന്നു. മുൻഗണന കാർഷിക-വ്യവസായിക മേഖലയിലുള്ളവർക്കും. അഞ്ചു രൂപയിൽ കുറയാത്ത ഭൂനികുതി കൊടുക്കുന്നവർ, ബിരുദധാരികൾ എന്നിവർക്ക് ഇതുമൂലം വോട്ടവകാശം ലഭിച്ചു. (പിന്നീട് 1932-ലെ നിവർത്തന പ്രക്ഷോഭത്തിന്റെ ഫലമായി ഒരു രൂപ കരമടയ്ക്കുന്നവർക്കും വോട്ടവകാശം ലഭിക്കുകയുണ്ടായി). 1947 സെപ്തംബർ 4-ന് ഉത്തരവാദ ഭരണം ആരംഭിക്കുന്നതിന്റെ മുന്നോടിയായി ചിത്തിര തിരുനാൾ മഹാരാജാവിന്റെ വിളംബരത്തോടെ പ്രായപൂർത്തി വോട്ടവകാശം നിലവിലായി (ശ്രീ ചിത്തിര തിരുനാളിന്റെ ഭരണകാലം 1931-1949. '49 മുതൽ '56 വരെ രാജപ്രമുഖൻ).

ജാതി, മതം എന്നിവ പരിഗണിച്ച് ഓരോ പ്രത്യേക വിഭാഗത്തിനും അവരുടെ പ്രതിനിധികൾ സഭയിൽ ഉണ്ടാവുക എന്ന രീതിയാണ് ആദ്യമുണ്ടായിരുന്നത്. ഈ അംഗങ്ങൾ അവർ പ്രതിനിധീകരിക്കുന്ന വിഭാഗത്തിന്റെ പ്രശ്നങ്ങൾ സഭയിൽ അവതരിപ്പിക്കുകയും പരിഹാരം തേടുകയും ചെയ്തിരുന്നു. തെരഞ്ഞെടുക്കപ്പെടാൻ നിയമാനുസൃത യോഗ്യത ഉണ്ടായിട്ടും അർഹത നിഷേധിക്കപ്പെട്ട വിഭാഗങ്ങൾക്ക് (പ്രത്യേകിച്ചും അധഃകൃതർക്ക്) സഭാതലത്തിൽ പ്രശ്നങ്ങൾ അവതരിപ്പിക്കാനും വാദിക്കാനും പ്രത്യേക പ്രതിനിധികളെ ചുമതലപ്പെടുത്തുകയായിരുന്നു പതിവ്.

ആദ്യകാലത്ത് പ്രജാസഭയിൽ പുലയരെ പ്രതിനിധീകരിച്ചിരുന്നത് 'സുഭാഷിണി' പത്രാധിപർ പി.കെ.ഗോവിന്ദപ്പിള്ളയായിരുന്നു. 1911 ഫെബ്രുവരി 13-ാം തീയ്യതി തിങ്കളാഴ്ച സഭയുടെ ഏഴാം സമ്മേളനത്തിൽ ഗോവിന്ദപ്പിള്ള നടത്തിയ പ്രസംഗത്തിൽ അന്ന് അഞ്ചുലക്ഷത്തോളം ജനസംഖ്യ ഉണ്ടായിരുന്ന പുലയരുടെ പ്രധാന പ്രശ്നം വാസയോഗ്യമായ ഭവനങ്ങളുടെ അഭാവമാണെന്നും അതിനാൽ അവർക്ക് കുടിൽ കെട്ടി താമസിക്കാനും കൃഷിക്കും ഭൂമി പതിച്ചു നല്കണമെന്നും ആവശ്യപ്പെട്ടു.[1]

---

1. Proceedings of the 7th meeting of S.M.P.A of Travancore, Tvm 1911.

പുലയരുടെ വിദ്യാലയപ്രവേശനത്തിനുള്ള തടസ്സം നീക്കുക, സഞ്ചാര സ്വാതന്ത്ര്യം അനുവദിക്കുക, സർക്കാർ ജോലി നൽകുക, ആശുപത്രി കളിൽ പുലയവാർഡുകൾ ഏർപ്പെടുത്തുക, പുലയരുടെ പ്രശ്നങ്ങൾ സഭയിലും അതുവഴി സർക്കാരിലും എത്തുന്നതിനുവേണ്ടി അവരിൽ നിന്നു തന്നെ ഒരു പ്രതിനിധി സഭയിൽ എത്തുന്നതിനുവേണ്ട നടപടി കളുണ്ടാവുക എന്നീ ആവശ്യങ്ങൾ ഗോവിന്ദപ്പിള്ള 1911 ഫെബ്രുവരി 17-ാം തീയ്യതിയിലെ സഭാപ്രസംഗത്തിൽ ഉന്നയിച്ചു.[2]

ഗോവിന്ദപ്പിള്ളയുടെ പ്രസംഗത്തിന്റെ അവസാനഭാഗം സമ്മിശ്ര പ്രതികരണങ്ങളാണ് സഭയിലുണ്ടാക്കിയത്. ദിവാൻ രാജഗോപാലാചാ രിയാവട്ടെ ആ നിർദ്ദേശത്തോട് യോജിക്കുകയാണ് ചെയ്തത്. ചർച്ച കൾക്കൊടുവിൽ സഭ ഏകകണ്ഠമായി ഗോവിന്ദപ്പിള്ളയുടെ നിർദ്ദേശം അംഗീകരിച്ചു.

ആരായിരിക്കണം അധഃകൃത പ്രതിനിധി?

അവരിൽ അക്ഷരാഭ്യാസവും സഭാപ്രതിനിധിയാകാൻ യോഗ്യതയു മുള്ളവരെ കണ്ടെത്തുക ദുഷ്ക്കരം.

തഹസീൽദാർ പ്രാക്കുളം പത്മനാഭപിള്ള ദിവാനുമായി അടുത്ത ബന്ധം പുലർത്തിയിരുന്നു. പത്മനാഭപിള്ള അയ്യൻകാളിയുടെ പേര് തൽസ്ഥാനത്തേക്കു ശുപാർശ ചെയ്തു. ദിവാൻ അത് അംഗീകരിക്കു കയും ചെയ്തു. അങ്ങനെ വിപ്ലവകരമായ ആ പ്രഖ്യാപനം 1911 ഡിസം ബർ 5ലെ തിരുവിതാംകോട്ട് സർക്കാർ ഗസറ്റിൽ രേഖപ്പെടുത്തപ്പെട്ടു.[3]

പ്രജാസഭയിൽ ഒരു പ്രത്യേക സമുദായത്തിന്റെ പ്രാതിനിധ്യമുള്ള സാമാജികന് ആ വിഭാഗത്തിനുവേണ്ടി മാത്രമേ സംസാരിക്കുവാൻ അനുവാദമുണ്ടായിരുന്നുള്ളൂ. ഗോവിന്ദപ്പിള്ള പുലയർക്കുവേണ്ടിയാണ് നിയോഗിക്കപ്പെട്ടിരുന്നതെങ്കിലും അദ്ദേഹത്തിന്റെ വാദവും നിവേദനവും ഇതര അധഃകൃത വിഭാഗങ്ങൾക്കു കൂടിയുള്ളതായിരുന്നു. (സമാന പ്രശ്നങ്ങളെ അഭിമുഖീകരിച്ചിരുന്ന പരിവർത്തിത ക്രൈസ്തവരടക്കമുള്ള അധഃകൃതരുടെ സംഘടനയായ 'സാധുജനപരിപാലന സംഘ'ത്തിന്റെ സെക്രട്ടറിയായിട്ടുപോലും അയ്യൻകാളി പുലയരെ പ്രതിനിധീകരിക്കാനേ അനുവദിക്കപ്പെട്ടുള്ളൂ. തന്റെ സഭാപ്രസംഗങ്ങളിൽ 'ഞങ്ങൾ' എന്ന സർവ്വ നാമം തന്ത്രത്തിൽ പ്രയോഗിച്ച് അദ്ദേഹം കാര്യം സാധിച്ചു!)

തിരുവിതാംകൂറിലെ അധഃകൃത ജനതയുടെ സുദിനമായിരുന്നു 1912 ഫെബ്രുവരി 26. നിഷേധിക്കപ്പെട്ട നിരത്തുകളിൽ വില്ലുവണ്ടിയോടിച്ച്, കാൽനട ജാഥ നയിച്ച് സഞ്ചാരസ്വാതന്ത്ര്യം പിടിച്ചു വാങ്ങുകയും

2. 'ശ്രീമൂലം പ്രജാസഭയിൽ അയ്യൻകാളിയുടെ പ്രസംഗങ്ങൾ'-എസി: കല്ലട ശശി, പേജ് 6-9.

3. തിരുവിതാംകോട്ട് സർക്കാർ ഗസറ്റ്-1911 ഡിസം.5, അനുബന്ധം 9 A,B,C,D,E,F.

കാർഷിക സമരത്തിലൂടെ വിദ്യാലയപ്രവേശനം നേടുകയും തൊഴിൽ താത്പര്യങ്ങൾ സംരക്ഷിക്കുകയും ചെയ്ത തങ്ങളുടെ അനിഷേധ്യ നേതാവ് അന്നാണ് പ്രജാസഭയിലെത്തുന്നത്. പ്രജാസഭയുടെ എട്ടാം സമ്മേളനത്തിൽ പങ്കെടുക്കാൻ അയ്യൻകാളി വി.ജെ.ടി ഹാളിന്റെ കവാടം കടന്നെത്തിയ ദൃശ്യം മന്നത്തു പത്മനാഭൻ ഇങ്ങനെ കണ്ടു:

“..... തലപ്പാവും കുങ്കുമപ്പൊട്ടും കോട്ടും മേൽവേഷ്ടിയുമായി ശ്രീ. അയ്യൻകാളി പ്രജാസഭയിലേക്കു വരുമ്പോൾ ഇദ്ദേഹമല്ലേ ദിവാനെന്ന് സന്ദർശകരിൽ പലരും അത്ഭുതപ്പെട്ടിട്ടുണ്ട്....”[4]

പ്രജാസഭയിൽ അയ്യൻകാളിയുടെ കന്നിപ്രസംഗം. വിദ്യാവിഹീനനെങ്കിലും പ്രത്യുല്പന്ന മതിത്വവും ആത്മവിശ്വാസവും കൊണ്ട് അദ്ദേഹം സഭയുടെ ആദരവ് ആദ്യദിനം തന്നെ നേടി. സ്വന്തം ജനതയുടെ കവർന്നെടുക്കപ്പെടുന്ന അവകാശങ്ങൾ അദ്ദേഹം സഭയിൽ അക്കമിട്ടു നിരത്തി. തമിഴും മലയാളവും കൂടിക്കലർന്ന സങ്കരഭാഷയിൽ, വെങ്ങാന്നൂരിന്റെ വാച്യഭാഷയിൽ തന്റെ സഹോദരങ്ങളുടെ ധർമ്മസങ്കടങ്ങൾ അദ്ദേഹം വിവരിച്ചു-വികാരഭരിതനായി, എന്നാൽ അക്ഷോഭ്യനായി.

ആറുലക്ഷത്തിൽപ്പരം വരുന്ന അധഃകൃതർക്ക് സഭയിൽ ജനസംഖ്യാനുപാതികമായി അംഗത്വമുണ്ടാവണം എന്നതായിരുന്നു അയ്യൻകാളിയുടെ പ്രഥമ ആവശ്യം. പുതുവൽഭൂമി ഭൂരഹിതരായ അധഃകൃതർക്ക് പതിച്ചു നൽകുന്നതിനെക്കുറിച്ച് അദ്ദേഹം സഭയുടെ ശ്രദ്ധ ക്ഷണിച്ചു. വിളവൻകോട്, നെയ്യാറ്റിൻകര, നെടുമങ്ങാട്, തിരുവനന്തപുരം താലൂക്കുകളിലായുള്ള പുതുവൽ ഭൂമികൾ അധഃകൃതർക്ക് പതിച്ചു നല്കാൻ ഒട്ടേറെ നിവേദനങ്ങൾ നല്കിയെങ്കിലും ഫലമുണ്ടായിട്ടില്ല. അധഃകൃതരെ ദ്രോഹിക്കുന്നവർക്കൊന്നും റവന്യൂ ജീവനക്കാരും ഇതിനു തടസ്സം നിന്നു. ഞങ്ങൾ ചൂണ്ടിക്കാണിച്ച പുതുവൽ ഭൂമികളൊക്കെയും ഉന്നത ജാതിക്കാർ കൈവശമാക്കി. തന്റെ വർഗ്ഗത്തിന് കുറേ പുതുവൽഭൂമികൾ അനുവദിച്ചുതരാൻ വേണ്ടത് സഭ ചെയ്യണം. വനംവകുപ്പ് ഉദ്യോഗസ്ഥന്മാർ റാന്നി പ്രവൃത്തി, വല്യകാവുങ്കൽ, ചങ്ങനാശ്ശേരി താലൂക്കിലെ ആലപ്രാമുറി, തിരുവല്ല താലൂക്കിലെ പെരുമ്പാത്തുമുറി എന്നിവിടങ്ങളിൽ ഗിരിജനങ്ങളെ അവരുടെ ആവാസഭൂമിയിൽ നിന്ന് ഒഴിപ്പിച്ച് അവ നാട്ടുകാർക്ക് കൈവശപ്പെടുത്താനുള്ള ഒത്താശകൾ ചെയ്തുകൊടുക്കുന്നത് അവസാനിപ്പിക്കണം.[5]

അയ്യൻകാളിയുടെ പ്രസംഗത്തിനു മറുപടി പറഞ്ഞ ദിവാൻ വിളപ്പിൽ പകുതിയിലുള്ള അഞ്ഞൂറ് ഏക്കറോളം ഭൂമിക്കുവേണ്ടി അധഃകൃതർ പേഷ്ക്കാർ സമക്ഷം അപേക്ഷ നൽകിയാൽ വേണ്ടതു ചെയ്യാമെന്നു പറഞ്ഞു.

---

4. ജീവിത സ്മരണകൾ (ആത്മകഥ)- മന്നത്തു പത്മനാഭൻ.
5. 'ശ്രീമൂലം പ്രജാസഭയിൽ അയ്യൻകാളിയുടെ പ്രസംഗങ്ങൾ' - എഡി: കല്ലട ശശി, 1976 എഡിഷൻ, പേജ് 13-15

ഭൂരഹിതരും ഭവനരഹിതരുമായ അധഃകൃതർക്ക് ഭൂമി ലഭിക്കാൻ അയ്യൻകാളി പ്രജാസഭയിൽ നിരന്തരമായി വാദിച്ചു. തൽഫലമായി 1919-ൽ നെയ്യാറ്റിൻകര താലൂക്കിൽ വിളപ്പിൽശാലയിൽ 300 ഏക്കർ ഭൂമി അയ്യൻകാളിയുടെ പേരിൽ പതിച്ചു നൽകി. ഈ ഭൂമിയുടെ പട്ടയം എൽ.എ പട്ടയം എന്നറിയപ്പെട്ടു. എൽ.എ പട്ടയമെന്നാൽ 'അയ്യൻകാളി സൗജന്യ പതിവ്' എന്ന പേരിലുള്ള ചെമ്പുപട്ടയമാണ്. 1912 ൽ ശ്രീമൂലം തിരുനാളിന്റെ അനുവാദത്തോടെ ദിവാൻ രാജഗോപാലാചാരി 500 ഏക്കർ ഭൂമി പതിച്ചു നൽകാനാണ് ഉത്തരവിറക്കിയതെങ്കിലും റവന്യൂ ഉദ്യോഗസ്ഥരുടെ തിരിമറിമൂലം 300 ഏക്കർ മാത്രമേ അയ്യൻകാളിയുടെ പേരിൽ പതിച്ചു നൽകപ്പെട്ടുള്ളൂ. ഈ മുന്നൂറ് ഏക്കർ ഭൂമിയിൽ ഒരംശംപോലും അയ്യൻകാളി സ്വന്തമാക്കാതെ അർഹതപ്പെട്ട പട്ടിക വിഭാഗങ്ങൾക്ക് വീതിച്ചു നൽകുകയാണുണ്ടായത്.

ഈ ഭൂമി ഇന്ന് പൂർണ്ണമായും അന്യാധീനപ്പെട്ടിരിക്കുന്നു. റവന്യൂ ഉദ്യോഗസ്ഥരുടെ ഒത്താശയോടെ പിന്നീട് 200 ഏക്കറോളം ഭൂമി സവർണ്ണർ പിന്നീട് കൈയ്യേറി സ്വന്തമാക്കി. രാജഭരണത്തെത്തുടർന്ന് അധികാരത്തിലെത്തിയ ജനകീയ സർക്കാരുകൾ ഇതിനെക്കുറിച്ച് അന്വേഷിക്കുകയോ നടപടികൾ കൈക്കൊള്ളുകയോ ഉണ്ടായില്ല.

അയ്യൻകാളി പട്ടിക വിഭാഗങ്ങൾക്ക് വീതിച്ചു നൽകിയ ഭൂമിയുടെ അവകാശം സ്വന്തം പേരിലേക്കു മാറ്റിയ അവർ പിന്നീട് അത് മറച്ചു വിറ്റതാണോ എന്നറിവില്ല. "ഭൂമി, വിദ്യ, തൊഴിൽ" എന്ന മുദ്രാവാക്യമുയർത്തി 'കാസർകോട്-തിരുവനന്തപുരം യാത്ര' സംഘടിപ്പിക്കുന്ന പട്ടിക ജാതി-വർഗ്ഗ സംഘടനകളിൽ ഒന്നുപോലും ഇത്തരം ഗൗരവമായ വിഷയങ്ങളിൽ ശ്രദ്ധ പതിപ്പിക്കുവാനോ അന്വേഷണം നടത്തുവാനോ മിനക്കെട്ടു കാണുന്നില്ല.

1916 ഫെബ്രുവരി 29-നു ചേർന്ന പ്രജാസഭ സമ്മേളനത്തിൽ, അനുവദിക്കപ്പെട്ട 500 ഏക്കർ ലഭ്യമാകാത്തതിനെക്കുറിച്ചും ലഭിച്ച 300 ഏക്കറിൽ കൈയ്യേറ്റം തുടങ്ങിക്കഴിഞ്ഞതിനെക്കുറിച്ചും അയ്യൻകാളി പരാതിപ്പെടുകയുണ്ടായി. അദ്ദേഹത്തിന്റെ നിവേദനങ്ങളുടെയും സർക്കാരിന്റെ നീതിബോധത്തിന്റെയും ഫലമായി പിന്നീട് നെടുമങ്ങാട് ഉഴമലയ്ക്കൽ വില്ലേജിൽ 500 ഏക്കർ, മതികെട്ടാൻ മലയിൽ 300 ഏക്കർ എന്നിവയും L.A പട്ടയപ്രകാരം പട്ടികവിഭാഗങ്ങൾക്കു ലഭിച്ചു. കോട്ടൂർ കുറ്റിച്ചിൽ, കൊല്ലം, അഞ്ചൽ, പാലോട്, വെങ്ങാനൂർ, വട്ടിയൂർക്കാവ്, പുളിയറക്കോണം എന്നീ പ്രദേശങ്ങളിലും എൽ.എ പട്ടയപ്രകാരം അധഃകൃതർക്കു പതിച്ചു നല്കപ്പെട്ട പുതുവൽ ഭൂമികൾ ഇപ്പോൾ അന്യാധീനപ്പെട്ടിരിക്കുന്നു.

1913-ലെ പ്രജാസഭയുടെ 9-ാം സമ്മേളനത്തിൽ അധഃകൃത പ്രതിനിധികളായി രണ്ടുപേർ കൂടി എത്തി. സംഘത്തിന്റെ അസി.സെക്രട്ടറി ചരതൻ, സോളമൻ (കാവാലം), യേശുദാസൻ (നാഗർകോവിൽ)

എന്നിവരാണവർ. 1914-ൽ അയ്യൻകാളിയുടെ ശുപാർശപ്രകാരം സംഘം നേതാവ് വെണ്ണിക്കരചോതിയും പ്രജാസഭമെമ്പറായി.

(പ്രജാസഭയിൽ അംഗങ്ങളായ ദളിത് നേതാക്കളുടെ പൂർണ്ണമായ ലിസ്റ്റ് അനുബന്ധം 3-ൽ കൊടുത്തിരിക്കുന്നു.)

അയ്യൻകാളി പ്രജാസഭ മെമ്പറായി തന്റെ കന്നിപ്രസംഗം നടത്തിയ വർഷമാണ് കൊച്ചീരാജ്യത്ത് ആദ്യ പുലയ സമ്മേളനം നടന്നത്. കൊച്ചി രാജ്യത്തും അധഃസ്ഥിതർ മനുഷ്യാവകാശങ്ങൾ നിഷേധിക്കപ്പെട്ട് നരക തുല്യമായ ജീവിതമാണ് നയിച്ചിരുന്നത്. അയ്യൻകാളി പ്രസ്ഥാനം കൊച്ചി യിലെ പുലരിയും ആവേശമുണർത്തി. 1912-ലാണ് അവിടെ 'പുലയ മഹാ ജനസഭ' യുടെ ആവിർഭാവം. പണ്ഡിറ്റ് കെ.പി. കറുപ്പന്റെ പിന്തുണ യോടെയും കെ.സി.കൃഷ്ണാതീയാശാൻ, പി.സി.ചാഞ്ചൻ, കെ.പി. വള്ളോൻ എന്നിവരുടെ പരിശ്രമഫലമായും വെണ്ടുരുത്തി കായലിൽ കേവുവള്ളങ്ങൾ കൂട്ടികെട്ടി ചങ്ങാടമുണ്ടാക്കി വേദിയൊരുക്കിയാണ് ആദ്യ പുലയ സമ്മേളനം നടന്നത്. അക്കാലത്ത് കരയിൽ കൂട്ടം കൂടുവാനോ യോഗം നടത്തുവാനോ പുലയർക്ക് അനുവാദമുണ്ടായിരുന്നില്ല. കായ ലിൽ പുലയയോഗങ്ങൾ പലകുറി നടന്നതിനു ശേഷമാണ് സംഘടന യുടെ ആവിർഭാവം 'കൊച്ചി പുലയമഹാജനസഭ' 1913-ൽ (കൊ:വ: 1088)'സമസ്ത കൊച്ചി പുലയ മഹാസഭ'യായി മാറി. ഈ സംഘടന കർമ്മധീരരായ ഒട്ടേറെ ദളിത് നേതാക്കൾക്ക് ജന്മം നല്കി. മേൽപ്പറ ഞ്ഞവരെ കൂടാതെ പി.കെ.ചാത്തൻ മാസ്റ്റർ (മുൻമന്ത്രി), കെ.കെ.കണ്ണൻ, കെ.കെ.മാധവൻ, പി.കെ.കൃഷ്ണൻ, കെ.സി.കുഞ്ഞൻ, എം.കെ. കൃഷ്ണൻ (മുൻമന്ത്രി), പി.കെ.കൊടിയൻ (സി.പി.ഐ നേതാവും പാർല മെന്റ് അംഗവും) തുടങ്ങിയവർ ഇക്കൂട്ടത്തിൽ പെടുന്നു. സമസ്ത കൊച്ചി പുലയ മഹാസഭയുടെ നേതൃത്വത്തിൽ ക്ഷേത്രപ്രവേശനം, യാത്രാ സ്വാതന്ത്ര്യം എന്നിവ മുൻനിർത്തി ഒട്ടേറെ സമരങ്ങൾ അരങ്ങേറുകയു ണ്ടായി.[6]

1914-ലെ മൂന്നാം രാജവിളംബരത്തിലൂടെ അധഃകൃതരുടെ വിദ്യാലയ പ്രവേശനത്തിനുള്ള വൈതരണികൾ ഏതാണ്ട് പൂർണ്ണമായും മാറിക്കി ട്ടി. നാരായണഗുരുവും അയ്യൻകാളിയുമുൾപ്പെടുന്ന സാമൂഹ്യ പരി ഷ്ക്കർത്താക്കളും ഉത്പതിഷ്ണുക്കളും നേതൃത്വം കൊടുത്ത നവോ ത്ഥാന പ്രവൃത്തനങ്ങളുടെ ഫലമായി പാരതന്ത്ര്യം വിധികല്പിതമ ല്ലെന്നും പൗരാവകാശങ്ങൾ തങ്ങളുടെകൂടി അവകാശമാണെന്നും തിരി ച്ചറിഞ്ഞ അവശജനതയുടെ സ്വാതന്ത്ര്യമോഹം മലവെള്ളപ്പാ ച്ചിൽപോലെ കുത്തിയൊഴുകി. വരണ്ടുണങ്ങിയ ഭൂമിയുടെ വക്ഷസ്സിലേക്ക് പേമാരി പെയ്തിറങ്ങുംവണ്ണം അക്ഷരജ്ഞാനത്തിന്റെ അമൃതം നുകരാൻ

---

6. കൂടുതൽ വിവരങ്ങൾക്ക് ഗ്രന്ഥകാരന്റെ 'പുലയൻ: ചരിത്രവും വർത്ത മാനവും' എന്ന കൃതി കാണുക.

അധഃകൃതക്കുട്ടികൾ പാഠശാലകളിലേക്ക് ആർത്തിരമ്പിയെത്തി. 1917ലെ എസ്.എൻ.ഡി.പി യോഗത്തിന്റെ വാർഷിക റിപ്പോർട്ട് പുലയ വിദ്യാർത്ഥികളുടെ വർദ്ധനവിലേക്ക് വിരൽ ചൂണ്ടുന്നു:[7]

വർഷം	ഈഴവ വിദ്യാർത്ഥികൾ	പുലയ വിദ്യാർത്ഥികൾ
1914	23893	2000
1918	51114	17753

വിദ്യാലയ പ്രവേശനവും പൊതുവഴികൾ തുറന്നു കിട്ടിയതും അധഃകൃതരുടെ ആത്മവീര്യം വർദ്ധിപ്പിച്ചു. ചുമലിൽ നിന്ന് അടിമത്തനുകം ഊർന്നു വീണതോടെ അവർ സ്വാതന്ത്ര്യോന്മത്തരായി തീർന്നു. അധഃകൃതരിലെ ഇതരജാതികൾ സ്വന്തം സംഘടനകൾ രൂപീകരിച്ച് സാധുജന പരിപാലന സംഘത്തിൽ നിന്നും വഴി പിരിഞ്ഞു. പുലയരുടേതായി ചേരമർ മഹാജനസഭയും തിരുവിതാംകൂർ പുലയസമാജവും രംഗത്തു വന്നു. പൊതുവൈരിക്കെതിരെ ഒന്നിച്ചു പൊരുതാനാവാതെ പരസ്പരം കലഹിച്ച് പുലയർ ശക്തി ചോർത്തിക്കളഞ്ഞു. സാധുജന പരിപാലന സംഘം ക്ഷയോന്മുഖമായി. 1937-ൽ അയ്യൻകാളി രോഗശയ്യയിലായിരിക്കെ തന്റെ ജാമാതാവ് കേശവൻ ശാസ്ത്രി മുൻകൈ എടുത്ത് രൂപീകരിച്ച 'ആൾട്രാവൻകൂർ പുലയ മഹാസഭയുടെ പ്രഥമ ജനറൽ സെക്രട്ടറിയായത് അയ്യൻകാളി ഹൃദയഭാരത്തോടെയാണ്. സാധുജന പരിപാലന സംഘത്തോട് അദ്ദേഹത്തിനുണ്ടായിരുന്ന വൈകാരിക ബന്ധം അത്ര ദൃഢമായിരുന്നു. അക്കഥകൾ വിശദമായി മറ്റൊരദ്ധ്യായത്തിൽ ചർച്ച ചെയ്യാം.

7. 'കേരളത്തിന്റെ സാംസ്ക്കാരിക ചരിത്രം'-പി.കെ.ഗോപാലകൃഷ്ണൻ, ഏഴാം പതിപ്പ് (2008) പേജ് 513, പ്രസാ:കേരള ഭാഷാ ഇൻസ്റ്റിട്യൂട്ട്.

ഒമ്പത്

ഊരൂട്ടമ്പലം സ്കൂൾപ്രവേശനവും 'തൊണ്ണൂറാമാണ്ടു കലാപ'ങ്ങളും

അധഃസ്ഥിതരുടെ വിദ്യാലയ പ്രവേശന ഉത്തരവുകൾ ജാതിഹിന്ദുക്കളാൽ നിരന്തരം ലംഘിക്കപ്പെട്ടുകൊണ്ടിരിക്കെ 1914 ജൂണിൽ ഇതേ വിഷയത്തിൽ മറ്റൊരു സർക്കാർ ഉത്തരവുകൂടി ഉണ്ടായി. പ്രജാസഭ മെമ്പറായ അയ്യൻകാളി വിദ്യാഭ്യാസ ഡയറക്ടറിൽ നിന്നും സ്പെഷ്യൽ ഓർഡർ വാങ്ങി രണ്ട് അധഃകൃത കുട്ടികളുമായി സ്കൂൾ പ്രവേശനത്തിന് ഊരൂട്ടമ്പലം സ്കൂളിലെത്തി.

1907ൽ സ്ഥാപിക്കപ്പെട്ടതാണ് ഊരൂട്ടമ്പലം പെൺപള്ളിക്കൂടം. തെന്നൂർക്കോണത്ത് പൂജാരി അയ്യൻ എന്നറിയപ്പെടുന്ന പരമേശ്വരന്റെ മക്കളായ എട്ടുവയസ്സുകാരി പഞ്ചമിയും അവളുടെ സഹോദരൻ കൊച്ചൂട്ടി എന്ന ഏഴു വയസ്സുകാരനും പിതാവുമാണ് അയ്യൻകാളിക്കൊപ്പമുണ്ടായിരുന്നത്. കൂടെ മൂന്നുനാലു ചെറുപ്പക്കാരും.

സ്പെഷ്യൽ ഓർഡർ അയ്യൻകാളി പ്രഥമാധ്യാപകനെ കാണിച്ചു. അയാൾ വഴങ്ങിയില്ല. അയിത്തജാതി കുട്ടികളെ ഇവിടെ പഠിപ്പിക്കാനാവില്ലെന്ന് ഹെഡ്മാസ്റ്റർ തീർത്തു പറഞ്ഞു. അയ്യൻകാളിയാവട്ടെ പഞ്ചമിയെ ക്ലാസിലെ ഒരു ബഞ്ചിൽ ബലമായി കൊണ്ടിരുത്തി. അതോടെ സ്കൂളിൽ ബഹളം തുടങ്ങി. മറ്റു കുട്ടികൾ ക്ലാസിൽനിന്നും പുറത്തേക്കോടി. സംഘടിച്ചെത്തിയ ഈഴവരും നായന്മാരും അയ്യൻകാളിയേയും സംഘത്തെയും ആക്രമിച്ചു. അടിയേറ്റ് പഞ്ചമിയുടെ പിതാവ് തെറിച്ചു വീണു. പ്രത്യാക്രമണവും ഭയങ്കരമായിരുന്നു.

സ്കൂൾ പരിസരത്തുനിന്നുകൊണ്ട് ലഹളയ്ക്കു നേതൃത്വം നൽകിയ കൊച്ചപ്പിപ്പിള്ള എന്ന നായർ പ്രമാണി പ്രഖ്യാപിച്ചു:

"പെലപ്പെണ്ണ് അശുദ്ധമാക്കിയ ഈ പള്ളിക്കൂടം ഇനി ഇവിടെ വേണ്ട."

അന്നുരാത്രി ആ സ്കൂൾ തീവെച്ചു നശിപ്പിക്കപ്പെട്ടു.

തുടർന്നുള്ള ദിവസങ്ങളിൽ നരവേട്ടയാണ് സവർണ്ണരും മറ്റു ദളിത് ശത്രുക്കളും ഊരൂട്ടമ്പലത്തും സമീപപ്രദേശങ്ങളിലും നടത്തിയത്.

ദളിതരുടെ കുടിലുകൾ വ്യാപകമായി തീയിട്ടു. അവരുടെ ജംഗമവസ്തുക്കൾ തച്ചുടയ്ക്കപ്പെട്ടു. നാൽക്കാലികളെ വെട്ടിയരിഞ്ഞു. സ്ത്രീകളെ മാനഭംഗപ്പെടുത്തി. സ്ത്രീകളും കുട്ടികളും പ്രാണരക്ഷാർത്ഥം വീടുവിട്ടോടി. പുരുഷന്മാരിൽ പലരും നാടുവിട്ടു. ചിലർ കാട്ടിലും മുളങ്കൂട്ടങ്ങളിലും ഒളിച്ചു. എതിരിട്ടവർ മൃഗീയമർദ്ദനങ്ങൾക്ക് ഇരയാക്കപ്പെട്ടു. അയ്യങ്കാളിപ്പടയും സംഘം പ്രവർത്തകരും ശക്തിയായി തിരിച്ചടിച്ചു. ലഹള നാടാകെ വ്യാപിച്ചു. ഊരൂട്ടമ്പലം എന്ന ചെറുഗ്രാമം അക്ഷരാർത്ഥത്തിൽ കത്തിയെരിഞ്ഞു. ഒരാഴ്ച്ചക്കാലം അവിടം സംഘർഷഭരിതമായിരുന്നു. പതിവുപോലെ ആക്രമണങ്ങൾ 'പുലയലഹള'യായി ചിത്രീകരിക്കപ്പെട്ടു. നീതിപാലകർ സവർണ്ണരോടൊപ്പം ചേർന്ന് പുലയസങ്കേതങ്ങളിൽ നരനായാട്ടു നടത്തി. കലാപത്തിന്റെ തീപ്പൊരികൾ കെട്ടടങ്ങിയപ്പോഴേക്കും കലാപത്തിൽ പൊലീസ് പ്രതിയാക്കിയവരെല്ലാം അധഃകൃതർ മാത്രമായിരുന്നു.

ഊരൂട്ടമ്പലത്ത് വീണ തീപ്പൊരി നാടാകെ അഗ്നിയായി പടരുന്നതാണ് പിന്നീടു കണ്ടത്. സഞ്ചാരസ്വാതന്ത്ര്യത്തിനും വിദ്യാലയപ്രവേശനത്തിനുമായി തിരുവിതാംകൂറിന്റെ പല ഭാഗങ്ങളിലും ലഹളകൾ പൊട്ടിപ്പുറപ്പെട്ടു. മരയാമുട്ടം, കുന്നത്തുകാൽ, പെരുമ്പഴത്തൂർ, വെങ്ങാനൂർ, നെടുമങ്ങാട്, കണിയാപുരം, മുരുക്കുംപുഴ, കൊല്ലം പെരിനാട്, ബാലരാമപുരം, കഴക്കൂട്ടം മധ്യതിരുവിതാംകൂറിലെ കാവാലം, പുല്ലാട്, ചെന്നിത്തല തുടങ്ങിയ സ്ഥലങ്ങളായിരുന്നു ലഹളയുടെ പ്രഭവസ്ഥാനങ്ങൾ. വിസ്തരഭയത്താൽ പെരിനാട്ടു കലാപവും പുല്ലാട്ടു കലാപവും മാത്രമേ തത്ക്കാലം സ്പർശിച്ചുപോകാനാവുന്നുള്ളൂ.

പെരിനാട്ടു കലാപം

വിദ്യയും വഴിനടപ്പും മാത്രമായിരുന്നില്ല സംഘത്തിന്റെ ലക്ഷ്യങ്ങൾ. പുലയരാദി അധഃകൃത സമുദായങ്ങളുടെ ഇടയിൽ നിലനിന്ന അന്ധവിശ്വാസങ്ങളും അനാചാരങ്ങളും ദൂരീകരിക്കുക, ശുചിത്വം, പരിഷ്കൃത രീതിയിലുള്ള വസ്ത്രധാരണം, ശീലക്കുടയും പാദരക്ഷയും ഉപയോഗിക്കുക തുടങ്ങി ഈ വിഭാഗത്തെ ഒരു പരിഷ്കൃത ജനതയായി പരിണമിപ്പിക്കാനുള്ള ദൗത്യവും സാധുജന പരിപാലന സംഘത്തിന്റെ പ്രഖ്യാപിത നയമായിരുന്നുവെന്ന് മുൻപു സൂചിപ്പിച്ചു. അടിമത്തത്തിന്റെ ചിഹ്നങ്ങളായ വസ്ത്രധാരണവും ആഭരണങ്ങളും വർജ്ജിക്കണമെന്നും സംഘം പ്രവർത്തകർ അണികളെ കൂടെക്കൂടെ ഓർമ്മപ്പെടുത്തിക്കൊണ്ടിരുന്നു. അധഃകൃത സ്ത്രീകൾ അണിയാറുണ്ടായിരുന്ന കല്ലയും മാലയും പൊട്ടിച്ചു കളയണമെന്നുള്ള സംഘം പ്രവർത്തകരുടെ ആഹ്വാനം ചെവിക്കൊണ്ട ഒരു പുലയി അങ്ങനെ ചെയ്തതിൽ കുപിതനായ ഒരു സവർണ്ണൻ അവളുടെ കാതുകൾ അരിഞ്ഞതാണ് കൊല്ലത്ത് പെരിനാട്ട് കലാപത്തിനു നിമിത്തമായത്.

കല്ലാഭരണങ്ങളും പളുങ്കുമാലകളും മാറിലും കൈത്തണ്ടകളിലും അന്ന് പുലയ സ്ത്രീകളും മറ്റ് അധഃസ്ഥിത സ്ത്രീകളും അണിയാറുണ്ടായിരുന്നു. ഇതൊക്കെ പൊട്ടിച്ചെറിയുന്നത് തമ്പുരാക്കൾക്ക് സഹിക്കാൻ കഴിഞ്ഞില്ല. നൂറ്റാണ്ടുകളായി തങ്ങളുടെ കൃഷിയിടങ്ങളിൽ അടിമപ്പണി ചെയ്തിരുന്നവർ ആചാരങ്ങൾ വെടിഞ്ഞ് പുരോഗമന ജനതയാവുമെന്നും അവർ മേലിൽ അടിമകളായി തുടരാനിടയില്ലെന്നും ആശങ്കപ്പെട്ട സവർണ്ണ ദുഷ്പ്രഭുക്കൾ ഈ നീക്കങ്ങൾക്കെതിരെ നില കൊണ്ടതിന്റെ പരിണതഫലമാണ് പെരിനാട്ടും മറ്റും അരങ്ങേറിയ സംഭവങ്ങൾ.

അരയ്ക്കുചുറ്റും മലിനമായ തുണ്ടുതുണി ചുറ്റി, കൈത്തണ്ടകളിലും കഴുത്തിലും കണങ്കാലിലും കല്ലാഭരണങ്ങളും പളുങ്കുമാലകളും ധരിച്ച്, കാതിൽ ഇരുമ്പുകഷ്ണങ്ങൾ കൊണ്ടുള്ള കുണുക്കുമിട്ട സ്ത്രീകളായിരുന്നു അധഃകൃത സ്ത്രീകൾ അന്ന്. അടിമത്തം വിളിച്ചോതുന്ന ഈ വേഷവിധാനങ്ങൾ ഉപേക്ഷിച്ചേ തീരൂ. കൊല്ലത്തെ സംഘം പ്രവർത്തകർ കുടിലുകളിലെത്തി സ്ത്രീകളെ ആഹ്വാനം ചെയ്തു.

ഗോപാലദാസൻ എന്ന ചുറുചുറുക്കുള്ള ചെറുപ്പക്കാരനായിരുന്നു കൊല്ലത്തെ സാധുജന പരിപാലന സംഘം നേതാവ്. അദ്ദേഹവും സഹപ്രവർത്തകരും അധഃകൃത സങ്കേതങ്ങളിലെത്തി തുടർച്ചയായി ഈ വിഷയത്തിൽ ബോധവത്ക്കരണം നടത്തി. കൊല്ലത്തും പരിസര പ്രദേശങ്ങളിലും നടന്ന മനുഷ്യാവകാശസമരങ്ങളുടെ മുൻനിര നായകനായിരുന്ന ഗോപാലദാസൻ സവർണ്ണരുടെ കണ്ണിലെ കരടായിരുന്നു. എണ്ണമറ്റ സമരങ്ങൾക്ക് നേതൃത്വം കൊടുത്ത ഈ വിപ്ലവകാരി സ്വജനങ്ങൾക്കുവേണ്ടി ജീവൻ ത്യജിക്കാൻപോലും സന്നദ്ധനായിരുന്നു.

അഞ്ചാലുംമൂട്, പ്രാക്കുളം, തഴവാ തുടങ്ങിയ പ്രദേശങ്ങളിൽ കറുത്ത വർഗ്ഗത്തിന്റെ ചെറുതും വലുതുമായ ഒട്ടേറെ യോഗങ്ങൾ സംഘടിപ്പിക്കപ്പെട്ടു. ഈ സംഘം ചേരലിൽ അസഹിഷ്ണുക്കളായ ജാതി ഹിന്ദുക്കളും മറ്റും ഗുണ്ടകളുടെ സഹായത്തോടെ അധഃകൃതരെ ആക്രമിച്ചു. ആക്രമണം നിത്യസംഭവമായി. തുടർന്ന് നാടിന്റെ പലഭാഗത്തും ഏറ്റുമുട്ടലുകളുണ്ടായി. അന്നത്തെ മാധ്യമങ്ങൾ പലതും ഇവയെ പതിവിൻപടി 'പുലയലഹള'യായി കണ്ടു.

പെരിനാട്ട് കറുത്ത ജനതയുടെ ഒരു മഹാസമ്മേളനം സംഘടിപ്പിക്കപ്പെട്ടു. യോഗം കലക്കാൻ നിക്ഷിപ്ത താത്പര്യക്കാർ പദ്ധതിയിട്ടതറിഞ്ഞ് സംഘാടകരും അണികളും ആയുധങ്ങൾ കരുതിയാണ് എത്തിയത്. ചെമ്മക്കാട്ട് ചെറുമുക്കിലുള്ള പുതുവൽ സ്ഥലത്തായിരുന്നു സമ്മേളന വേദി. കരുതിക്കൊണ്ടുവന്ന ആയുധങ്ങൾ വേദിക്കടിയിൽ രഹസ്യമായി സൂക്ഷിച്ചു.

പ്രതീക്ഷിച്ചതുപോലെ യോഗം കലക്കാനും കലാപമുണ്ടാക്കാനും വിരുദ്ധചേരി സന്നാഹങ്ങളൊരുക്കിയിരുന്നു. കലാപത്തിനിടെ ഗോപാല ദാസനെ വധിക്കാനും പ്ലാനിട്ടിരുന്നു. ഗോപാലദാസനെ വകവരുത്തുവാൻ ഏർപ്പാടാക്കിയത് നല്ലേരികുരിനായർ എന്ന ചട്ടമ്പിയെയാണ്. ദിവസ ങ്ങൾക്കു മുമ്പേ നല്ലേരി കുരിനായരുടെയും കൂട്ടാളികളുടെയും പരാക്ര മങ്ങൾ ആരംഭിച്ചു. അവർ പുലയ സങ്കേതങ്ങൾ ആക്രമിക്കുകയും സ്ത്രീകളെ മാനഭംഗപ്പെടുത്തുകയും ചെയ്തു. ഇതിനെതിരെ പുലയ യുവാക്കളും രംഗത്തിറങ്ങി. പെരിനാട്ടെ യോഗം 1915 ഒക്ടോബർ 24 (1091 തുലാം 8) ഞായറാഴ്ചയായിരുന്നു. ഗോപാലദാസന്റെ അധ്യക്ഷതയിൽ പകൽ 10 മണിയായപ്പോൾ യോഗം ആരംഭിച്ചു. സംഘം നേതാവായ വിശാഖം തേവൻ പ്രാർത്ഥനാഗാനമാലപിക്കാൻ തുടങ്ങി. ഉത്തരക്ഷണ ത്തിൽ ഒരാൾ ഓടിയെത്തി ഇരുമ്പുദണ്ഡുകൊണ്ട് വിശാഖം തേവനെ പ്രഹരിച്ചു. സവർണ്ണ ഗുണ്ടകൾ വേദിക്കരികിലേക്ക് പാഞ്ഞെത്തി. പിന്നീട് അവിടെ നടന്നത് ഒരു യുദ്ധം തന്നെയായിരുന്നു. ഒട്ടേറെപ്പേർ രക്തത്തിൽ കുളിച്ച് നിലംപതിച്ചു. തുടർന്ന് പെരിനാട്ടു പ്രദേശത്തുള്ള നായർ ഭവന ങ്ങളിൽ മിക്കതും അഗ്നിക്കിരയായി. പുലയരുടെ നൂറുകണക്കിനു കുടിലു കളും വെന്തു വെണ്ണീറായി.

തുടർന്ന് ഒരാഴ്ചയോളം കൊല്ലം പ്രദേശത്ത് അക്രമങ്ങളുടെ തേർവാഴ്ചയായിരുന്നു. സവർണ്ണ ഗുണ്ടകളോടു ചേർന്ന് പൊലീസും കറുത്തവരെ വേട്ടയാടി. തിരുവിതാംകൂറിലെ കറുത്ത ജനത പൗരാവ കാശങ്ങൾക്കുവേണ്ടിയും സാമൂഹ്യാന്തസ്സിനുവേണ്ടിയും സ്വയം സംഘ ടിച്ചപ്പോൾ അവർക്കു ധാർമ്മിക പിന്തുണ നൽകാൻ അവർണ്ണരായ ഈഴ വരോ, അതിനകം ശക്തിപ്രാപിച്ചിരുന്ന എസ്.എൻ.ഡി.പി. യോഗമോ മുന്നോട്ടു വന്നില്ല. മറിച്ച് ആവുന്നിടത്തോക്കെ സവർണ്ണരോടൊപ്പം ചേർന്ന് പുലയരെ അടിച്ചമർത്തി ജാതിഹിന്ദുക്കൾക്ക് അവർ ഐക്യദാർഢ്യം പ്രഖ്യാപിച്ചു! ഒരു കുമാരനാശാനോ ഒരു സഹോദരനയ്യപ്പനോ മാത്രമേ അധഃകൃതനിൽ സാഹോദര്യത്തിന്റെ കനിവുകാട്ടിയുള്ളൂ. പുലയർക്കൊപ്പം പന്തിഭോജനം നടത്തിയതിന്റെ പേരിൽ സാക്ഷാൽ സഹോദരൻ അയ്യ പ്പനെ 'പുലയനയ്യപ്പൻ' എന്ന് ആക്ഷേപിച്ച ഈഴവ യാഥാസ്ഥിതി കരുൾപ്പെടുന്നവരാണല്ലോ ഈഴവ സമുദായം. ഇവിടെ പെരിനാട്ടും അവർ അക്രമികൾക്കൊപ്പമായിരുന്നു.

പെരുനാട്ടു കലാപം ദിവസങ്ങളോളം നീണ്ടുനിന്നു. പുലയസ്ത്രീ കൾ ബലാൽക്കാരം ചെയ്യപ്പെട്ടു. പുരുഷന്മാരാവട്ടെ പ്രാണരക്ഷാർത്ഥം അന്യദിക്കുകളിലേക്ക് പലായനം ചെയ്തു.

ഈ അരക്ഷിതാവസ്ഥയുടെ ചുറ്റുപാടിൽ സംഘത്തിന്റെ കൊല്ലം യൂണിറ്റിന്റെ ഭാരവാഹികൾ വിശാഖം തേവന്റെ നേതൃത്വത്തിൽ തിര ക്കിട്ട് വെങ്ങാനൂരെത്തി അയ്യൻകാളിയെ കണ്ടു. സംഭവത്തെക്കുറിച്ച്

വിശദമായി മനസ്സിലാക്കിയ അദ്ദേഹം അടുത്ത ദിവസം പെരിനാട്ട് എത്തിക്കോളാമെന്നു പറഞ്ഞ് അവരെ തിരിച്ചയച്ചു. വിശാഖം തേവൻ അന്ന് വെങ്ങാനൂരിൽ തങ്ങി.

അടുത്ത ദിവസം അവരിരുവരും പെരിനാട്ടെത്തി. സന്ധ്യമയങ്ങിത്തുടങ്ങിയിരുന്നു. അയ്യൻകാളിയും വിശാഖംതേവനും പുലയസങ്കേതങ്ങൾ കയറിയിറങ്ങി. അവർ കണ്ട കാഴ്ച ഭയാനകമായിരുന്നു. വെന്തു വെണ്ണീറായ കുടിലുകൾ. നശിപ്പിക്കപ്പെടാതെ അവശേഷിച്ച കുടിലുകളാവട്ടെ വിജനവും. യാത്രാക്ലേശവും വിശപ്പും ദാഹവും കൊണ്ട് അവരിരുവരും പരിക്ഷീണരായിരുന്നു. അവസാനം ആൾപ്പാർപ്പുള്ള ഒരു കുടിൽ അവർ കണ്ടെത്തി. മുനിഞ്ഞു കത്തുന്ന പാട്ടവിളക്ക് കണ്ട് അവർ കയറിച്ചെന്നു. കുടിലിനുള്ളിൽ പേടിച്ചരണ്ടിരിക്കുന്ന ഒരു കൊച്ചുകുടുംബം. അയ്യൻകാളി അവരെ ആശ്വസിപ്പിച്ചു.

അന്നു രാത്രി അവർ ആ കുടിലിൽ കഴിച്ചുകൂട്ടി.

കലാപ സ്ഥിതികൾ നിരീക്ഷിക്കാൻ ദിവാൻ കൃഷ്ണൻ നായർ അന്ന് കൊല്ലത്ത് ക്യാമ്പുചെയ്യുന്നുണ്ടായിരുന്നു. അയ്യൻകാളി അടുത്ത ദിവസം ദിവാനെ കണ്ടു. കലാപം ശമിപ്പിക്കാൻ പുലയരുടെ ഭാഗത്തു നിന്നും പ്രകോപനമുണ്ടാവാതെ താൻ ശ്രദ്ധിക്കാമെന്ന് അയ്യൻകാളി ദിവാന് വാക്കു കൊടുത്തു. ഒപ്പം ചില നിർദ്ദേശങ്ങൾ ദിവാൻ മുമ്പാകെ വയ്ക്കുകയും ചെയ്തു:

1. കലാപപ്രദേശങ്ങളിൽ നിന്നും പൊലീസിനെ പിൻവലിക്കണം.

2. കലാപത്തിൽ പങ്കെടുത്തവരുടെ ലിസ്റ്റ് തന്നാൽ അവരെ താൻ കോടതിയിൽ ഹാജരാക്കാം.

ദിവാൻ ആ നിർദ്ദേശങ്ങളോടു യോജിച്ചു.

ഈ നിർദ്ദേശങ്ങൾ നിറവേറ്റാനും നാട്ടിൽ ക്രമസമാധാനം പുനഃസ്ഥാപിക്കാനും ദിവാന്റെ അനുവാദത്തോടെ ഒരു സർവ്വസമുദായ സമ്മേളനത്തിന് അയ്യൻകാളിയുടെ നേതൃത്വത്തിൽ ശ്രമം തുടങ്ങി. സമാധാന ലംഘനം ഉണ്ടാകാതിരിക്കാൻ കൊല്ലം സർക്കിൾ ഇൻസ്പെക്ടർ ഗോപാലസ്വാമിപ്പിള്ള ഉറപ്പു നൽകിയതിന്റെ വെളിച്ചത്തിൽ കൊല്ലം വലിയ മൈതാനത്ത് സർക്കസ് നടത്തിക്കൊണ്ടിരുന്ന കമ്പനിയുടെ അകത്തളം സമ്മേളനവേദിയായി നിശ്ചയിക്കപ്പെട്ടു. 1915 ഡിസംബർ 19-ാം തീയ്യതി (കൊ.വ. 1091 തുലാം 8) ചേർന്ന ഈ സർവ്വ സമുദായ സമ്മേളനത്തിൽ ചങ്ങനാശ്ശേരി പരമേശ്വരൻപിള്ള അധ്യക്ഷനായി. ആയിരക്കണക്കിന് സർവ്വസമുദായാംഗങ്ങൾ പങ്കെടുത്ത സമ്മേളനത്തിൽ സംഘം പ്രതിനിധികളായി അയ്യൻകാളിക്കു പുറമേ വെള്ളിക്കര ചോതി, കുറുമ്പൻ ദൈവത്താൻ, വിശാഖം തേവൻ, ഗോപാലദാസൻ എന്നിവരും പങ്കെടുത്തു. യോഗത്തിൽ സംബന്ധിച്ച സ്ത്രീജനങ്ങളിൽ ഭൂരിഭാഗവും പുലയ സ്ത്രീകളും ബാക്കിയുള്ളവർ മറ്റ് അധഃകൃത

സ്ത്രീകളുമായിരുന്നു. പുലയരാദി അവർണ്ണ സ്ത്രീപുരുഷന്മാർ വൃത്തിയുള്ള വേഷം ധരിച്ചെത്താനും സ്ത്രീകൾ കല്ലയും മാലയും നിർബന്ധമായി അണിഞ്ഞിരിക്കണമെന്നും അയ്യൻകാളിയും സഹപ്രവർത്തകരും മുമ്പേ നിർദ്ദേശം നൽകിയിരുന്നു. (തന്ത്രപരമായ ഒരു മുന്നൊരുക്കമായിരുന്നു അത്!)

അയ്യൻകാളിയുടെ പ്രസംഗത്തിൽ, തിരുവനന്തപുരം ഉൾപ്പെടുന്ന തെക്കൻ തിരുവിതാംകൂറിൽ സാധുജന പരിപാലന സംഘം മുൻകൈ എടുത്തതിന്റെ ഫലമായി തീണ്ടൽജാതിക്കാരായ സ്ത്രീകൾ കല്ലയും മാലയും ഉപേക്ഷിച്ചതും റൗക്കയും മുണ്ടും ഉപയോഗിച്ചു തുടങ്ങിയതും സൂചിപ്പിച്ചു. അതുകൊണ്ട് ഇവിടെ കൂടിയിരിക്കുന്ന സ്ത്രീകൾ അടിമത്ത ചിഹ്നമായ കല്ലയും മാലയും ഇനിമുതൽ ഉപയോഗിക്കരുതെന്ന് അദ്ദേഹം ആഹ്വാനം ചെയ്തു. രണ്ടു പുലയസ്ത്രീകളെ അയ്യൻകാളി വേദിയിലേക്ക് വിളിച്ചു. നേതാവിന്റെ നിർദ്ദേശപ്രകാരം അവർ കഴുത്തിൽ അണിഞ്ഞിരുന്ന കല്ലാഭരണങ്ങൾ കയ്യിൽ കരുതിയിരുന്ന അരിവാൾ ഉപയോഗിച്ച് അറുത്തെടുത്ത് വേദിയിൽ നിക്ഷേപിച്ചു. തുടർന്ന് അവിടെ കൂടിയിരുന്ന പുലയസ്ത്രീകൾ ഓരോരുത്തരായി അവരെ അനുകരിച്ചുകൊണ്ട് തങ്ങളുടെ കല്ലാഭരണങ്ങൾ അറുത്തെടുത്ത് വേദിയിലിട്ടു. സ്ത്രീകളെല്ലാം തങ്ങളുടെ ശ്രമം പൂർത്തിയാക്കിക്കഴിഞ്ഞപ്പോൾ നെൽക്കളത്തിലെ നെൽക്കൂമ്പാരംപോലെ കല്ലാഭരണങ്ങളുടെ ഒരു കൊച്ചുമല-അടിമത്തത്തിന്റെ ബാക്കിപത്രംപോലെ!

പെരിനാട്ടു കലാപത്തിൽ പ്രതികളായ എല്ലാ അധഃകൃതരെയും വെറുതെ വിട്ടുകൊണ്ടും പന്ത്രണ്ടു നായന്മാരെ ശിക്ഷിച്ചുകൊണ്ടും പിന്നീട് കോടതി ഉത്തരവായി. ഈ കേസിൽ പുലയർക്കുവേണ്ടി കോടതിയിൽ ഹാജരായത് ഇലഞ്ഞിക്കൽ ജോൺ വക്കീലാണ്. അധഃകൃതർക്കുവേണ്ടി കേസുവാദിക്കാൻ വക്കീലന്മാർ തയ്യാറാകാൻ വിസ്സമ്മതിച്ചിരുന്ന അക്കാലത്ത് അവരുടെ കേസ് ഏറ്റെടുത്തു നടത്തുകയും അവരുടെ നിരപരാധിത്വം തെളിയിച്ച് കുറ്റവിമുക്തരാക്കുകയും അക്രമികൾക്ക് ശിക്ഷ ഉറപ്പുവരുത്തുകയും ചെയ്ത ഇലഞ്ഞിക്കൽ ജോൺ വക്കീലിനെ നന്ദിപൂർവ്വം സ്മരിക്കേണ്ടതാണ്.

പുല്ലാട്ട് കലാപം

ദളിതരായ കുട്ടികൾക്ക് വിദ്യാലയപ്രവേശനം നൽകാനുള്ള 1907, 1910 എന്നീ വർഷങ്ങളിലെ ഉത്തരവുകളും 1914 ലെ റിവിഷൻ ഉത്തരവും വന്നിട്ടും സവർണ്ണലോബി ചെറുത്തുനിന്നുവല്ലോ. ഇതിനെ തുടർന്നുണ്ടായ ലഹളകൾ തെക്കൻ തിരുവിതാംകൂറിൽ മാത്രമല്ല മധ്യതിരുവിതാംകൂറിലും അസ്വസ്ഥത പടർത്തി. ജാതിവ്യവസ്ഥയെ തകിടംമറിക്കാനുള്ള ആരംഭമായാണ് ജാതിഹിന്ദുക്കൾ ഈ ഉത്തരവുകളെ കണ്ടത്.

തിരുവല്ലയിലെ പുല്ലാട്ട് സഞ്ചാരസ്വാതന്ത്ര്യത്തിനും വിദ്യാലയപ്രവേശനത്തിനും വേണ്ടിയുള്ള അധഃസ്ഥിതരുടെ ശ്രമങ്ങളെ ചെറുക്കാൻ ജാതിഹിന്ദുക്കളോടൊപ്പം സവർണ്ണ ക്രിസ്ത്യാനികളും രംഗത്തെത്തി. ജാതിവ്യവസ്ഥയ്ക്കു ഭീഷണി ഉയർന്നിരിക്കുന്നു എന്നു ഭയന്ന ഒരു നായർ പ്രമാണി ആത്മാഹൂതിക്കുപോലും ഒരുമ്പെട്ടു.

ഇരുപതാം നൂറ്റാണ്ടിന്റെ ആരംഭത്തിൽപോലും തിരുവല്ല-കോഴഞ്ചേരി റോഡിൽക്കൂടി യാത്രചെയ്യാൻ പുലയരാദി അവർണ്ണർക്ക് അനുവാദമുണ്ടായിരുന്നില്ല. അയിത്താചാരം കൊടികുത്തിവാണ പ്രദേശങ്ങളായിരുന്നു പുല്ലാടും സമീപപ്രദേശങ്ങളും. അന്ന് പൊതുനിരത്തിലൂടെ സഞ്ചരിക്കാനുള്ള അവകാശം സ്ഥാപിച്ചെടുക്കാൻ അരയും തലയും മുറുക്കി രംഗത്തുവന്ന അധഃകൃത നേതാക്കളായിരുന്നു കുറുമ്പൻ ദൈവത്താൻ, വെള്ളിക്കര ചോതി, തലക്കേരിൽ കണ്ടൻകാളി, കൊമ്പാടി അണിഞ്ചൻ എന്നിവർ. ഒട്ടേറെ ത്യാഗങ്ങൾ സഹിച്ച് ഈ നേതാക്കളും അവരുടെ അണികളും സഞ്ചാരസ്വാതന്ത്ര്യത്തിനുവേണ്ടി സായുധസമരങ്ങൾ നടത്തി. ശ്രമം പൂർണ്ണവിജയിത്തിലെത്തിയില്ല. നേതാക്കൾ വെങ്ങാനൂരിലെത്തി അയ്യൻകാളിയെ കണ്ടു. അവർ ദിവാനെ സന്ദർശിച്ച് ചർച്ച നടത്തി. പ്രശ്ന പരിഹാരത്തിന് ദിവാൻ സത്വരനടപടികൾ കൈക്കൊണ്ടു.

സ്വജനത്തിന്റെ പ്രശ്നങ്ങൾ സർക്കാർ സമക്ഷം അവതരിപ്പിക്കാൻവേണ്ടി വെള്ളിക്കര ചോതിയെ പ്രജാസഭയിലേക്ക് നോമിനേറ്റു ചെയ്യാൻ ദിവാൻ സന്നദ്ധനായി. അതിനായി അതുവരെ വെള്ളിക്കര മത്തായി ആയിരുന്ന ആൾ വെള്ളിക്കര ചോതി എന്ന നാമം സ്വീകരിച്ചു.

1913-ൽ വെള്ളിക്കര ചോതി പ്രജാസഭ മെമ്പറായി. 1914-ലെ റിവിഷൻ ഉത്തരവിനുശേഷവും അധഃകൃത കുട്ടികൾക്ക് പുല്ലാട്ട് സ്കൂളിൽ പ്രവേശനം ലഭിച്ചില്ല. അക്രമം ഭയന്ന് രക്ഷാകർത്താക്കൾ തങ്ങളുടെ കുട്ടികളെ സ്കൂളിലയയ്ക്കാൻ മടികാണിച്ചിരുന്ന കാലം. വളരെ ശ്രമപ്പെട്ട് വെള്ളിക്കര ചോതിയും കുറുമ്പൻ ദൈവത്താനും നാലുകുട്ടികളെ കണ്ടെത്തി. ടി.ടി. കേശവൻ, പൈങ്കൻ, എം.ടി. തേവൻ എന്നിവരായിരുന്നു മൂന്നുപേർ.

ആ പ്രദേശത്തെ ജന്മിയായ ഊന്നുപാറ പണിക്കർ അധഃകൃത നേതാക്കളുടെ നീക്കത്തെ ചെറുക്കാൻ കരുക്കൾ നീക്കി. ചോതിയും ദൈവത്താനും കുട്ടികളെ സ്കൂളിലെത്തിച്ചു. കുട്ടികൾ സ്കൂളിൽ പ്രവേശിച്ചതോടെ സവർണ്ണക്കുട്ടികൾ ക്ലാസുകൾ ബഹിഷ്ക്കരിച്ച് പുറത്തുവന്നു. സ്വന്തം കുട്ടികളെ അയിത്തജാതിക്കുട്ടികൾ തീണ്ടിയ സ്കൂളിൽ പഠിപ്പിക്കേണ്ടതില്ലെന്ന് മാതാപിതാക്കൾ തീരുമാനിച്ചു. സംഭവങ്ങൾ ഇങ്ങനെ നടന്നുകൊണ്ടിരിക്കവേ തന്നെ തങ്ങൾ കൊണ്ടുവന്ന കുട്ടികളെ ദൈവത്താനും വെള്ളിക്കരയും സ്കൂളിൽ ചേർക്കുകതന്നെ ചെയ്തു.

ഇതറിഞ്ഞ ഊന്നുപാറ പണിക്കർ ആത്മാഹൂതിക്കു ശ്രമിച്ചു. (പിന്നീട യാൾ ഹൃദയസ്തംഭനം മൂലം ചരമമടഞ്ഞു.) തെക്കൻ തിരുവിതാം കൂറിൽ അരങ്ങേറിയ സംഭവങ്ങൾ പുല്ലാട്ടും ആവർത്തിക്കപ്പെട്ടു. സവർണ്ണർ സ്കൂൾ തീവെച്ചു. (പിന്നീട് വളരെക്കാലം ഈ സ്കൂൾ 'തീവെച്ച' സ്കൂൾ എന്നറിയപ്പെട്ടു. ഇന്നത്തെ 'വിവേകാനന്ദ സ്കൂൾ' ആണത്.)

തുടർന്ന് അയ്യൻകാളി പുല്ലാട്ട് എത്തി. അദ്ദേഹം സ്ഥിതിഗതികൾ മനസ്സിലാക്കുകയും പ്രവേശനം ലഭിച്ച അധഃകൃതക്കുട്ടികളെ കാണുകയും ചെയ്തു. അന്ന് പുല്ലാട്ടു സ്കൂളിൽ പ്രവേശനം ലഭിച്ച കേശവനാണ് പിൽക്കാലത്ത് ടി.ടി. കേശവൻ ശാസ്ത്രി എന്നു വിഖ്യാതനായത്. (കേശവൻ ശാസ്ത്രി പിന്നീട് അയ്യൻകാളിയുടെ പുത്രി തങ്കമ്മയെ വിവാഹം ചെയ്തു.)

പുല്ലാട്ട് ജാതിഹിന്ദുക്കളും പുലയരും തമ്മിൽ നാളുകൾ നീണ്ടുനിന്ന ഏറ്റുമുട്ടലുകൾ ഉണ്ടായി. 'പുല്ലാട്ടുലഹള' എന്ന് ഈ സംഭവം ചരിത്ര ത്തിന്റെ ഭാഗമായി.

പുല്ലാട്ട് ലഹളക്കാലത്ത് മധ്യതിരുവിതാംകൂറിൽ പുലയരാദി അവർണ്ണർക്കു നേരേയുള്ള അതിക്രമങ്ങൾ തടയുന്നതിന് 'യുവകർമ്മ സേന'രൂപീകരിക്കപ്പെട്ടു. ഇതിനു നേതൃത്വം നൽകിയത് ചിറ്റേടത്തു ശങ്കു പ്പിള്ളയും 'പുല്ലാട്ട് വൈദ്യൻ' എന്ന പേരിൽ പ്രസിദ്ധനായ എൻ. നാരാ യണപ്പണിക്കർ എന്ന സാമൂഹ്യപരിഷ്കർത്താവുമാണ്. 1923ലെ കാക്കി നട കോൺഗ്രസ് സമ്മേളനത്തിൽ ടി.കെ. മാധവനോടൊപ്പം പങ്കെടുത്ത മധ്യതിരുവിതാംകൂറിലെ നായർ സമുദായോദ്ധാരകനാണ് ചിറ്റേടത്തു ശങ്കുപ്പിള്ള. വൈക്കം സത്യഗ്രഹത്തിൽ പങ്കെടുത്ത് കൊടിയ മർദ്ദനം ഏറ്റുവാങ്ങി രക്തസാക്ഷിത്വം വരിച്ച ഉത്പതിഷ്ണുവായ ചിറ്റേടത്തു ശങ്കു പിള്ള കേരള ചരിത്രത്തിലെ ത്രസിക്കുന്ന ഒരേടാണ്.

ചരിത്രം വായിച്ച്, തങ്ങളുടെ ഉയിർത്തെഴുന്നേൽപിനെതിരെ സേതു ബന്ധനം നടത്തിയ ജാതിഹിന്ദുക്കൾക്കെതിരെ ആത്മരോഷം കൊള്ളുന്ന ഒരു തലമുറയെ ലേഖകൻ മുന്നിൽ കാണുന്നു. വർത്തമാനകാല കേരള സാമൂഹികാവസ്ഥ മറ്റേതൊരു സംസ്ഥാനത്തേയുംകാൾ ശുഭകരമാണ്. ബിശ്രാംപൂരിലും ഭീവണ്ടിയിലും അതുപോലെയുള്ള ഉത്തരേന്ത്യൻ പ്രദേ ശങ്ങളിലും തുടർക്കഥപോലെ നീണ്ടുപോകുന്ന ദളിത് പീഡനങ്ങൾ കേരളത്തിന് അന്യമാണ്. സാമൂഹിക അന്തസ്സ് അധഃസ്ഥിതരെ സംബ ന്ധിച്ചിടത്തോളം ഒരു പരിധിവരെ ഇവിടെ യാഥാർത്ഥ്യമാണ്. കരഗത മായ സാമൂഹികസ്വാതന്ത്ര്യം രുചിക്കുന്നവരാണ് ദളിതരിലെ പുതുതല മുറ ഇവിടെ. പൗരസ്വാതന്ത്ര്യത്തിനും മനുഷ്യാവകാശങ്ങൾക്കും അടിമ ത്തത്തിനുമെതിരെ പൂർവ്വികർ നടത്തിയ ക്ലേശപൂർണ്ണമായ സമരങ്ങളെ ചോരയിൽ മുക്കിക്കൊല്ലാൻ ഹൈന്ദവ ഉപരിവർഗ്ഗത്തിലെ ഭൂരിപക്ഷവും

അക്രമത്തിന്റെ കൊടുവാളുയർത്തിയപ്പോൾ അവരിലെ ന്യൂനപക്ഷം വരുന്ന ഉത്പതിഷ്ണുക്കൾ മർദ്ദിതരോടൊപ്പമായിരുന്നു. വൈക്കം സത്യാഗ്രഹത്തിലും ഗുരുവായൂർ സത്യാഗ്രഹത്തിലും ഇരിങ്ങാലക്കുട -കൂട്ടംകുളം റോഡ് സമരത്തിലും സമസ്ത കൊച്ചി പുലയമഹാസഭ യുടെ രൂപീകരണത്തിലും അയ്യൻകാളിയുടെ പ്രജാസഭ പ്രവേശന ത്തിലും അങ്ങനെ എണ്ണമറ്റ ചരിത്രസന്ധികളിൽ ഭ്രാതൃസ്നേഹത്തോടെ കറുത്ത ജനതയുടെ കരംഗ്രഹിച്ച ജ്ഞാതരും അജ്ഞാതരുമായ സവർണ്ണ ഉത്പതിഷ്ണുക്കൾ ഏറെയുണ്ട്. പതിതരുടെ പൗരാവകാശ ങ്ങൾ യാഥാർത്ഥ്യമാക്കാൻ നിയമങ്ങൾ നിർമ്മിച്ച ദിവാൻമാർ എല്ലാം തന്നെ സവർണ്ണരായിരുന്നു. മന്നത്തു പത്മനാഭൻ, ചങ്ങനാശ്ശേരി പരമേ ശ്വരൻപിള്ള, കെ. കേളപ്പൻ, എ.കെ. ഗോപാലൻ, കെ.പി. കേശവമേ നോൻ ദിവാൻജിമാരായ സർ.പി. രാജഗോപാലാചാരി, സർ.സി.പി. രാമ സ്വാമി അയ്യർ അവധൂതനായ സദാനന്ദസ്വാമി, ചിറ്റേടത്തു ശങ്കുപ്പിള്ള- ആ നിര അവസാനിക്കുന്നില്ല....

അവരോടു കൃതജ്ഞരായിരിക്കുമ്പോൾ നമ്മുടെ ആത്മരോഷം ആത്മഹർഷമായി മാറുന്നു!

പത്ത്

സംഭവബഹുലമായ ഒരു കാലഘട്ടം

1914–15 കാലഘട്ടം അയ്യൻകാളിയുടെ പൊതുജീവിതത്തെയും വ്യക്തി ജീവിതത്തെയും സംബന്ധിച്ചിടത്തോളം സുഖദുഃഖങ്ങളുടെയും അന്തഃ സംഘർഷങ്ങളുടെയും ആത്മസംതൃപ്തിയുടെയും കാലമായിരുന്നു. ഊരൂട്ടമ്പലം സംഭവം, അതിനെ തുടർന്ന് 'തൊണ്ണൂറാമാണ്ട് ലഹള' എന്ന പേരിൽ അറിയപ്പെട്ട തിരുവിതാംകൂറിന്റെ പല പ്രദേശങ്ങളിലും പടർന്നു പിടിച്ച സാമുദായിക ലഹളകൾ, ദിവാൻ പദത്തിൽനിന്നുള്ള സർ പി. രാജഗോപാലാചാരിയുടെ വിടവാങ്ങൽ, അതിനു തൊട്ടുമുൻപ് വെങ്ങാനൂർ പുതുവൽവിളാകത്ത് അയ്യൻകാളിക്ക് സർക്കാർ പ്രൈമറി സ്കൂൾ അനുവദിച്ചത്, വർഷാരംഭത്തിൽ സിലോൺ ഡെപ്യൂട്ടി കമ്മീഷണറുടെ സന്ദർശനം, അയിത്തജാതിക്കുട്ടികൾക്ക് സ്കൂൾ പ്രവേശനത്തിനുള്ള റിവിഷൻ ഉത്തരവ്, മകൾ തങ്കമ്മയുടെ ജനനം, വ്യക്തിജീവിതത്തിൽ അധഃകൃതരുടെ സമരനായകൻ. ഇക്കാലഘട്ടത്തിൽ അഭിമുഖീകരിച്ച സംഭവപരമ്പരകൾ ഇതൊക്കെയാണ്.

ഊരൂട്ടമ്പലം സംഭവത്തെ തുടർന്ന് തിരുവിതാംകൂറിലാകെ പടർന്നു പിടിച്ച സാമുദായിക ലഹളകൾ നടന്ന സംഘർഷമേഖലകളിൽ സമാധാനദൂതനായി, ചിലപ്പോൾ മുന്നണിയിൽനിന്നു പൊരുതുന്ന പടയാളിയായി നിരന്തരം അദ്ദേഹം പ്രവർത്തിച്ചുകൊണ്ടിരുന്നു. യാത്രാസൗകര്യങ്ങളില്ലാത്ത അക്കാലത്ത് അദ്ദേഹവും സഹപ്രവർത്തകരും അനുഭവിച്ച ക്ലേശങ്ങൾ വർണനാതീതമായിരുന്നു. കഷ്ടപ്പാടുകളും സാമ്പത്തിക ദുരിതങ്ങളും അലട്ടിയിട്ടും സഹജീവികളുടെ കണ്ണീരൊപ്പാൻ വെങ്ങാന്നൂരിൽനിന്നും അങ്ങകലെ എരുമേലിയിലും ചങ്ങനാശ്ശേരിയിലും പുല്ലാട്ടും ചെന്നിത്തലയിലും പെരിനാട്ടും കാവാലത്തും പാഞ്ഞെത്തി. അധഃകൃത സഹോദരങ്ങളുടെ ദുഃഖത്തിൽ പങ്കുകൊണ്ട് മടങ്ങുകയായിരുന്നില്ല അവരുടെ ദുഃഖം സ്വന്തം ദുഃഖമായി അദ്ദേഹം ഏറ്റെടുക്കുകയാണ് ചെയ്തത്. അണികൾക്കുവേണ്ടി ജീവിതം സമർപ്പിക്കുമ്പോൾ

മാത്രമേ ഒരു നേതാവ് ജനനായകനാവുന്നുള്ളൂ. അയ്യൻകാളി അക്ഷരാർത്ഥത്തിൽ ജനനായകനായിരുന്നു. ചെന്നയിടങ്ങളിലൊക്കെ അവരുടെ പ്രശ്നങ്ങൾക്ക് പരിഹാരം കണ്ടിട്ടേ അദ്ദേഹം മടങ്ങിയുള്ളൂ. അതുകൊണ്ടുതന്നെ എത്തിയിടത്തെല്ലാം പുലയരാദി അവർണ്ണജനത ഒരു രാജാവിനെയെന്നപോലെ അദ്ദേഹത്തെ സ്വീകരിച്ചാദരിച്ചു.

ഇക്കാലത്താണ് ദിവാൻ പി. രാജഗോപാലാചാരി ദിവാൻപദം ഒഴിഞ്ഞത്. ഏഴുവർഷം അദ്ദേഹം തിരുവിതാംകൂറിന്റെ ദിവാൻ പദവിയിലിരുന്നു. അധഃസ്ഥിതർക്കുവേണ്ടി ഒട്ടേറെ ഭരണനടപടികൾ കൈക്കൊണ്ടു. അവർക്ക് ഭൂമി പതിച്ചുനൽകുന്നതിൽ, ചരിത്രത്തിലാദ്യമായി ഒരു അധഃകൃത നേതാവിനെ നിയമനിർമ്മാണസഭയിൽ നോമിനേറ്റു ചെയ്യുന്നതിൽ, ഒന്നിലും അദ്ദേഹം തിരുവിതാംകൂറിലെ വരേണ്യവർഗ്ഗത്തിന്റെ എതിർപ്പുകളെ കൂസിയില്ല. അയ്യൻകാളിക്ക് വ്യക്തിപരമായും സാധുജനപരിപാലനസംഘത്തിന് വിശേഷിച്ചും കറുത്തവർഗ്ഗത്തിന്റെ അഭ്യുദയകാംക്ഷിയായ രാജഗോപാലാചാരിയുടെ വിടവാങ്ങൽ തീരാനഷ്ടമായിരുന്നു.

ഇവിടെ സാന്ദർഭികമായി ചിലത് സൂചിപ്പിക്കട്ടെ.

ജി.പി. പിള്ള, കെ.പി. ശങ്കരമേനോൻ എന്നിവരാണ് കൊട്ടിഘോഷിക്കപ്പെട്ട 1891-ലെ 'മലയാളി മെമ്മോറിയലി'ന്റെ അണിയറ ശില്പികൾ. തിരുവിതാംകൂറിലെ ഉന്നത ഉദ്യോഗങ്ങൾ തുടർച്ചയായി വഹിച്ചുപോരുന്നത് തമിഴ്ബ്രാഹ്മണരാണെന്നും ഇത് അവസാനിപ്പിക്കാൻ 'തിരുവിതാംകൂർ തിരുവിതാംകൂറുകാർക്ക്' എന്ന മുദ്രാവാക്യമുയർത്തി പതിനായിരത്തിൽപ്പരം പേർ ഒപ്പിട്ട ഭീമഹർജി ശ്രീമൂലം തിരുനാളിനു സമർപ്പിക്കുകയുണ്ടായി. ഇതാണല്ലോ മലയാളി മെമ്മോറിയൽ. ഈ ഹർജി മഹാരാജാവ് സമക്ഷം സമർപ്പിക്കപ്പെടുമ്പോൾ ഈഴവർ വിരലിലെണ്ണാവുന്നവർ സർക്കാർ സർവ്വീസിൽ ഉണ്ടായിരുന്നിരിക്കാം. പാവം പുലയരാദി അധഃസ്ഥിതി വിഭാഗങ്ങളിലാവട്ടെ സർക്കാർ ജോലിക്കുള്ള വിദ്യാഭ്യാസയോഗ്യതപോലും നേടാനുള്ള അവസരമുണ്ടായിരുന്നില്ല. മാത്രമല്ല അക്ഷരജ്ഞാനമുള്ളവരായി ഒന്നോ രണ്ടോ പേർ! കുടിപ്പള്ളിക്കൂടത്തിൽ ഹരിശ്രീ എഴുതാൻ ഈ മെമ്മോറിയലുകാർ സമ്മതിച്ചിട്ടുവേണ്ടേ? മഹാരാജാവിന്റെ കൃപാകടാക്ഷംകൊണ്ടും തമിഴ് ബ്രാഹ്മണരായ ദിവാന്മാരുടെ ദീനാനുകമ്പകൊണ്ടും കറുത്ത മക്കൾക്ക് മൂന്നു തവണ വിദ്യാലയപ്രവേശനാനുമതിയുണ്ടായിട്ടും അതിനെതിരെ പത്മവ്യൂഹം തീർത്തവരുടെ പ്രതിനിധികളാണ് 'മലയാളി മെമ്മോറിയലിന്റെ നേതാക്കളും ഭീമഹർജിയിൽ ഒപ്പു ചാർത്തിയ പതിനായിരം പേരും എന്നത് ആർക്കാണറിഞ്ഞുകൂടാത്തത്? ജി.പി. പിള്ളമാരും ശങ്കരമേനോന്മാരും തമിഴ് ബ്രാഹ്മണരെ തുരത്താൻ ഗോദയിൽ ഇറങ്ങിയത് സവർണരെ സർക്കാർ കസാരയിലിരുത്താൻവേണ്ടി മാത്രം എന്നു സ്പഷ്ടം.

മധ്യവയസ്കനായ അയ്യൻകാളി

സിലോൺ ഡെപ്യൂട്ടി കമ്മീഷണർ - അയ്യൻകാളി കൂടിക്കാഴ്ച*

കായികശേഷിയും അധ്വാനമികവുമുള്ള പുലയയുവാക്കളെക്കുറിച്ചറിഞ്ഞ സിലോൺ (ഇന്നത്തെ ശ്രീലങ്ക) ലേബർ ഡിപ്പാർട്ടുമെന്റ് അവരെ തങ്ങളുടെ തൊഴിൽമേഖലയിൽ വിന്യസിക്കാൻ പദ്ധതിയിട്ടു. അതിന്റെ സാധ്യതയെക്കുറിച്ചുള്ള അന്വേഷണങ്ങൾക്കായി സിലോൺ ലേബർ കമ്മീഷണർ എച്ച്. സ്ക്കോബിൾ നിക്കോൾസണി(Scobil Nicholson)ന്റെ നിർദ്ദേശപ്രകാരം അവരുടെ സ: കമ്മീഷണർ എൻ.എച്ച്.എം. ബൗഡൺ (N.H.M. Bowdon) 1914 ഒക്ടോബറിൽ തിരുവിതാംകൂറിലെത്തി അയ്യൻകാളിയുമായി കൂടിക്കാഴ്ച നടത്തി. ഇതു സംബന്ധിച്ച സിലോൺ ലേബർ കമ്മീഷണറുടെ 1914-15ലെ റിപ്പോർട്ടിലെ പ്രസക്തഭാഗങ്ങൾ:

1914 ഒക്ടോബർ 27ന് എൻ.എച്ച്.ബൗഡൻ കൊല്ലത്ത് എത്തി. അദ്ദേഹം കൊല്ലം ഡിവിഷന്റെ (പിൽക്കാലത്ത് ജില്ല) ചാർജ്ജ് വഹിച്ചിരുന്ന ദിവാൻ പേഷ്ക്കാർ രാജാറാം അയ്യരെ കണ്ട് സംഭാഷണം നടത്തി. ദിവാൻ പേഷ്ക്കാർ പുലയ കൂലിക്കാരെക്കുറിച്ച് ഇങ്ങനെ അറിയിച്ചു.

".... ഈ കൂലിക്കാരായ പുലയർ കഠിനാധ്വാനികളാണ്. പക്ഷേ ഇപ്പോൾ അവർ മദ്യപാനികളായി മാറിക്കഴിഞ്ഞിരിക്കുന്നു. ഇവർ കൂലി വേലയ്ക്കായി പുറംലോകത്തേക്ക് കുടിയേറാൻ താത്പര്യം കാണിക്കുമോ എന്ന് എനിക്കു വിശ്വാസമില്ല. മാത്രമല്ല അവർ വിദ്യാഭ്യാസമില്ലാത്തതിനാൽ വേണ്ടത്ര അറിവോ നിയമപരമായ അവബോധമോ ഇല്ലാത്തതിനാൽ എല്ലാ കാര്യങ്ങളും സംശയത്തോടെ കാണുന്നവരുമാണ്."

ഈ കൂടിക്കാഴ്ചയ്ക്കുശേഷം അന്ന് ഉച്ചയോടെ ഡെപ്യൂട്ടി കമ്മീഷണർ റോഡുമാർഗ്ഗം തിരുവനന്തപുരത്തേക്കു പോയി. അവികസിതമായ പ്രദേശമാകയാൽ റോഡുകളും വളരെ മോശമായിരുന്നു. മണ്ണ്റോഡിലൂടെയുള്ള യാത്രയ്ക്കിടയിൽ അദ്ദേഹം വഴിമധ്യേ ഒട്ടുവളരെ പുലയരെ കാണുകയുണ്ടായി. ആരോഗ്യവാന്മാരായ പുലയർ കൃഷിപ്പണിയിലും റോഡുപണികളിലും ഏർപ്പെട്ടിരിക്കുകയായിരുന്നു. തിരുവനന്തപുരത്ത് എത്തുന്നതിനു മുൻപ് ചെങ്കോട്ട റോഡിൽ ചില ഗ്രാമങ്ങൾ സന്ദർശിച്ചു. അവിടെനിന്നും പുലയരും നായന്മാരും തമ്മിൽ ഈയിടെ കലഹങ്ങൾ നടന്നിരുന്നതായി അറിഞ്ഞു. പരേതനായ ദിവാൻ പി. രാജഗോപാലാചാരി നടത്തിയ വിദ്യാഭ്യാസ പ്രവർത്തനത്തിന്റെ ഫലമായി പുലയരുടെ

---

* പുലയ കൂലിക്കാരെ സിലോണിൽ കങ്കാണിപ്പണിക്ക് റിക്രൂട്ടു ചെയ്യുന്നതിനായി തിരുവിതാംകൂറിലെത്തിയ സിലോൺ ഡെപ്യൂട്ടി ലേബർ കമ്മീഷണർ N.H.M. ബൗഡന്റെ സന്ദർശന റിപ്പോർട്ടിന്റെ പ്രസക്ത ഭാഗങ്ങൾ. ഇതിന്റെ പകർപ്പ് ഹൈദരാബാദ് നൈസാം കോളേജിൽ ഗവേഷണ വിദ്യാർത്ഥിയായ വൈക്കം സ്വദേശി സെന്തിൽ ശേഖരിച്ച് എഴുത്തുകാരനായ കുന്നുകുഴി എസ്. മണി മുഖാന്തിരം ഗ്രന്ഥകാരനു ലഭിച്ചു.

ഇടയിൽ വിദ്യാഭ്യാസ പ്രവർത്തനങ്ങൾ വ്യാപിക്കാൻ തുടങ്ങിയതറിഞ്ഞ് നായന്മാർ ക്ഷുഭിതരായി പുലയരോട് കലാപത്തിന് ഇറങ്ങുകയായിരുന്നു. പുലയരുടെ ഉയർച്ച നായന്മാർ യാതൊരു പ്രകാരത്തിലും ഇഷ്ടപ്പെട്ടിരുന്നില്ല. അവർ പുലയരുടെ എണ്ണമറ്റ കുടിലുകൾ തീവെച്ചു നശിപ്പിച്ചു. തന്നെയുമല്ല ഒട്ടുമിക്ക പുലയരെയും കൊടുംവനങ്ങളിലേക്ക് ആട്ടിപ്പായിക്കുകയും ചെയ്തു. പുലയർ അധഃസ്ഥിതർ ആയതിനാൽ പുരോഗമന പ്രവർത്തനങ്ങളിൽ ഇടപെട്ടതിന്റെ ശിക്ഷയായിട്ടായിരുന്നു ജാതിനായന്മാർ ഇത്തരം അക്രമപ്രവർത്തനങ്ങളിലേക്ക് കടന്നത്. നായന്മാർ പുലയക്കുടിലുകൾ കത്തിച്ചതിനു പ്രതികാരമായി പുലയർ കത്തിച്ച നായന്മാരുടെ വീടുകളിൽ രണ്ടെണ്ണം മിസ്റ്റർ ബ്രൗഡൻ കാണുകയുണ്ടായി.

ഈ കാലത്ത് തിരുവിതാംകൂറിൽ അയ്യൻകാളിയുടെ നേതൃത്വത്തിൽ സഞ്ചാരസ്വാതന്ത്ര്യത്തിനും വിദ്യാലയപ്രവേശനത്തിനും മറ്റുമായി ഒട്ടേറെ പ്രക്ഷോഭങ്ങൾ നടക്കുന്നുണ്ടായിരുന്നു. 30-ാം തീയതി ശനിയാഴ്ച ഡെപ്യൂട്ടി കമ്മീഷണർ ബ്രിട്ടീഷ് റസിഡന്റ് ഗ്രഹാമിനെ കണ്ടു. അദ്ദേഹം അഭിപ്രായപ്പെട്ടത് യാതൊരു കാരണവശാലും കുടിയേറ്റം ബ്രിട്ടീഷ് ഗവണ്മെന്റിന്റെ പരിഗണനയിലുള്ള വിഷയമല്ലാത്തതിനാൽ ദിവാനെ കണ്ട് സംസാരിക്കുകയായിരിക്കും ഉചിതം എന്നാണ്.

ഉച്ചകഴിഞ്ഞ് ഡെപ്യൂട്ടി കമ്മീഷണർ തിരുവനന്തപുരം പട്ടണത്തിന്റെ കുറച്ചകലെ കിഴക്കുഭാഗത്തുള്ള ചില ഗ്രാമങ്ങൾ കാണാൻ പോയി. അദ്ദേഹം വള്ളപ്പാൾ എന്ന സ്ഥലത്തെത്തി. അവിടെ ഒട്ടേറെ പുലയർ ജോലികളിൽ ഏർപ്പെട്ടിരിക്കുന്നതു കണ്ടു. അവരുടെ ജോലി സമ്പ്രദായം, ജീവിതരീതികൾ, കൂലി തുടങ്ങിയ കാര്യങ്ങൾ അന്വേഷിച്ചു. തുടർന്ന് പരേതനായ വിശാഖം തിരുനാൾ മഹാരാജാവിന്റെ പുത്രൻ നാരായണൻ തമ്പിയെ ഡെപ്യൂട്ടി കമ്മീഷണർ സന്ദർശിച്ചു. തമ്പി ധാരാളം ഭൂസ്വത്തുള്ളയാളും കൊല്ലത്തും കന്യാകുമാരിക്കുമിടയിൽ ബസ് സർവ്വീസ് നടത്തുന്ന 'ട്രാവൻകൂർ കൊമേഴ്സിയൽ കോർപ്പറേഷന്റെ' മാനേജിംഗ് ഡയറക്ടറുമായിരുന്നു. പുലയരെക്കുറിച്ച് തമ്പിയുടെ അഭിപ്രായം ഇങ്ങനെയായിരുന്നു:

"പുലയരും നായന്മാരും തമ്മിലുള്ള പഴയ ബന്ധം തകർന്നിരിക്കുകയാണിന്ന്. പുലയർ തീർത്തും അടിമകളായിട്ടുണ്ട്. അവരെ വിലയ്ക്കു വാങ്ങാനും വിൽക്കാനും കഴിയുന്ന അവസ്ഥയാണിപ്പോൾ. അടിമത്തം ഗവണ്മെന്റ് അവസാനിപ്പിച്ചുവെങ്കിലും തങ്ങൾക്ക് മറ്റു ജോലികളൊന്നുമില്ലാത്തതിനാൽ നായർജന്മിമാരെത്തന്നെ ആശ്രയിക്കേണ്ട സ്ഥിതി പുലയർക്കുണ്ട്. ജാതിയുടെ പരിണത ദൂഷ്യഫലങ്ങൾ നഗരങ്ങളിൽ രൂക്ഷമല്ലെന്ന് വ്യക്തികൾക്കു മനസ്സിലാവുമെങ്കിലും ഗ്രാമപ്രദേശങ്ങളിൽ അത് ഭയാനകമായി നിലനിൽക്കുകതന്നെ ചെയ്യുന്നുണ്ട്. ഈയിടെയുണ്ടായ പുലയർ-നായർ കലാപങ്ങൾ പുലയരെ കുടിയേറ്റത്തിന് പ്രേരിപ്പിക്കാൻ സഹായകമാണ്. അവർ നല്ല ജോലിക്കാരാണെങ്കിലും വിശ്വസ്തരല്ലാതായിക്കൊണ്ടിരിക്കുന്നു..."

ഒക്ടോബർ 31–ന് ഡെപ്യൂട്ടി ലേബർ കമ്മീഷണർ ദിവാനെ കാണാൻ ഭക്തിവിലാസത്തിൽ എത്തിയെങ്കിലും കാണാനായില്ല. നവംബർ 1–ാം തീയതി ദിവാൻ കൃഷ്ണൻനായരെ കണ്ട് അഭിമുഖസംഭാഷണം നടത്തി. പുലയവിഭാഗത്തിൽ കുറേപ്പേരെ സിലോണിൽ കങ്കാണിപ്പണിക്ക് കൊണ്ടുപോകുന്ന കാര്യത്തിൽ അവരെ കുടിയേറ്റത്തിനു പ്രേരിപ്പിക്കണമെന്ന് ദിവാൻ പറഞ്ഞു. പക്ഷേ, അവരെ കൊണ്ടുപോവുക പ്രയാസമേറിയ കാര്യമാണ്. എന്നാൽ പ്രജാസഭ മെമ്പർ അയ്യൻകാളിയുടെ സഹകരണം ലഭിച്ചാൽ അതു സാധിക്കുമെന്ന് ദിവാൻ പറഞ്ഞു. ഈയിടെയുണ്ടായ കലാപങ്ങൾ അവരെ പറഞ്ഞുവിടുന്നതിന് സഹായകരമായിരിക്കും. ഇക്കാര്യത്തിൽ സ്റ്റേറ്റിന് എതിരഭിപ്രായമില്ല..."

ജൂബിലി ഹാൾ സമ്മേളനം (1941): ശ്രീമൂലം പ്രജാസഭയുടെ ഓരോ സമ്മേളനവും അവസാനിക്കുന്ന ദിവസം തിരുവനന്തപുരം വിക്ടോറിയ ജൂബിലി ടൗൺ ഹാളിൽ ഒരു ഹരിജൻ സമ്മേളനം വിളിച്ചു കൂട്ടുകയെന്നത് അയ്യൻകാളി വളരെ നിഷകർഷയോടെ നടത്തി വന്ന ഒരു പരിപാടിയായിരുന്നു. ഈ സമ്മേളനത്തിൽ ദിവാൻജിയും ചീഫ് സെക്രട്ടറിയും എല്ലാം വകുപ്പ് അദ്ധ്യക്ഷന്മാരും കൃത്യമായി പങ്കെടുക്കാറുണ്ടായിരുന്നു. ഹരിജനങ്ങളുടെ വിവിധ പ്രശ്നങ്ങൾ അധികൃതരുടെ സജീവ ശ്രദ്ധയിൽ കൊണ്ടുവരുന്നതിന് ഇത്തരം സമ്മേളനങ്ങൾ അങ്ങേയറ്റം പ്രയോജനപ്പെട്ടിരുന്നു. ഇപ്രകാരം നടന്ന ഒരു സമ്മേളനത്തിന്റെ വി.ജെ.ടി. ഹാൾ പശ്ചാത്തലത്തിലുള്ള ഒരു ചിത്രമാണ് മുകളിൽ. 1941ൽ ആണ് ഈ ചിത്രം എടുത്തത്. തറയിൽ ചമ്രം പടിഞ്ഞിരിക്കുന്നവരിൽ ഇടതു നിന്ന് മൂന്നാമത് കുഞ്ഞിനെ (വത്സല) മടിയിൽ വച്ചിരിക്കുന്നത് അയ്യൻകാളിയുടെ മകൾ കെ. തങ്കമ്മ, ഒൻപതാമത് സി.പി. രാമസ്വാമി അയ്യർ, പത്താമത് മഹാത്മാ അയ്യൻകാളി. കസേരയിലിരിക്കുന്നവരുടെ തൊട്ടു പിൻനിരയിൽ നിൽക്കുന്നവരിൽ: വലതുനിന്ന് നാലാമത് മഹാത്മാ അയ്യൻകാളിയുടെ പത്നി കെ. ചെല്ലമ്മ, അഞ്ചാമത് കെ. ശിവതാണു (അയ്യൻകാളിയുടെ പുത്രൻ).

തുടർന്ന് തിരുവനന്തപുരം പട്ടണത്തിൽനിന്നും 32 മൈൽ അകലെയുള്ള തിരുവിതാംകൂറിന്റെ പഴയ തലസ്ഥാനപട്ടണമായ പത്മനാഭപുരത്ത് ബൗഡൻ എത്തി. പത്മനാഭപുരം തമിഴർക്കും മലയാളികൾക്കുമിടയിലുള്ള അതിർത്തിപ്രദേശമാണ്. അതിവിശാലമായി പരന്നുകിടക്കുന്ന നെൽകൃഷിപ്പാടങ്ങൾ. പാടശേഖരങ്ങളിൽ വെള്ളമെത്തിക്കുന്ന നിരവധി കനാലുകൾ. നവംബർ 2ന് കന്യാകുമാരിയിലെത്തിയ ബൗഡൻ ഉച്ചയ്ക്കുശേഷം നാഗർകോവിലിലെ 'ലണ്ടൻ മിഷൻ സൊസൈറ്റി (L.M.S.)യിലെ റവറന്റ് സിൻക്ലയറിനെ കണ്ടു. പുലയരെക്കുറിച്ച് അറിയാമെന്നും അവരുടെ ചുറ്റുപാടുകളിൽ മതിപ്പില്ലെന്നും എന്നാൽ കൃഷിപ്പണികളിൽ സമർത്ഥരാണെന്നും ക്ലയർ പറഞ്ഞു.

പിന്നീട് ബൗഡൻ നാഗർകോവിൽ സാൽവേഷൻ ആർമി (രക്ഷാസൈന്യം)യുടെ ചാർജ്ജുള്ള നരൂരി എന്ന വനിതയെ കണ്ടു. അടിക്കടി ഉണ്ടാകുന്ന കലാപങ്ങൾ കാരണം ഇവിടം വിട്ട് കുടിയേറ്റത്തിന് പുലയർ സന്നദ്ധരാവുമെന്ന് നരൂതി അഭിപ്രായപ്പെട്ടു. മടങ്ങി, നവംബർ 3-ാം തീയതി ബൗഡൻ വെങ്ങാനൂരിൽ അയ്യൻകാളിയെ കാണാനെത്തി. സ്കൂൾ അങ്കണത്തിൽ വിശ്രമിക്കുകയായിരുന്ന അയ്യൻകാളിയുമായി സംഭാഷണം നടത്തി. പുലയരെ സിലോണിൽ കങ്കാണിപ്പണിക്ക് (കുടിയേറ്റത്തിനല്ല) അയയ്ക്കുന്ന കാര്യത്തിൽ സഹായിക്കാമെന്ന് അയ്യൻകാളി ബൗഡന് വാക്കുകൊടുത്തു. കൂടിക്കാഴ്ചയ്ക്കുശേഷം ബൗഡൻ തിരുവനന്തപുരത്തേക്കു മടങ്ങി. ഇതിന്റെ വെളിച്ചത്തിൽ പുലയർ ജോലിക്കായി സിലോണിലേക്ക് അയയ്ക്കപ്പെട്ടുവോ എന്നു നിശ്ചയമില്ല.

റിപ്പോർട്ടിന്റെ പ്രസക്തഭാഗങ്ങൾ ഇവിടെ എടുത്തുചേർത്തത് ഔദ്യോഗികതലത്തിലും ഉപരിവർഗങ്ങൾക്കിടയിലും രാജകുടുംബങ്ങളുമായി ബന്ധപ്പെട്ടവർക്കിടയിലും ക്രിസ്ത്യൻ മതപ്രചാരകർക്കിടയിലും അന്നത്തെക്കാലത്ത് പുലയരെക്കുറിച്ചുള്ള അഭിപ്രായങ്ങളുടെയും ധാരണകളുടെയും ഒരു ലഘുചിത്രം നൽകാനാണ്.

1914 അവസാനം കൃത്യമായി പറഞ്ഞാൽ 1914 ഒക്ടോബർ 31-ന് മറ്റൊരു സമുദായ സംഘടനാരൂപീകരണത്തിനുകൂടി തിരുവിതാംകൂർ സാക്ഷ്യം വഹിച്ചു. ചങ്ങനാശ്ശേരിയിൽ ഒത്തുകൂടി 'നായർ സർവ്വീസ് സൊസൈറ്റി' (N.S.S.) രൂപീകരിച്ചു. ചങ്ങനാശ്ശേരി ബർക്മാൻസ് സ്കൂളിലെ അധ്യാപകനായിരുന്നു അന്ന് കേളപ്പൻ. കേളപ്പൻ പ്രസിഡണ്ടും മന്നത്തു പത്മനാഭൻ സെക്രട്ടറിയുമായി. നായർ സമുദായ പരിഷ്കരണവും അയിത്തോച്ചാടന പ്രവർത്തനങ്ങളും നടത്താൻ എൻ.എസ്.എസ്. തീരുമാനിച്ചു. ആദ്യകാലത്ത് ഈ സംഘടന മിശ്രഭോജന പ്രചാരണങ്ങൾ നടത്തി.

1915 ആവുമ്പോഴേക്കും സാധുജന പരിപാലനസംഘത്തെ പ്രതിനിധീ കരിച്ച് 4 അംഗങ്ങൾ പ്രജാസഭയിലെത്തി. അയ്യൻകാളി, ചരതൻ സോളമൻ, വെള്ളിക്കര ചോതി, കുറുമ്പൻ ദൈവത്താൻ. പ്രമുഖരായ ഈ നേതാക്കളുടെ പ്രജാസഭ സാമാജികത്വം ഒരേസമയം ഉപയോഗ പ്പെടുത്തിക്കൊണ്ട് അവശജനവിഭാഗത്തിന്റെ താത്പര്യങ്ങൾ സംരക്ഷി ക്കാനുള്ള വീറുറ്റ ശബ്ദങ്ങൾ സഭയിൽ മുഴങ്ങിത്തുടങ്ങി. 1916 ഫെബ്രു വരി 1ന് അയ്യൻകാളിയുടെ ജീവിതത്തിൽ പ്രകാശം പരത്തിക്കൊണ്ട് ഒരു പൊന്നോമനയ്ക്ക് ചെല്ലമ്മ ജന്മം നൽകി. നാല് ആൺമക്കൾക്കു ശേഷം ഏറ്റവും ഒടുവിലത്തേതായി ഒരു പെൺകുഞ്ഞ്. അവൾ അച്ഛനമ്മ മാരുടെയും സഹോദരങ്ങളുടെയും വാത്സല്യത്തിടമ്പായും തങ്കക്കുട മായും മാറി. അച്ഛനമ്മമാർ അവൾക്ക് തങ്കാവ എന്നു പേരിട്ടു. ഈ പെൺ കുട്ടി പിൽക്കാലത്ത് ടി.ടി. കേശവൻ ശാസ്ത്രിയുടെ വധുവായി.

1916 ആയപ്പോഴേക്കും സംഘത്തിൽ നിന്ന് കൊഴിഞ്ഞുപോക്ക് ആരംഭിച്ചു. സംഘത്തിന്റെ ശക്തനായ നേതാവായിരുന്ന ഈ നോസ് വാധ്യാർ സംഘടന വിട്ടുപോയി. അനുയായികളുമായി ചേർന്ന് അദ്ദേഹം 1916 ഏപ്രിൽ 3ന് 'അയ്യനവർ മഹാസഭ' രൂപീകരിച്ചു. സംഘടനയുടെ ഉന്നത നേതാവായി ജോൺ യേശുദാസ് തിരഞ്ഞെടുക്കപ്പെട്ടു.

പതിനൊന്ന്

സമാനഹൃദയരായ സഹപ്രവർത്തകർ

സാധുജന പരിപാലനസംഘത്തിന് അയ്യൻകാളിയെകൂടാതെ കരുത്തുറ്റ ഒരു നേതൃനിരയുണ്ടായിരുന്നു. തോമസ് വാധ്യാർ, വിശാഖം തേവൻ, ഈനോസ് വാധ്യാർ, ചരതൻ സോളമൻ, വെള്ളിക്കര ചോതി, കുറുമ്പൻ ദൈവത്താൻ, ഗോപാലദാസൻ, ശീതങ്കൻ തുടങ്ങിയവർ. വെള്ളിക്കര ചോതി, സംഘത്തിലെ ബുദ്ധിജീവിയായിരുന്നുവെങ്കിൽ ദൈവത്താനാവട്ടെ മികച്ച സംഘാടകനും പ്രഭാഷകനുമായിരുന്നു.

സാധുജനപരിപാലനസംഘത്തിന്റെ 'മാനേജർ' പദവിയിൽ എത്തി കരുത്തുറ്റ സംഘാടകനായി മാറിയ ദൈവത്താൻ അധഃകൃതോദ്ധാരണ സമരപഥത്തിലെ ഇതിഹാസോജ്ജ്വലമായ ഒരേടാണ്. പിന്നീട് അയ്യൻകാളിയുമായുണ്ടായ അഭിപ്രായഭിന്നതയെത്തുടർന്ന് സംഘം വിട്ടുപോവുകയും 'ഹിന്ദുപുലയസമാജം' രൂപീകരിച്ച് പ്രവർത്തിക്കവേ അകാലത്തിൽ അന്തരിക്കുകയും ചെയ്ത ദൈവത്താൻ ഇന്ന് ഏറെ വിസ്മൃതനാണ്.

ആറന്മുള പാർത്ഥസാരഥിക്ഷേത്രത്തിനടുത്ത് കുരവയ്ക്കൽ ചക്കോളയിൽ കുറുമ്പന്റെയും തെക്കേതിൽപറമ്പിൽ താളിയുടെയും മകനായി കൊ.വ. 1055 മകരം 12 (എ.ഡി.1580)ന് ദൈവത്താൻ ജനിച്ചു. ജന്മിമാരായ തലാപ്പിൽ കുടുംബം വക പുരയിടത്തിൽ കുടികിടപ്പുകാരായിരുന്നു ദൈവത്താന്റെ മാതാപിതാക്കൾ. ആറുമക്കളിൽ രണ്ടാമത്തേതായിരുന്നു ദൈവത്താൻ. ദൈവത്താന്റെ പിതാവ് ഉഴവുമാടു കച്ചവടവും പാട്ടക്കൃഷിയും നടത്തി സ്വന്തമായി പുരയിടം വാങ്ങി കിടാരത്തിൽ എന്ന വീടു പണിതു. തന്നിമിത്തം മറ്റു പുലയരേക്കാൾ ഭേദപ്പെട്ട നിലയിലായിരുന്നു ദൈവത്താന്റെ കുടുംബം.

ഇടയാറന്മുളയിൽ സവർണരുടെ ശ്രദ്ധയിൽപ്പെടാത്ത കൊച്ചുകുഞ്ഞാശാന്റെ അടുക്കൽ ദൈവത്താൻ നിലത്തെഴുത്തു പഠിച്ചു. പിന്നീട് കുചേലവൃത്തം, കിരാതം, സുന്ദരീസ്വയംവരം തുടങ്ങിയ പല കാവ്യങ്ങളും ഹൃദിസ്ഥമാക്കി. വിദ്യ അഭ്യസിക്കുന്നതിലും കന്നുകാലി വളർത്തലിലും കൃഷിയിലും ശ്രദ്ധവെച്ച ദൈവത്താൻ യുവാവായപ്പോൾ ഇടയാറന്മുളയിൽ

മേലേപ്പറമ്പിൽ ചാത്തന്റെ മകൾ ദൈവത്താൾ എന്ന യുവതിയെ വിവാഹം ചെയ്തു. കുറേനാൾ കഴിഞ്ഞ് ഭാര്യവീട്ടിൽ താമസിച്ചുവരവേ കിഴക്കൻ മലമുകളിലെ തോട്ടങ്ങളിൽ ജോലിക്ക് തൊഴിലാളികളെ എത്തിക്കുന്ന കങ്കാണിപ്പണിയിൽ ഏർപ്പെട്ട് സാമ്പത്തികഭദ്രത നേടി സ്വന്തമായി ഭൂമി വാങ്ങി വീടുവെച്ചു.

മധ്യതിരുവിതാംകൂറിൽ ജാതിവിവേചനവും അയിത്താചാരവും അക്കാലത്ത് രൂക്ഷമായിരുന്നു. 1855ൽ തിരുവിതാംകൂറിൽ അടിമത്തം നിരോധിച്ചിരുന്നുവെങ്കിലും ഭൂമിയിലെ മറ്റു സ്ഥാവരദേഹണ്ണങ്ങൾക്കൊപ്പം ദളിത് വേലക്കാരെയും വില നിശ്ചയിച്ച് തീറാധാരങ്ങളിലൂടെ കൈമാറ്റം ചെയ്യുന്ന പതിവ് തുടർന്നുപോന്നു.

സാമ്പത്തികബന്ധങ്ങളിലെ ചൂഷണമായിരുന്നു ഏറെ അസഹനീയം. കൂലി നിശ്ചയിച്ചിരുന്നത് ജന്മികൾതന്നെ. പ്രതിഷേധിച്ചാൽ ശാരീരികപീഡനവും തൊഴിൽനിരോധനവും. ദൈവത്താൻ ഇതിനെതിരെ ജന്മിപ്പുരയിടങ്ങളിലെ കയ്യാല*കളിൽ ചുണ്ണാമ്പും കുമ്മായവും ഉപയോഗിച്ച് മുദ്രാവാക്യങ്ങൾ എഴുതി:

"തമ്പ്രാന്മാർക്ക് വേലയെടുത്താൽ
കൂലി തരത്തില്ല
അത്താഴി തന്നാൽ മുന്നാഴി കാണും
മറുത്തുരച്ചാൽ വേല മുടക്കും."

ഇതിന്റെ പേരിൽ അദ്ദേഹത്തിന് പലപ്പോഴും ശാരീരികമായ കയ്യേറ്റങ്ങൾ നേരിടേണ്ടിവന്നിട്ടുണ്ട്. മധ്യതിരുവിതാംകൂറിൽ ജാതിവിവേചനവും അയിത്താചാരവും അന്നും രൂക്ഷമായിരുന്നു.

"നേരം പോയ നേരത്തും
കൊല്ലാക്കൊല കൊല്ലണിയേ
അരമുറി കരിക്കും തന്ന്
കൊല്ലാക്കൊല കൊല്ലണിയേ
യേനിവിടെ വന്നേപ്പിന്നെ
വെട്ടാക്കുളം വെട്ടിച്ചേ
യേനിവിടെ വന്നേപ്പിന്നെ
കെട്ടാപ്പുര കെട്ടിച്ചേ
അരത്തൊണ്ടു കള്ളും തന്ന്
നേരംപോയ നേരത്തും
കൊല്ലാക്കൊല കൊല്ലണിയേ"

---

* പുരയിടങ്ങളെ വേർതിരിക്കാൻ ഇടനാടുകളിലും മലമ്പ്രദേശങ്ങളിലും കെട്ടിയുയർത്തുന്ന മൺഭിത്തി

-ആത്മരോദനങ്ങളും ഗദ്ഗദം കൊള്ളുന്ന പ്രതിഷേധങ്ങളും ഗാന രൂപമാർന്ന് പുലയന്റെ കണ്ണീരിനൊപ്പം കണ്ഠനാളത്തിലൂടെ ഊർന്നു വീണ കാലം... കൂടപ്പിറപ്പുകളുടെ ദീനരോദനങ്ങൾ നാലുപാടുനിന്നും കേട്ടിരിക്കെ ദൈവത്താന്റെ ചേതന വിറകൊണ്ടു; ഒപ്പം അങ്ങ് തെക്കൻ ദിക്കിൽ ഉദിച്ചുയർന്ന പ്രതീക്ഷയുടെ സൂര്യനെ കണ്ടു. അവിടത്തെ വിമോ ചനപ്പോരാട്ടങ്ങളുടെ ശംഖൊലി ചെവിയിൽ വന്നലച്ചു. അയ്യൻകാളിയും സാധുജനപരിപാലനസംഘവും സിരകളിൽ ആവേശമായി പടർന്നു കയറി. മധ്യതിരുവിതാംകൂറിൽ അയ്യൻകാളി പ്രസ്ഥാനത്തിന് നേതൃത്വം കൊടുത്തുകൊണ്ട് വെള്ളിക്കര ചോതി സക്രിയനായി രംഗത്തുണ്ടായി രുന്നു. ദൈവത്താൻ സംഘം പ്രവർത്തകനായി. അദ്ദേഹം താമസംവിനാ വെങ്ങാനൂരെത്തി അയ്യൻകാളിയെ കണ്ടു. എഴുത്തും വായനയും വശ മുള്ള, പ്രസംഗപാടവമുള്ള, സ്വവർഗ്ഗത്തോട് പ്രതിബദ്ധതയുള്ള യുവാ വായ ദൈവത്താനെ അയ്യൻകാളി സംഘത്തിന്റെ മാനേജർപദവിയിൽ നിയമിച്ചു. സംഘടനാകാര്യങ്ങൾ ശ്രദ്ധിക്കുക, കണക്കുകൾ നോക്കുക, രേഖകൾ തയ്യാറാക്കുക എന്നിവയായിരുന്നു മാനേജരുടെ ജോലി. ചുമതലകൾ വീഴ്ചകൂടാതെ നിർവ്വഹിക്കണമെങ്കിൽ വെങ്ങാനൂരിൽ ജനറൽ സെക്രട്ടറിയായ അയ്യൻകാളിക്കൊപ്പം ഉണ്ടാവണം. പക്ഷേ ഇട യ്ക്കിടെ ദൈവത്താന് നാട്ടിൽ പോവാതെ വയ്യ. അദ്ദേഹം നാട്ടിലും വെങ്ങാ നൂരിലുമായി സഭാകാര്യങ്ങളും കുടുംബകാര്യങ്ങളും നോക്കിനടത്തി. നാട്ടിൽ പോവുമ്പോൾ ചിലപ്പോൾ സെക്രട്ടറിയും അദ്ദേഹത്തെ അനു ഗമിക്കും.

ഇടയ്ക്കിടെയുള്ള മധ്യതിരുവിതാംകൂർ സന്ദർശനങ്ങളിലൂടെ ആ നാട്ടിലെ അധഃകൃതജീവിതത്തിന്റെ നാഡീസ്പന്ദനങ്ങൾ അയ്യൻകാളി സ്പർശിച്ചറിഞ്ഞു. ചരതൻ സോളമന്റെ ജന്മനാടായ കുട്ടനാടും ചങ്ങനാ ശ്ശേരിയും തിരുവല്ലയും അവിടത്തെ അധഃകൃതജനതയും സാധുജനപരി പാലനസംഘത്തെയും അതിന്റെ അമരക്കാരനെയും സ്നേഹിക്കുന്നുണ്ട്. അയ്യൻകാളിയുടെ മധ്യതിരുവിതാംകൂറിലേക്കുള്ള സന്ദർശനങ്ങൾ തുടർന്നു. പിന്നീടദ്ദേഹം അവിടെ ക്യാമ്പു ചെയ്യാൻ തുടങ്ങി. ആഴ്ചകളും മാസങ്ങളും ചിലപ്പോൾ വർഷങ്ങൾപോലും. ചെങ്ങന്നൂർ, തിരുവല്ല, മെഴു വേലി, കോഴഞ്ചേരി, കിടങ്ങന്നൂർ തുടങ്ങിയ പ്രദേശങ്ങളിൽ തന്റെ നിസ്തന്ദ്രമായ പരിശ്രമംകൊണ്ട് സംഘത്തിന്റെ പ്രവർത്തനം വ്യാപി പ്പിക്കാൻ ദൈവത്താനു കഴിഞ്ഞു. നല്ലൊരു പ്രഭാഷകനായിരുന്നു അദ്ദേഹം. ഉച്ചഭാഷിണിയും യാത്രാസൗകര്യങ്ങളും ഇല്ലാതിരുന്ന അക്കാ ലത്തുപോലും ദൈവത്താന്റെ പ്രസംഗം കേൾക്കാൻ ദൂരെ ദിക്കുകളിൽ നിന്നുപോലും പുരുഷാരം എത്തിച്ചേർന്നു.

നിനച്ചിരിക്കാതെയാണ് അയ്യൻകാളിക്കും ദൈവത്താനുമിടയിൽ അഭി പ്രായഭിന്നതയുടെ കാർമേഘങ്ങൾ ഉരുണ്ടുകൂടിയത്. സംഘടനാരംഗത്ത് അയ്യൻകാളിയുടെ വലംകൈ ആയിരുന്ന ദൈവത്താൻ 1916 മാർച്ച് 17നും

ഒക്ടോബർ 4നും ഇടയിൽ വഴിപിരിഞ്ഞു. ഈ വേർപിരിയലിന്റെ യഥാർത്ഥ കാരണങ്ങൾ വ്യക്തമല്ല. ഈ വിഷയത്തിൽ വ്യക്തമായ വിവരങ്ങൾ അന്വേഷിച്ച് ഈ ലേഖകൻ പലരേയും സമീപിച്ചു. ഓൾ കേരള പുലയർ മഹാസഭയുടെ മുൻജനറൽ സെക്രട്ടറി കുന്നുകുഴി എസ്. മണി, അയ്യൻകാളിയുടെ മകൾ പരേതയായ തങ്കമ്മയുടെ പുത്രനും ഗ്രന്ഥകാരനുമായ ടി.കെ. അനിയൻ അങ്ങനെ പലരേയും. ആർക്കും സഹായിക്കാനായില്ല. രേഖകളോ കേട്ടറിവുകൾപോലുമോ ലഭ്യമല്ലതാനും.

മതപരിവർത്തനത്തോട് അയ്യൻകാളിക്ക് വിയോജിപ്പായിരുന്നുവെങ്കിലും പരിവർത്തനത്തിനു വിധേയപ്പെട്ട സ്വന്തം ആൾക്കാർക്കും അധഃകൃതർക്കു സമാനമായ സാമൂഹികപ്രശ്നങ്ങൾ ഉണ്ടെന്നും തങ്ങളുടെ സേവനം അവർക്കുകൂടി വേണ്ടതാണെന്നുമായിരുന്നു അയ്യൻകാളിയുടെ നിലപാട്. ഉച്ചനീചത്വങ്ങൾ പരിഹരിക്കാൻ മതപരിവർത്തനത്തിലൂടെ ആവില്ലെന്ന് ദൈവത്താനും വിശ്വസിച്ചിരുന്നു. പ്രമുഖ മാർക്സിസ്റ്റ് ചിന്തകനായിരുന്ന പി. ഗോവിന്ദപ്പിള്ള ഇങ്ങനെ രേഖപ്പെടുത്തി:

"...സ്വന്തം സമുദായക്കാരനും അഭ്യസ്തവിദ്യനും പിൽക്കാലത്ത് തന്റെ മകളുടെ ഭർത്താവുമായ ടി.ടി. കേശവൻ ശാസ്ത്രിയെ അവഗണിച്ചു കൊണ്ട്, മതപരിവർത്തനം ചെയ്ത ചേരമർസംഘത്തിന്റെ നേതാവായ പാമ്പാടി ജോൺ ജോസഫിനെ ശ്രീമൂലം പ്രജാസഭയിലേക്ക് അയ്യൻകാളി ശുപാർശ ചെയ്തതും ഈ മതനിരപേക്ഷസ്വഭാവത്തിന് തെളിവാണ്. ഒരുപക്ഷേ അത്രമാത്രം സഹിഷ്ണുത ദൈവത്താന് ഉണ്ടായിരുന്നിരിക്കില്ല എന്ന് ചിലർ ഊഹിക്കുന്നു. അയ്യൻകാളിയുമായി തെറ്റിപ്പിരിഞ്ഞ് ദൈവത്താൻ 1917ൽ സ്ഥാപിച്ച 'ഹിന്ദു പുലയ സമാജം' എന്ന പേരു തന്നെ ഈ വീക്ഷണവ്യത്യാസത്തിലേക്ക് വിരൽചൂണ്ടുന്നു..."*

പാമ്പാടി ജോൺ ജോസഫ് ശ്രീമൂലം പ്രജാസഭ മെമ്പറാവുന്നത് 1917ലാണ്. ഈ സ്ഥാനലബ്ധിയിൽ അയ്യൻകാളിയുടെ ശുപാർശയും ഉണ്ടായിരുന്നിരിക്കാം. 1907 ഏപ്രിൽ 30ന് ജനിച്ച കേശവൻശാസ്ത്രിക്ക് കേവലം പത്തു വയസ്സുള്ളപ്പോഴാണ് പാമ്പാടി ജോൺ ജോസഫ് പ്രജാസഭ മെമ്പർ ആവുന്നത്. (ഒട്ടേറെ പാകപ്പിഴകളുള്ള ചെന്താരശ്ശേരിയുടെ 'അയ്യൻകാളി' എന്ന ജീവചരിത്രഗ്രന്ഥമാവണം പി. ഗോവിന്ദപ്പിള്ള ഈ പ്രസ്താവനയ്ക്ക് അവലംബമാക്കിയതെന്നുവേണം കരുതാൻ). പ്രജാസഭയിലേക്കുള്ള പാമ്പാടിയുടെ അടുത്ത ഊഴം 1922ലാണ്. അന്ന് ശാസ്ത്രി ആലുവാ അദ്വൈതാശ്രമത്തിൽ വിദ്യാർത്ഥിയാണ്. അപ്പോൾ കേശവനല്ല, സാക്ഷാൽ ദൈവത്താൻ ആണ് 1917ൽ പ്രജാസഭാംഗത്വം കാംക്ഷിച്ചിരിക്കുക. അയ്യൻകാളി തഴഞ്ഞെങ്കിൽ അത് ദൈവത്താനെ

* 'കേരള നവോത്ഥാനം: യുഗസന്തതികൾ, യുഗശില്പികൾ', മൂന്നാം സഞ്ചയിക, രണ്ടാംപതിപ്പ്, പേജ് 118, ചിന്താ പബ്ലിഷേഴ്സ്.

ത്തന്നെ. 1921 ജനുവരി 14ന് പാമ്പാടി ജോൺ ജോസഫ് 'തിരുവിതാംകൂർ ചേരമർ മഹാജനസഭ' രൂപീകരിക്കുക കാരണം ആ സംഘടനയുടെ പ്രതിനിധിയായാണ് അദ്ദേഹം 1922ൽ പ്രജാസഭാംഗമായതെന്നു സ്പഷ്ടം.

നമ്മുടെ യുക്തിബോധം സ്വാഭാവികമായും ഈ നിഗമനത്തിലെത്തുന്നു; എങ്കിലും സത്യം ഇപ്പോഴും അജ്ഞാതം. 1916 മാർച്ച് 17 (1091 മീനം 4)നും ഒക്ടോബർ 4 (1092 കന്നി 19)നും ഇടയിൽ അയ്യൻകാളിയും ദൈവത്താനും വഴിപിരിയുന്നു. 1917ൽ ദൈവത്താൻ 'ഹിന്ദുപുലയ സമാജം' രൂപീകരിക്കുന്നു. 1917 മുതൽ 1918 വരെയും 1921 മുതൽ 1926 വരെയും ഹിന്ദു പുലയ സമാജം പ്രതിനിധിയായി പ്രജാസഭയിൽ അംഗമാവുന്നു. (പലരും കരുതുന്നതുപോലെ ദൈവത്താൻ പ്രജാസഭ മെമ്പറായത് സംഘം പ്രതിനിധിയായല്ല) പിന്നീട് ആറന്മുള, തിരുവല്ല പ്രദേശങ്ങൾ കേന്ദ്രീകരിച്ചുകൊണ്ട് ദൈവത്താനും സഹപ്രവർത്തകരും ഹിന്ദു പുലയ സമാജത്തെ ശക്തമാക്കി. 1917 അവസാനത്തോടെ സമാജം 'മധ്യ തിരുവിതാംകൂർ ഹിന്ദു പുലയ സമാജമായി രൂപം മാറി.

ദൈവത്താന്റെ പ്രജാസഭയിലെ കന്നിപ്രസംഗം പ്രസംഗചാതുരി കൊണ്ടും ഭാഷാനൈപുണ്യംകൊണ്ടും ശ്രദ്ധേയമായിരുന്നുവെന്ന് ഉള്ളൂർ എസ്. പരമേശ്വരയ്യർ സാക്ഷ്യപ്പെടുത്തിയിട്ടുണ്ട്. സാംസ്കാരികോൽക്കർഷത്തിനും കിടപ്പാടവും കൃഷിഭൂമിയും അധഃകൃതർക്കു ലഭിക്കുന്നതിനും വേണ്ടി തന്റെ കന്നിപ്രസംഗം ദൈവത്താൻ ഉപയോഗപ്പെടുത്തി. 1918 ഫെബ്രുവരി 19ന് ദൈവത്താൻ കോളനികളുടെ ആവശ്യകതയെപ്പറ്റി സഭയിൽ ഇങ്ങനെ പ്രസംഗിച്ചു:

"....ഒന്നിച്ചുള്ള അൻപതോ നൂറോ ഏക്കർ സ്ഥലം ഏതെങ്കിലും ഒരിടത്ത് പുലയരുടെ പേരിൽ നീക്കിവെയ്ക്കാനായാൽ അത് അവർക്ക് ഒന്നിച്ചു ജീവിക്കാൻ സൗകര്യമുണ്ടാക്കും. അനുവദിച്ച ഭൂമികളിൽ ലാഭകരമായി കൃഷിയിറക്കാനും അവിടെ സ്കൂളുകൾ സ്ഥാപിച്ച് കുട്ടികളെ അഭ്യസിപ്പിക്കാനും കഴിയും. ...റാന്നി, തോന്നല്ലൂർ, കൊട്ടാരക്കര, ഏഴുകോൺ, അഞ്ചൽ, പുനലൂർ, കിഴക്കേകല്ലട, വെളിയം എന്നീ പകുതികളിൽ കണ്ടെത്താവുന്ന ഭൂമികളുണ്ട്. (സർവ്വേ നമ്പരുകൾ ഹാജരാക്കുന്നു.)*

1914-ലെ വിളംബരപ്രകാരവും അധഃകൃത കുട്ടികൾക്ക് സ്കൂൾ പ്രവേശനം കീറാമുട്ടിയായിത്തന്നെ തുടർന്നു. ദൈവത്താൻ പ്രജാസഭാമെമ്പറായിരിക്കെ കുറേ കുട്ടികളെയുംകൂട്ടി അദ്ദേഹം കൊട്ടാരം സ്കൂളിൽ എത്തി. അന്ന് എതിർപ്പുമൂലം തിരിച്ചുപോന്നു. അടുത്ത ദിവസം ആയുധധാരികളായ കുറേ ചെറുപ്പക്കാരോടൊപ്പമാണ് സ്കൂളിലെത്തിയത്. അതുകൊണ്ട് അധഃകൃതകുട്ടികൾക്ക് അഡ്മിഷൻ ലഭിച്ചു.

---

* ശ്രീമൂലം പ്രജാസഭ രേഖകൾ (പ്രസക്ത ഭാഗങ്ങൾ) 14-ാം സെഷൻ.

ഇംഗ്ലീഷ്, മലയാളം, സംസ്കൃതം സ്കൂളുകളിൽ അധഃകൃതവിദ്യാർത്ഥികൾക്ക് സൗജന്യ വിദ്യാഭ്യാസം, ഫൈനൽ പരീക്ഷയിൽ ഫീസ് ഒഴിവാക്കൽ, സ്കോളർഷിപ്പ് തുടങ്ങിയവ ദൈവത്താന്റെ പ്രജാസഭ പ്രവർത്തനത്തിലൂടെ നടപ്പിലായി.

വൈക്കം സത്യഗ്രഹത്തിനും ഗുരുവായൂർ സത്യഗ്രഹത്തിനും ക്ഷേത്രപ്രവേശന വിളംബരത്തിനും മുൻപ് 1924 ആദ്യം ദൈവത്താൻ ഒരു അധഃകൃതജാഥ നയിച്ച് ചെങ്ങന്നൂർ മഹാദേവർ ക്ഷേത്രത്തിൽ അതിക്രമിച്ചു കടന്ന് ഭഗവത്ദർശനം നടത്തി. ഇതിന് സഹായങ്ങൾ നൽകിയത് കല്ലൂർ നാരായണപിള്ളയാണ്.

ഉത്സവത്തിന്റെ സമാപനദിനമായ 28-ാം ദിവസം (അന്ന് കൊ. വ. 1099 വൃശ്ചികം പകൽ 5 മണിക്ക്) ഉച്ചയ്ക്കുശേഷം നാരായണപിള്ളയുടെ നിർദ്ദേശപ്രകാരം കുളിച്ച്, വൃത്തിയുള്ള വസ്ത്രം ധരിച്ച് ദൈവത്താനും സംഘവും ക്ഷേത്രനടയിലെത്തി, വാദ്യഘോഷങ്ങളോടെ. ഇടയാറന്മുള, തോട്ടപ്പുഴശ്ശേരി, മാലക്കര, പുത്തൻകാവ് തുടങ്ങിയ സ്ഥലങ്ങളിൽ നിന്നുള്ള കറുത്ത വർഗ്ഗക്കാരാണ് ഘോഷയാത്രയിലുണ്ടായിരുന്നത്. ഇവരെ തടയാൻ സമയം ലഭിക്കാതെ ക്ഷേത്രജീവനക്കാർ വിഷമിക്കുന്ന തക്കം നോക്കി അവർ ക്ഷേത്രകവാടം തള്ളിത്തുറന്ന് അകത്തുകയറി. അതിക്രമിച്ചവരെ അകത്താക്കി ജീവനക്കാർ ക്ഷേത്രകവാടങ്ങൾ അടച്ചു. കല്ലൂരും സഹപ്രവർത്തകരും സന്ദർഭത്തിനൊത്ത് ഉണർന്നു പ്രവർത്തിച്ചതിനാൽ ഘോഷയാത്രക്കാർ മോചിപ്പിക്കപ്പെട്ടു.

ദൈവത്താന്റെ സംഘടനാപ്രവർത്തനങ്ങളിൽ മൂലൂർ എസ്. പദ്മനാഭപ്പണിക്കരെപ്പോലെയുള്ള മഹദ്വ്യക്തികളുടെ സൗഹൃദസഹകരണങ്ങൾ ലഭിച്ചിട്ടുണ്ട്.

1927 ഏപ്രിൽ 15ന് അധഃകൃത വിമോചനപ്പോരാട്ടങ്ങളിൽ വീരേതിഹാസം എഴുതിച്ചേർക്കാൻ പ്രാപ്നായിരുന്ന കുറുമ്പൻ ദൈവത്താൻ കേവലം 47-ാമത്തെ വയസ്സിൽ അന്തരിച്ചു. ദൈവത്താന്റെ മരണത്തിൽ അനുശോചിച്ചുകൊണ്ട് സരസകവി മൂലൂർ എഴുതി:

"അലസതയകലെക്കളഞ്ഞ ഹിന്ദു-
പ്പുലയ സമാജ കാര്യദർശി
വിലസണമിളയിങ്കൽ ദൈവദത്തൻ
പുലയർകുലത്തിനു ചിമ്മിനി പ്രദീപം."

---

* 'സരസകവി മൂലൂർ എസ്. പത്മനാഭപ്പണിക്കർ -പ്രൊഫ. എം. സത്യപ്രകാശം, രണ്ടാംപതിപ്പ്, സാംസ്കാരിക പ്രസിദ്ധീകരണ വകുപ്പ്, കേരളം.

പന്ത്രണ്ട്

സാമൂഹിക പരിവർത്തനവും അയ്യങ്കാളി പ്രസ്ഥാനവും

നവകേരളപ്പിറവിക്ക് ഈറ്റുനോവനുഭവിച്ച സാമൂഹിക, രാഷ്ട്രീയസംഭവങ്ങൾകൊണ്ട് ശ്രദ്ധേയമായിരുന്നു 1920കൾക്കുശേഷം തിരുവിതാംകൂറും പൊതുവിൽ കേരളനാടും.

1922-ൽ 'ദുരവസ്ഥ' എന്ന കാവ്യം പ്രസിദ്ധീകൃതമായി. യാഥാസ്ഥിതിക വരേണ്യവർഗ്ഗത്തിന്റെ നീതിശാസ്ത്രങ്ങളെ ആശാന്റെ ഈ കൃതി വിറകൊള്ളിക്കുകതന്നെ ചെയ്തു. 1921ലെ മാപ്പിള ലഹളയുടെ പശ്ചാത്തലത്തിൽ വിരചിക്കപ്പെട്ടതാണ് ദുരവസ്ഥ. തീണ്ടൽജാതിക്കാരനായ ചാത്തൻ എന്ന പുലയയുവാവിനോട് നിരാശ്രയയായ സാവിത്രി എന്ന അന്തർജ്ജനയുവതിക്കുണ്ടായ രാഗവായ്പും തുടർന്നുള്ള അവരുടെ ദാമ്പത്യമാണ് ഈ കാവ്യത്തിന്റെ ഇതിവൃത്തം. അക്കാലത്തിന്റെ 'നീതിബോധ'ത്തിൽ 'ദുരവസ്ഥ' മൂലമുണ്ടായ തീയും പുകയും എത്രയെന്ന് ഊഹിക്കാവുന്നതേയുള്ളൂ.

"മറ്റുള്ളവർക്കായുഴാനും നടുവാനും
കറ്റ കൊയ്യാനും മെതിക്കുവാനും
പറ്റുമീക്കൂട്ടരിരുകാലി മാടുകൾ..."

എന്ന മട്ടിൽ വിധിയെപ്പഴിച്ചും സ്വയം ശപിച്ചും കഴിഞ്ഞുകൂടിയ അധഃസ്ഥിതർ നിദ്രവിട്ടുണരുന്ന വേളയിലാണ് "...ഉൽകൃഷ്ടമായ ഒരു ധർമ്മാദർശത്തെ പുരസ്കരിച്ചുള്ള കൃത്യബോധത്താൽ പ്രേരിതനായി..." ആശാൻ ധൈര്യസമേതം 'ദുരവസ്ഥ' കേരളത്തിന്റെ മനഃസാക്ഷിയുടെ കരങ്ങളിൽ സമർപ്പിച്ചത്.

ഇരുപതുകളോടെ ദേശീയപ്രസ്ഥാനത്തിന്റെ അലകൾ കേരളത്തിലും വീശിയടിച്ചു. അയിത്തോച്ചാടനം ഇന്ത്യൻ നാഷണൽ കോൺഗ്രസ് അതിന്റെ കർമ്മപരിപാടിയുടെ ഭാഗമാക്കി. കോൺഗ്രസ്സിന്റെ കാക്കിനട

സമ്മേളനത്തിൽ ടി.കെ. മാധവൻ അവതരിപ്പിച്ച അയിത്തോച്ചാടന പ്രമേയം പാസായതിനെ തുടർന്നാണിത്.

1927-ൽ ഗാന്ധിജിയുടെ അദ്ധ്യക്ഷതയിൽ കോഴിക്കോട്ടു നടന്ന ഹരിജൻ സമ്മേളനം 'അന്ത്യജനോദ്ധാരണ സംഘം' രൂപീകരിച്ചു. പിന്നീട് ഈ സംഘടന 'ആദികേരളോദ്ധാരണസംഘ'മായി. 1937ലാണ് ചങ്ങനാശ്ശേരി പരമേശ്വരൻപിള്ളയുടെ നേതൃത്വത്തിൽ 'ഹരിജൻ സേവാ സംഘ'ത്തിന്റെ കേരളഘടനം രൂപീകൃതമായത്.

അവർണർക്ക് വൈക്കം മഹാദേവർ ക്ഷേത്രപരിസരത്തുള്ള പൊതു നിരത്തിലൂടെ സഞ്ചരിക്കാനുള്ള അവകാശത്തിനായി 1924-25ൽ വൈക്കം സത്യഗ്രഹം നടന്നു. ടി.കെ. മാധവൻ, കെ.വി. കേശവമേനോൻ, മന്നത്തു പത്മനാഭൻ, ചങ്ങനാശ്ശേരി പരമേശ്വരൻപിള്ള, സി.വി. കുഞ്ഞുരാമൻ, കെ. കേളപ്പൻ പെരിയോർ രാമസ്വാമി നായ്ക്കർ തുടങ്ങിയവർ നേതൃത്വം നൽകി. സമരത്തിനു പിന്തുണ നൽകിക്കൊണ്ട് മന്നത്തു പത്മനാഭൻ നയിച്ച സവർണ്ണജാഥയുടെ നേതാക്കൾ തിരുവനന്തപുരത്തെത്തി റീജന്റ് മഹാറാണിയെ സന്ദർശിച്ച് ഇതു സംബന്ധമായ ആവശ്യം ബോധിപ്പിച്ചു. വൈക്കം സത്യാഗ്രഹവും സവർണ്ണജാഥയും പിന്നീടുണ്ടായ ക്ഷേത്ര പ്രവേശന വിളംബരത്തെ സ്വാധീനിച്ചു എന്നു തീർച്ച.

ഗുരുവായൂർ ക്ഷേത്രം സർവ്വമാനഹിന്ദുക്കൾക്കുമായി തുറന്നുകൊടു ക്കണമെന്ന ആവശ്യം മുൻനിർത്തി 1931-32ൽ നടന്ന ഗുരുവായൂർ സത്യ ഗ്രഹത്തിന് (തുടക്കം 1931 നവംബർ 1) എ.കെ.ജി., കേളപ്പൻ തുടങ്ങിയ വർ നേതൃത്വം നൽകി. എ.കെ.ജിക്ക് മർദ്ദനമേറ്റു. സത്യാഗ്രഹം പത്തു മാസം പിന്നിട്ടപ്പോൾ 1932 സെപ്തംബർ 22-ാം തീയതി കേളപ്പന്റെ അനി ശ്ചിതകാല സത്യാഗ്രഹം. ദിവസങ്ങൾക്കുശേഷം ഗാന്ധിജിയുടെ നിർദ്ദേശ പ്രകാരം നിരാഹാരം അവസാനിപ്പിച്ചു. ഹരിജനങ്ങൾക്ക് ക്ഷേത്രപ്രവേ ശനം അനുവദിക്കണമോ എന്നു തീരുമാനിക്കാൻ പൊന്നാനി താലൂക്കിലെ ഹൈന്ദവർക്കിടയിൽ നടത്തിയ ഹിതപരിശോധനയിൽ 70% പേർ അനു കൂലാഭിപ്രായം രേഖപ്പെടുത്തി. പക്ഷേ ലക്ഷ്യം നേടിയില്ല. എങ്കിലും അയിത്തോച്ചാടനത്തിന് അനുകൂലമായ ബഹുജനാഭിപ്രായം സ്വരൂപി ക്കാനായി.

1936-ൽ തിരുവിതാംകൂറിലും 1947ൽ കൊച്ചിയിലും ക്ഷേത്രപ്രവേശന വിളംബരമുണ്ടായിക്കഴിഞ്ഞ് ഗുരുവായൂർ ക്ഷേത്രം അവർണർക്കായി തുറന്നുകൊടുത്തു. വൈക്കം സത്യാഗ്രഹം, ഗുരുവായൂർ സത്യാഗ്രഹം, തിരുവിതാംകൂർ ക്ഷേത്രപ്രവേശന വിളംബരം, കോൺഗ്രസ്സിന്റെ അയി ത്തോച്ചാടന സംരംഭം എന്നിവ അധഃസ്ഥിതപ്രസ്ഥാനങ്ങളെ സംബന്ധി ച്ചിടത്തോളം നിർണായകമാണല്ലോ. അവയിൽ അയ്യൻകാളിക്കും സാധു ജനപരിപാലനസംഘത്തിനുമുള്ള ഭാഗഭാഗിത്വം എന്തായിരുന്നു അഥവാ ഈ ചരിത്രമുഹൂർത്തങ്ങളിൽ അയ്യൻകാളി പ്രസ്ഥാനം സജീവസാന്നിധ്യ മായിരുന്നുവോ?

ഗുരുവായൂർ സത്യാഗ്രഹം ഒഴിവാക്കാം. മൂന്നായി കിടന്ന കേരള ഖണ്ഡങ്ങളിൽ കൊച്ചി അന്ന് മറ്റൊരു സ്റ്റേറ്റായിരുന്നു. അതിലുൾപ്പെട്ട ഗുരുവായൂരിൽ സംഘത്തിന് പ്രവർത്തനമുണ്ടായിരുന്നില്ല. 1924-ൽ വൈക്കം സത്യാഗ്രഹം നടക്കുമ്പോൾ സാധുജനപരിപാലനസംഘത്തിന്റെ ശക്തി ക്ഷയിക്കാൻ തുടങ്ങിയിരുന്നു. ഒപ്പമുണ്ടായിരുന്ന പല നേതാക്കളും സംഘത്തിൽനിന്ന് വഴിപിരിയുകയും ചിലരൊക്കെ സ്വന്തം സംഘടനകളുണ്ടാക്കി സംഘത്തെ ക്ഷയോന്മുഖമാക്കുകയും ചെയ്ത കഥകൾ പിന്നീടു പറയാം.

വൈക്കം സത്യാഗ്രഹം ആരംഭിക്കുന്നതിന്റെ തലേദിവസം (1924 ഫെബ്രുവരി 29) അയ്യായിരത്തിൽപ്പരം പുലയർ പങ്കെടുത്ത ഒരു പുലയ സമ്മേളനം വൈക്കത്ത് നടന്നുവെന്നും ഇതിൽ സംബന്ധിച്ചശേഷമാണ് താൻ കോൺഗ്രസ് സമ്മേളനത്തിൽ പങ്കെടുത്തതെന്നും കേളപ്പൻ ഒരു ലഘുലേഖയിൽ ('വൈക്കം സത്യാഗ്രഹം - ഒരവലോകനം') പറഞ്ഞിട്ടുണ്ട്. കേളപ്പന്റെ ജീവചരിത്രമെഴുതിയ എം.പി. മന്മഥനും ഇതു ശരിവെയ്ക്കുന്നു. വൈക്കത്ത് ചേർന്ന പുലയസമ്മേളനത്തിന്റെ സംഘാടകൻ ആലപ്പുഴ തെക്കനാര്യാട് സ്വദേശിയായ മോയിക്കോട്ട് അപ്പി എന്നൊരാളായിരുന്നു. അദ്ദേഹം അയ്യൻകാളിയുടെ നിർദ്ദേശാനുസരണം വൈക്കത്തും പരിസരങ്ങളിലും സംഘത്തിന്റെ സംഘാടകനായിരുന്നുവെന്ന് കെ.പി.എം.എസ്. മുഖപത്രമായ 'നയലപം' 1999 സെപ്തംബർ ലക്കത്തിൽ ദളിത് ബന്ധു എൻ.കെ. ജോസ് എഴുതിയിട്ടുണ്ട്. പുലയരുടെയും മറ്റധഃകൃതരുടെയും പിന്തുണ വൈക്കം സത്യഗ്രഹത്തിനു നൽകാൻ വേണ്ടതു ചെയ്യാൻ മോയിക്കാട്ട് അപ്പിയെ അയ്യൻകാളി ചുമതലപ്പെടുത്തിയതാകാനും മതി.

തിരുവിതാംകൂർ ക്ഷേത്രപ്രവേശന വിളംബരാഘോഷക്കമ്മിറ്റിയിൽ അംഗമായിരുന്ന അയ്യൻകാളി തിരുവനന്തപുരത്തെ വിളംബരാഘോഷങ്ങളിൽ പങ്കെടുക്കുകയും നഗരപ്രാന്തങ്ങളിൽ അധഃകൃതയോഗങ്ങൾ സംഘടിപ്പിക്കുകയും ചെയ്തതൊഴിച്ചാൽ ഏറെയൊന്നും സജീവമായിരുന്നില്ല. അക്കാലമായപ്പോഴേക്കും അദ്ദേഹത്തിന്റെ ആരോഗ്യം ക്ഷയിക്കുകയും ചെയ്തിരുന്നു.

അയ്യൻകാളിയെക്കുറിച്ച്, ലഭ്യമായ വിവരങ്ങളുടെ അടിസ്ഥാനത്തിൽ പറഞ്ഞാൽ അദ്ദേഹം ഒരു മതേതരവാദിയായിരുന്നു. ക്ഷേത്രപ്രവേശന വിളംബരത്തിനുശേഷം ഏതെങ്കിലും ഒരു ക്ഷേത്രത്തിൽ അദ്ദേഹം ആരാധന നടത്തിയതിന് ഒരു തെളിവുമില്ല. സഞ്ചാരസ്വാതന്ത്ര്യത്തിനും വിദ്യാലയ പ്രവേശനത്തിനുമല്ലാതെ ആരാധനാസ്വാതന്ത്ര്യത്തിനായി അയ്യൻകാളി സമരം നടത്തിയിട്ടേയില്ല. എല്ലാ മതവിശ്വാസങ്ങളെയും സമഭാവനയോടെ കണ്ട അദ്ദേഹം സവർണ്ണഹിന്ദുദൈവങ്ങളുടെ മുന്നിൽ കൈകൂപ്പി നിന്നതുമില്ല. അങ്ങനെയുള്ള, മതേതരവിശ്വാസിയായ അയ്യൻകാളി വെങ്ങാന്നൂരിൽനിന്നും പൊതുപ്രവർത്തന സംബന്ധിയായി

പതിവായി തിരുവനന്തപുരത്തെത്താറുണ്ടായിരുന്നു. അദ്ദേഹം ഒരിക്കൽ പോലും ശ്രീപദ്മനാഭസ്വാമി ക്ഷേത്രത്തിന്റെ ഗോപുരവാതിൽ കടന്ന് ദേവനെ വണങ്ങിയിട്ടുമില്ല. വെങ്ങാന്നൂരിലെത്തിയ ഗാന്ധിജി, പുലയ രൊക്കെ കുളിച്ച്, ശുഭ്രവസ്ത്രധാരികളായി ദൈവപൂജ നടത്തണമെന്നു പറഞ്ഞപ്പോൾ നാലു ദിക്കിലും നാലു ബിയേക്കാരുണ്ടാവണമെന്നേ തനിക്കാഗ്രഹമുള്ളൂ എന്നാണ് പ്രതികരിച്ചത്. ഈ മതേതരസ്വഭാവം കൊണ്ടാവണം ആരാധനാസ്വാതന്ത്ര്യത്തിലൂന്നിയ പ്രക്ഷോഭങ്ങളിൽ അദ്ദേഹം തത്പരനല്ലാതിരുന്നത്.

അധഃകൃതോദ്ധാരണ പ്രവർത്തനങ്ങൾക്ക് ഇന്ത്യൻ നാഷണൽ കോൺഗ്രസ്സിന്റെ നേതൃത്വത്തിൽ പല ഹരിജൻസംഘടനകളും ഇക്കാ ലത്ത് പ്രവർത്തിക്കുന്ന വിവരം മുൻപ് സൂചിപ്പിച്ചു. അയ്യൻകാളിയുടെ നേതൃത്വത്തിൽ ഒരു മതേതര, ജാത്യാതീതസംഘടന നിലകൊള്ളുമ്പോ ഴാണിത്. അയ്യൻകാളിയുടെ സംഘടനയെ ശക്തിപ്പെടുത്താൻ ഒരു രാഷ്ട്രീയപ്രസ്ഥാനം മുൻകയ്യെടുക്കുകയില്ലല്ലോ. അങ്ങനെ വന്നാൽ ആ പ്രസ്ഥാനത്തിനെന്തു രാഷ്ട്രീയനേട്ടം? അയ്യൻകാളി പ്രസ്ഥാനത്തിന്റെ അവതാരോദ്ദേശം പൂർത്തീകരിച്ചു. പ്രഖ്യാപിത ലക്ഷ്യങ്ങളിൽ പ്രധാന പ്പെട്ട സഞ്ചാരസ്വാതന്ത്ര്യവും വിദ്യാലയപ്രവേശവും ഒപ്പം ആരാധനാ സ്വാതന്ത്ര്യവും കരഗതമായി.

അനാരോഗ്യംമൂലം 1938ൽ അയ്യൻകാളി പൊതുരംഗത്തുനിന്നും നിഷ്ക്രമിച്ചു.

പതിമ്മൂന്ന്

അയ്യൻകാളിയും കേശവൻ ശാസ്ത്രിയും

'അച്ചടിച്ചതെന്തും സത്യമായത്' എന്നു വിശ്വസിക്കുന്ന ചില ശുദ്ധാത്മാക്കളെ വഞ്ചിക്കാൻ ചില അയ്യങ്കാളി ചരിത്രകാരന്മാർക്ക് കഴിഞ്ഞിട്ടുണ്ട്. അല്പവിഭവന്മാരായ ഇവർ തങ്ങൾക്ക് ഹിതകാരികളല്ലാത്ത മഹദ്വ്യക്തികളെ തേജോവധം ചെയ്യാനും തമസ്കരിക്കാനും ശ്രമിച്ചു കാണുന്നു. ഒരു ജീവിതകാലം മുഴുവൻ അധഃകൃതർക്കുവേണ്ടി പോരാടിയ ടി.ടി. കേശവൻശാസ്ത്രി എന്ന ബഹുമുഖ വ്യക്തിത്വത്തെ ഭർത്സിക്കാനും നിന്ദിക്കാനും സ്വന്തം പേനയിൽ വിഷം നിറച്ച് എഴുതുന്നവരെ കാലം തിരിഞ്ഞുകൊത്തും. അല്പവിഭവന്മാരായ ഈ പേനയുന്തുകാരെ കാലം ചവറ്റുകൊട്ടയിലെറിയും. ടി.ടി. കേശവൻ ശാസ്ത്രിയെപ്പോലെയുള്ള നിഷ്കാമകർമ്മികൾ ചരിത്രത്തിൽ സൂര്യശോഭയോടെ തെളിഞ്ഞു നിൽക്കുകയും ചെയ്യും.

ടി.ടി. കേശവൻശാസ്ത്രിയെ ഇകഴ്ത്തിക്കാണിക്കുവാനുള്ള വെമ്പലിൽ ഒരു അയ്യൻകാളി ചരിത്രകാരൻ ഒട്ടേറെ ചരിത്രനിഷേധങ്ങൾ നടത്തിയിട്ടുണ്ട്. ശാസ്ത്രിയെ ഒഴിവാക്കി അയ്യൻകാളി 1917ൽ പാമ്പാടി ജോൺ ജോസഫിനെ പ്രജാസഭയിലേക്ക് ശിപാർശ ചെയ്തുവെന്നും അങ്ങനെ 1921ൽ ജോൺ ജോസഫ് പ്രജാസഭ മെമ്പർ ആയി എന്നും തന്മൂലം ശാസ്ത്രി അയ്യൻകാളിയുടെ ബദ്ധവൈരിയായി മാറിയെന്നും ഈ ജീവചരിത്രകാരൻ രേഖപ്പെടുത്തി. ഈ വികലമായ കൃതിയെ ആധാരമാക്കിയാവണം, പരിണതപ്രജ്ഞനായ വി. ഗോവിന്ദപ്പിള്ളയ്ക്കും തന്റെ കൃതിയിൽ ഇതിനെ ശരിവയ്ക്കുന്നതരത്തിൽ പരാമർശം നടത്തേണ്ടിവന്നു.*

ശുദ്ധ അസംബന്ധങ്ങൾ. പാമ്പാടി ജോൺ ജോസഫ് ആദ്യമായി പ്രജാസഭയിൽ അംഗമാവുന്നത് 1922–ലാണ് (അനുബന്ധം 3 കാണുക.)

* 'കേരള നവോത്ഥാനം: യുഗസന്തതികൾ, യുഗശില്പികൾ' – പി. ഗോവിന്ദപ്പിള്ള, രണ്ടാം പതിപ്പ്, പേജ് 118, ചിന്താ പബ്ലിഷേഴ്സ്.

1907 ഏപ്രിൽ 30ന് (കൊ.വ. 1083 മേടം 10) ജനിച്ച ശാസ്ത്രിക്ക് പാമ്പാടി ജോൺ ജോസഫ് പ്രജാസഭ മെമ്പറാവുമ്പോൾ വയസ്സ് 15. അന്നദ്ദേഹം ആലുവാ അദ്വൈതാശ്രമത്തിൽ വിദ്യാർത്ഥിയാണ്. ആ പയ്യനാണ് ചരിത്രകാരന്റെ ഭാവനയിൽ പ്രജാസഭാംഗത്വം മോഹിച്ചതും അയ്യൻകാളിയുടെ ശത്രുവായതും. അദ്വൈതാശ്രമത്തിൽനിന്ന് ശാസ്ത്രി പരീക്ഷ പാസ്സായി കേശവൻ പുറത്തിറങ്ങിയതോ 1927ലും. പരസ്പരപൂരകങ്ങളായിരുന്നു അയ്യൻകാളിയുടെയും കേശവൻ ശാസ്ത്രികളുടെയും പൊതുജീവിതം. അതുകൊണ്ടുതന്നെ അയ്യൻകാളിയുടെ ജീവിതചരിത്രത്തിന്റെ ഭാഗമാണ് കേശവൻശാസ്ത്രികളുടെയും ജീവിതം. ധന്യമായ ആ ജീവിതരേഖകൾ സംക്ഷിപ്തമായി.

1907 ഏപ്രിൽ 30ന് (കൊ.വ. 1083 മേടമാസം 10-ാം തീയതി) തിരുവല്ലയ്ക്ക് സമീപം പമ്പയാറിന്റെ തീരത്തുള്ള പുല്ലാട് ഗ്രാമത്തിൽ ജനിച്ച കേശവൻ എന്ന പുലയബാലൻ ജീവിതത്തിന്റെ ഏണിപ്പടികളിലൂടെ അയ്യൻകാളിയുടെ മാനസപുത്രനും പിന്നീട് ജാമാതാവും ധിഷണാശാലിയായ എഴുത്തുകാരനും അധ്യാപകനും ആക്ടിംഗ് സ്പീക്കറും സർവ്വോപരി നിസ്വാർത്ഥനായ അധഃകൃതവർഗ്ഗോദ്ധാരകനുമായി മാറിയ കഥ നമ്മെ ആവേശംകൊള്ളിക്കും.

ബഹുമിടുക്കനായ വിദ്യാർത്ഥിയായിരുന്നു കേശവൻ. 1914ൽ അധഃകൃതക്കുട്ടികളുടെ സ്കൂൾപ്രവേശനവുമായി ബന്ധപ്പെട്ട് പുല്ലാട്ടുണ്ടായ ലഹളക്കാലത്ത് പുല്ലാട്ട് സ്കൂളിൽ പ്രവേശനത്തിനായി വെള്ളിക്കര ചോതിയും കുറുമ്പൻ ദൈവത്താനും എത്തിച്ച നാലു കുട്ടികളിൽ ഒരാളായിരുന്നുവല്ലോ കേശവൻ.

1915-നോടടുത്ത കാലഘട്ടത്തിൽ ഈഴവർക്ക് തിരുവിതാംകൂറിന്റെ പല ഭാഗങ്ങളിലും സ്കൂളുകളുണ്ടായിരുന്നു. പുലയരാദി അധഃകൃത കുട്ടികൾക്ക് വിദ്യാലയപ്രവേശനം ദുഷ്കരമായിരുന്ന അന്ന് ഈ ഈഴവ വിദ്യാലയങ്ങളും അവർക്ക് പ്രവേശനം നിഷേധിച്ചു. ഈഴവയാഥാസ്ഥിതികരുടെ ഈ നിലപാടിൽ നാരായണഗുരു ഏറെ ഖിന്നനായിരുന്നു. ഈഴവർക്കു താഴെയുള്ളവരുടെ അഭ്യുന്നതികൂടി നമ്മുടെ ലക്ഷ്യമാണെന്നുള്ള ഗുരുനിർദ്ദേശങ്ങൾ അവഗണിക്കപ്പെട്ടു. ജാതിലഹളകളിലാവട്ടെ പുലയരെ അടിച്ചമർത്താൻ ഈഴവർ സവർണപക്ഷം ചേർന്നു. കുമാരനാശാൻ, ടി.കെ. മാധവൻ എന്നിവരുടെ നിർദ്ദശങ്ങളും ഫലം കണ്ടില്ല. ഈഴവർ ഉദ്ധരിക്കപ്പെട്ട് സവർണത്വത്തിലേക്ക് ഉയരുന്നതിനു പകരം അവനിലും താഴ്ത്തപ്പെട്ടവന്റെ പാർശ്വം ചേർന്നുനിൽക്കാനാണ് സ്വാമി അരുൾ ചെയ്തത്. 'ആത്മോപദേശ ശതക'ത്തിൽ

"അവനവനാത്മസുഖത്തിനാചരിക്കു-
ന്നവയപരനു സുഖത്തിനായ് വരേണം."

എന്ന ഉപദേശത്തിന്റെ സാരാംശം മറ്റൊന്നല്ല.

ടി.ടി. കേശവൻ ശാസ്ത്രി

1933ൽ ശ്രീമൂലം പ്രജാസഭാ അംഗമായി
നോമിനേറ്റു ചെയ്യപ്പെടുന്ന കാലത്തെ ടി.ടി. കേശവൻശാസ്ത്രി,
ചിത്രകാരൻ എസ്.പി. വിജയന്റെ കാൻവാസിലൂടെ

കൊ. വ. 1090 കന്നി 2, 3 തീയതികളിൽ ഗുരുദേവൻ മെഴുവേലി രാമ ക്ഷേത്രത്തിൽ ദർശനം നടത്തി വിശ്രമിക്കവേ അദ്ദേഹത്തെ കാണാനായി ഒട്ടേറെപ്പേർ ക്ഷേത്രാങ്കണത്തിലെത്തി. തിരക്കിൽനിന്ന് ഒഴിഞ്ഞ് കുറേ പ്പേർ ക്ഷേത്രത്തിനു വെളിയിൽ ഒതുങ്ങിമാറി നിൽക്കുന്നത് ഗുരുവിന്റെ ശ്രദ്ധയിൽപ്പെട്ടു. "അവർ അകലെ നിൽക്കുന്നതെന്ത്?" എന്ന ഗുരുവിന്റെ അന്വേഷണത്തിന് 'അവർ താഴ്ന്ന ജാതിക്കാരാണ്' എന്ന മറുപടി. അവരെ സ്വാമി അടുത്തേക്കു വിളിപ്പിച്ചു. അവരാകട്ടെ അറച്ചറച്ച് അദ്ദേഹ ത്തിന്റെ മുന്നിലെത്തി. അവരിൽ നാലാംതരം പാസ്സായ കേശവനെ സ്വാമി അരികിൽ ചേർത്തുപിടിച്ചു.

"ഇവൻ ഇനിയും പഠിക്കണം!"

-ഗുരു സ്വയം പറഞ്ഞു.

ഗുരു കേശവനെ സരസകവി മൂലൂരിന്റെ രക്ഷകർതൃത്വത്തിൽ പഠനം തുടരാനുള്ള നിർദ്ദേശം നൽകി. മൂലൂരാവട്ടെ കേശവനെ പുതുപ്പള്ളി വാരണാപ്പള്ളി ബ്രഹ്മവിദ്യാഭൂഷൺ പി.കെ. പണിക്കരുടെ അടുത്ത് സംസ്കൃതം പഠിക്കാൻ ഏർപ്പാട് ചെയ്തു. പുലയനേതാവായ കുറുമ്പൻ ദൈവത്താനാണ് കേശവനേയും മറ്റൊരു പുലയ ബാലനെയും (പര മേശ്വരൻ) വാരണാപ്പള്ളിൽ എത്തിച്ചത്. ഇവരിരുവരും ജാതിഭേദത്തിനു വിധേയരാകാതെ വാരണാപ്പള്ളിൽ വീട്ടിൽ താമസിച്ച് പഠനം തുടർന്നു. പി.കെ .പണിക്കരുടെ സഹധർമ്മിണി ശാന്താദേവി ഭർത്താവിനെയും ഈ കുട്ടികളെയും ഒരേ പായയിലിരുത്തി ഭക്ഷണം നൽകി. അന്നു തുടങ്ങിയ വാരണാപ്പള്ളി വീടുമായുള്ള ശാസ്ത്രിയുടെ ബന്ധം ശാന്താ ദേവി മരിക്കുന്നതുവരെയും തുടർന്നു. കേശവൻശാസ്ത്രിയും ഭാര്യ തങ്കമ്മയും എല്ലാ ചിങ്ങമാസത്തിലും വാരണാപ്പള്ളിൽ എത്തുക പതി വായിരുന്നു.*

പുന്നശ്ശേരി നീലകണ്ഠശർമ്മ ഹരിജനക്കുട്ടികളെ സംസ്കൃതം പഠി ക്കാൻ എത്തിക്കണമെന്ന് അറിയിച്ചതനുസരിച്ച് നാരായണഗുരു കേശ വനെ പട്ടാമ്പി സംസ്കൃത സ്കൂളിലെത്തിക്കാൻ ഏർപ്പാടു ചെയ്തു. പക്ഷേ സാമ്പത്തികപരാധീനതമൂലം അവിടെ പഠിപ്പു തുടർന്നില്ല. കേശവന്റെ ദൈന്യാവസ്ഥ ബോധ്യപ്പെട്ട അന്നത്തെ ദിവാൻജി എം.ഇ. വാട്സ് (1925-1929) മലയാളം മുൻഷിയുടെ മലയാളം മുൻഷിയുടെ ജോലി നൽകി. സവർണ്ണരുടെ എതിർപ്പുമൂലം ജോലിയിൽ തുടരാനായില്ല. അദ്ദേഹം സാഹിത്യവൃത്തിയിലും അധഃകൃതോദ്ധാരണപ്രവർത്തന ങ്ങളിലും മുഴുകി. അപ്പോഴേക്കും തിരുവല്ല കുറ്റൂർ സ്കൂളിൽ അദ്ധ്യാ പകജോലി ലഭിച്ചു. അവിടെയും തുടരാൻ തന്റെ അധഃകൃതത്വം വിലങ്ങു തടിയായി!

---

* 'സാധുജന പരിപാലനസംഘത്തിന്റെ ചരിത്രം - ചില വിയോജനക്കുറിപ്പു കൾ' - ടി.കെ. അനിയൻ ഒന്നാംപതിപ്പ് 2010, പേജ് 36.

വീണ്ടും ആലുവാ അദ്വൈതാശ്രമത്തിൽ സംസ്കൃതപഠനം. ശാസ്ത്രി ബാലനായിരുന്ന കാലത്ത് തിരുവിതാംകൂർ ദിവാനായിരുന്ന മന്നത്ത് കൃഷ്ണൻനായർ അനുവദിച്ച പ്രതിമാസ സ്കോളർഷിപ്പ് അവിടത്തെ പഠനം പൂർത്തിയാകുന്നതുവരെ ഉപകരിച്ചു.

ശാസ്ത്രിപരീക്ഷ ജയിച്ചതിനുശേഷം അന്ന് മഹാരാജാവിന്റെ അഡ്വൈസറായി പ്രവർത്തിച്ചുകൊണ്ടിരുന്ന സർ. സി.പി. രാമസ്വാമി അയ്യരുടെ സഹായത്തോടെ തിരുവനന്തപുരം പടിഞ്ഞാറേ കോട്ടയിലുള്ള ബ്രാഹ്മണവിദ്യാർത്ഥികൾക്കായുള്ള സംസ്കൃതസ്കൂളിൽ നിയമനം ലഭിച്ചു. ജാതിസ്പർദ്ധമൂലം അവിടെയും തുടരാനായില്ല. ശാസ്ത്രി അധികാരികളെ കണ്ട് ചാല സ്കൂളിലേക്ക് മാറ്റം വാങ്ങി. ചാല സ്കൂളിൽ തുടരുമ്പോഴാണ് ശാസ്ത്രി എഴുത്തിൽ ശ്രദ്ധ കേന്ദ്രീകരിക്കുന്നത്. ഒട്ടേറെ കവിതകളും ലേഖനങ്ങളും കവനമാലിക, ഭഗവത്ദൂത് എന്നീ രണ്ട് ഗ്രന്ഥങ്ങളും അക്കാലത്ത് പ്രസിദ്ധീകരിച്ചു. ഭഗവത്ദൂത് പിന്നീട് സ്കൂളിൽ ഉപപാഠപുസ്തകമായി.

അയ്യൻകാളിയെ കേശവൻശാസ്ത്രി ആദ്യമായി കാണുന്നത് പുല്ലാട്ട് സ്കൂളിൽ വെച്ചാണ്. മറ്റു മൂന്ന് അധഃകൃതക്കുട്ടികൾക്കൊപ്പം കേശവൻ.

1938-ൽ എടുത്ത ചിത്രം. അയ്യൻകാളിയുടെ ഭവനമായ 'പ്ലാവർത്തൽ' ആണ് പശ്ചാത്തലം. അയ്യൻകാളി കുടുംബം: ഇരിക്കുന്നവർ വലത്തു നിന്ന് ടി.ടി. കേശവശാസ്ത്രി, അയ്യൻകാളി, ഭാര്യ ചെല്ലമ്മ, (മടിയിലെ കുഞ്ഞാണ് പി. ശശിധരൻ ഐ.പി.എസ്., അയ്യൻകാളിയുടെ മൂത്തമകനായ പൊന്നുവിന്റെ രണ്ടാമത്തെ മകൻ). ഇടത്ത് നിൽക്കുന്നത് പൊന്നുവിന്റെ മൂത്തമകൻ പുഷ്പാംഗദൻ, പിൻനിരയിൽ വലത്തുനിന്ന് അയ്യൻകാളിയുടെ മൂന്നാമത്തെ മകൻ കൊച്ചുകുഞ്ഞ്, പൊന്നുവിന്റെ ഭാര്യ കെ. അമ്മുക്കുട്ടി, അയ്യൻകാളിയുടെ മകൾ തങ്കമ്മയും കൈയിൽ മകൾ വത്സലയും അയ്യൻകാളിയുടെ ഇളയ മകൻ എ.കെ. ശിവതാണു. പിന്നിൽ നിൽക്കുന്നവർ തോമസ് വാദ്ധ്യാരുടെ ഭാര്യയും പുത്രിമാരുമാണ്.

സ്കൂളിൽ പ്രവേശനം നേടിയിട്ട് ദിവസങ്ങൾ കഴിഞ്ഞിരുന്നതേയുള്ളൂ. ചുറുചുറുക്കുള്ള ആ ബാലനെ അയ്യൻകാളിക്ക് അന്നേ ബോധിച്ചു. പിന്നീട് അവർ തമ്മിൽ കാണുന്നത് വാരണാപ്പള്ളി വീട്ടിൽവെച്ചും. ദിവാൻ മന്നത്ത് കൃഷ്ണൻനായർ ദിവാൻപദവി ഒഴിയുന്ന വേളയിൽ തിരുവനന്തപുരത്തുവെച്ചാണ് അവർ തമ്മിൽ പിന്നീട് കാണുന്നത്. 1920ൽ ഒരിക്കലാണത്. പ്രജാസഭ ചേർന്നതിനു തൊട്ടടുത്ത ദിവസം ദിവാൻ കൃഷ്ണൻനായർക്ക് വി.ജെ.ടി. ഹാളിൽ വെച്ച് സാധുജനപരിപാലന സംഘം വകയായുള്ള യാത്രയയപ്പ് നൽകുന്നു. അന്ന് മൂലൂരിന്റെ 'പുലവൃത്തം' ആലപിച്ച മൂന്നു കുട്ടികളിൽ ഒരാൾ കേശവനായിരുന്നു. ചാല സ്കൂളിൽ അധ്യാപകനായിരിക്കെ ശാസ്ത്രി തിരുവനന്തപുരത്ത് സ്വന്തമായി വീടുവെച്ച് സ്ഥിരതാമസമാക്കിയതോടെ ഇരുവരും പതിവായി കണ്ടുമുട്ടാനും വിവരങ്ങൾ പരസ്പരം കൈമാറാനും അവസരമുണ്ടായി.

തലസ്ഥാനനഗരിയിലെ സാംസ്കാരിക വിദ്യാഭ്യാസരംഗങ്ങളിൽ ഇതിനകം ശാസ്ത്രി സജീവസാന്നിധ്യമായിക്കഴിഞ്ഞിരുന്നു. അധ്യാപക ജോലി രാജിവെച്ച് ശ്രീമൂലം അസംബ്ലിയിൽ (പ്രജാസഭയിലല്ല) 1933-ൽ അംഗമായി. 1947 വരെ ആ സ്ഥാനത്ത് തുടർന്നു. ഇതിനകം രാജകുടുംബത്തിൽ അദ്ദേഹത്തിന് നല്ല സ്വാധീനം ഉണ്ടായിക്കഴിഞ്ഞിരുന്നു. അയ്യൻകാളിയുടെ ഏകമകൾ തങ്കമ്മയുമായുള്ള ശാസ്ത്രിയുടെ വിവാഹത്തിന് മുൻകൈ എടുത്തത് അമ്മ മഹാറാണി സേതുപാർവ്വതീഭായിയാണ്. 1112 ചിങ്ങം 24 (1936)ന് ആ വിവാഹം നടന്നു. അയ്യൻകാളി സ്ഥാപിച്ച വെങ്ങാന്നൂർ പുതുവൽവിളാകം സ്കൂൾ അങ്കണത്തിൽ നടന്ന വിവാഹത്തിൽ രാജകുടുംബത്തിന്റെ പ്രതിനിധികളും ഉന്നത ഉദ്യോഗസ്ഥരും ചങ്ങനാശ്ശേരി പരമേശ്വരൻപിള്ള, ജുബ്ബാ രാമകൃഷ്ണപിള്ള, ജി. രാമചന്ദ്രൻ, ഗാന്ധിജിയുടെ ചെറുമകൻ കാന്തിലാൽഗാന്ധി തുടങ്ങിയവർ സംബന്ധിച്ചു.

തിരുവിതാംകൂർ പാഠപുസ്തകക്കമ്മിറ്റി ചെയർമാൻ, ക്ഷേത്രപ്രവേശന വിളംബര കമ്മിറ്റി അംഗം എന്നീ നിലകളിൽ പ്രവർത്തിച്ച കേശവൻ ശാസ്ത്രി 1933 മുതൽ 1947 വരെ വിവിധ ഘട്ടങ്ങളിലായി 23 വർഷം ശ്രീമൂലം അസംബ്ലിയിലും 1948 മുതൽ 1953 വരെയും 1954 മുതൽ 56 വരെയും തിരുവിതാംകൂർ ലജിസ്ലേറ്റീവ് അസംബ്ലിയിലും 1949 മുതൽ 1956 വരെ തിരു-കൊച്ചി ലജിസ്ലേറ്റീവ് അസംബ്ലിയിലും അംഗമായി. 1952ൽ തിരു-കൊച്ചി നിയമസഭയിൽ ഡെപ്യൂട്ടി സ്പീക്കർ. സി. കേശവൻ മുഖ്യമന്ത്രിയായിരിക്കെ 1951 സെപ്തംബർ 17 മുതൽ 1952 ഫെബ്രുവരി 21 വരെ സ്പീക്കർ.

പുത്രനിർവ്വിശേഷമായ വാത്സല്യമായിരുന്നു ശാസ്ത്രിയോട് അയ്യൻകാളിക്ക്. അയ്യൻകാളിയുടെ നേതൃത്വപാടവവും ശാസ്ത്രിയുടെ ബൗദ്ധികമായ മികവുംമൂലം സംഘം പ്രവർത്തനം കൂടുതൽ കരുത്താർജ്ജിച്ചു. തത്പരകക്ഷികളുടെ കുതികാൽവെട്ടുമൂലം സംഘം

കേശവൻശാസ്ത്രിയും തങ്കമ്മയും

പ്രവർത്തനം നിലച്ചപ്പോൾ അയ്യൻകാളിയുടെ സമ്മതത്തോടെയും ശാസ്ത്രിയുടെ നേതൃത്വത്തിലും ആൾ ട്രാവൻകൂർ പുലയമഹാസഭ രൂപീകരിച്ച സാഹചര്യങ്ങൾ:

ചങ്ങനാശ്ശേരിക്കടുത്ത് കുറിച്ചിയിലെ സചിവോത്തമപുരം കോളനി സ്ഥാപിക്കാൻ ശാസ്ത്രിക്ക് വേണ്ട സഹായങ്ങൾ ദിവാൻ സർ സി.പി. രാമസ്വാമി അയ്യർ നൽകി. ഇതിനുവേണ്ട ഭൂമി സർക്കാർ നൽകി. അവിടെ ഒരു യു.പി. സ്കൂളും ക്ഷേത്രവും ശാസ്ത്രി പണി കഴിപ്പിച്ചു. ജന്മനാടായ പുല്ലാട്ട് ശ്രീചിത്രാ മന്ദിരവും അദ്ദേഹം പണികഴിപ്പിച്ചു.

അന്ത്യകാലത്ത് രോഗശയ്യയിലായിരുന്നപ്പോൾ അദ്ദേഹം തീർത്തും നിരാശനായിരുന്നു. ജീവിതകാലം മുഴുവൻ തങ്ങളുടെ സാമൂഹികോൽക്കർഷത്തിനുവേണ്ടി പ്രവർത്തിച്ച ആ മഹാത്മാവിനെ കേരളത്തിലെ അധഃസ്ഥിതവർഗ്ഗം വിസ്മരിച്ചു. കറുത്ത വർഗ്ഗ ചരിത്രകാരന്മാരാവട്ടെ അദ്ദേഹം അർഹിക്കാത്ത നിന്ദാസ്തുതികൾകൊണ്ടും അധഃകൃതപ്പോരാട്ടങ്ങളിലെ വില്ലനായും ചിത്രീകരിച്ചു.

മരിക്കുന്നതിനു ദിവസങ്ങൾക്കുമുൻപ് ശാസ്ത്രിജി അരികിലുണ്ടായിരുന്ന മക്കളോട് നിരാശ നിറഞ്ഞ ശബ്ദത്തിൽ പറഞ്ഞു:

"നിങ്ങൾ ഒരിക്കലും സാമൂഹികപ്രവർത്തനത്തിനു പോകരുത്!"

ആ വാക്കുകൾ ഒരു സാമൂഹികപ്രവർത്തകന്റെ നാദ്ഹലങ്ങൾ അനുഭവിച്ചിട്ടും കൃതഘ്നത കാട്ടിയ കേരളത്തിലെ കറുത്തവർഗ്ഗജനതയോടുള്ള ആത്മരോഷം ഉള്ളിലാവാഹിച്ചതാണ്.

1962 നവംബർ 1ന് 55-ാമത്തെ വയസ്സിൽ കേശവൻ ശാസ്ത്രി അന്തരിച്ചു.

പതിന്നാല്

ക്ഷേത്രപ്രവേശന വിളംബരം: സത്യവും മിഥ്യയും

തിരുവിതാംകൂറിലെ അവസാനത്തെ രാജാവായ ചിത്തിരതിരുനാൾ ബാലരാമവർമ്മ 1931-ൽ ഭരണഭാരമേറ്റു. ഒട്ടേറെ ഭരണപരിഷ്കാരങ്ങളും ചരിത്രപ്രസിദ്ധമായ രാജകീയ വിളംബരങ്ങളും അദ്ദേഹത്തിന്റെ കാലത്തുണ്ടായി. നിയമനിർമ്മാണസഭ പരിഷ്കരണം, തിരുവിതാംകൂർ സർവ്വകലാശാല സ്ഥാപനം, ഭൂപണയബാങ്ക് സ്ഥാപനം, കാർഷിക ഋണാശ്വാസ നിയമം, വില്ലേജ് യൂണിയൻ ആക്ട്, ട്രാവൻകൂർ റബ്ബർ വർക്സ്, കുണ്ടറ കളിമൺ ഫാക്ടറി, പുനലൂർ പ്ലൈവുഡ് ഫാക്ടറി, ഏലൂർ എഫ്.എ.സി.ടി., പള്ളിവാസൽ ജലവൈദ്യുത പദ്ധതി, സ്റ്റേറ്റ് ട്രാൻസ്പോർട്ട് സർവ്വീസ് എന്നിവ പ്രധാനം. ഭാരതത്തിന്റെ പ്രത്യേക ശ്രദ്ധ പിടിച്ചുപറ്റിയ ക്ഷേത്രപ്രവേശന വിളംബരമാണ് ഏറ്റവും പ്രധാനം. ശ്രീചിത്തിര തിരുനാളിന്റെ ഭരണപരിഷ്കാരങ്ങൾക്ക് പിന്നിൽ പ്രവർത്തിച്ച ശക്തി സ്രോതസ്സ് ദിവാൻ സർ സി.പി. രാമസ്വാമി അയ്യരാണ്.

സമ്മതിദാനാവകാശവും നിയോജകമണ്ഡല വ്യവസ്ഥയും ഉൾപ്പെടുന്ന ചിത്തിര തിരുനാളിന്റെ ഭരണപരിഷ്കാരം നടപ്പിലായപ്പോൾ ക്രിസ്ത്യൻ, ഈഴവ, മുസ്ലീം ജനവിഭാഗങ്ങൾക്ക് ജനസംഖ്യാനുപാതികമായി പ്രാതിനിധ്യം ലഭിച്ചില്ല. അവർ 'സംയുക്ത രാഷ്ട്രീയസഭ' യുണ്ടാക്കി നിയമസഭയിലും സർക്കാർ സർവ്വീസിലും വിവിധ സമുദായങ്ങൾക്ക് ജനസംഖ്യാനുപാതികമായി പ്രാതിനിധ്യം ലഭിക്കണം എന്ന വാദമുന്നയിച്ചു. പുതിയ നിയമസഭയിലേക്കുള്ള തെരഞ്ഞെടുപ്പ് അവർ ബഹിഷ്കരിച്ചു. പ്രക്ഷോഭത്തിന്റെ നേതാവ് സി. കേശവനായിരുന്നു. രാജവാഴ്ചയെ വെല്ലുവിളിച്ചുകൊണ്ട് കേശവൻ നടത്തിയ വിഖ്യാതമായ കോഴഞ്ചേരി പ്രസംഗം, രാജ്യദ്രോഹക്കുറ്റം ചുമത്തി അദ്ദേഹത്തെ ജയിലിലിടയ്ക്കാൻ കാരണമായി. 'ആയിരം കേശവന്മാർ ജയിലിലേക്ക്' എന്ന മുദ്രാവാക്യം തിരുവിതാംകൂറിലാകെ അലയടിച്ചു. എരിതീയിൽ എണ്ണപോലെ മതപരിവർത്തനശ്രമങ്ങളുമുണ്ടായി. മാരാമൺ

കൺവെൻഷനിൽ പങ്കെടുത്ത് സി.വി. കുഞ്ഞുരാമൻ ഈഴവർ ക്രിസ്തു മതം സ്വീകരിക്കണമെന്ന് ആഹ്വാനം ചെയ്തു. അദ്ദേഹത്തിന്റെ 'ഈഴവരുടെ മതപരിവർത്തന സംരംഭം' എന്ന പുസ്തകത്തിൽ പതിനൊന്നു ലക്ഷം വരുന്ന ഈഴവർ ബ്രിട്ടീഷ് ചക്രവർത്തിയുടെ ആംഗ്ലിക്കൻ ചർച്ചിൽ വരുവാൻ തീരുമാനിച്ചുവെന്ന് അവകാശപ്പെട്ടു. ഇതിനിടെ സഹോദരൻ അയ്യപ്പന്റെ അദ്ധ്യക്ഷതയിൽ ചങ്ങനാശ്ശേരിയിൽവെച്ച് ഒരു മതപരിവർത്തനസമ്മേളനം നടന്നു. 'മിതവാദി' പത്രാധിപർ സി. കൃഷ്ണന്റെ നേതൃത്വത്തിൽ ബുദ്ധമതപ്രവേശനത്തിനുള്ള ആഹ്വാനവും ആയിടെയുണ്ടായി. ഈ സംഭവങ്ങൾ രാജാവിനെയും ദിവാനെയും ഉത്ക്കണ്ഠാകുലരാക്കി. ഹിന്ദുക്കൾ ന്യൂനപക്ഷമാവാൻ പോകുന്നു. എന്തുണ്ടു പ്രതിവിധി? അധികാരകേന്ദ്രങ്ങൾ ഉണർന്നു പ്രവർത്തിച്ചു - അവർണർക്ക് ക്ഷേത്രപ്രവേശനം അനുവദിക്കുക!

അധഃകൃതരുൾപ്പെടെ സർവ്വമാനഹിന്ദുക്കൾക്കും ക്ഷേത്രപ്രവേശന മാകാമോ എന്നു തീർച്ചപ്പെടുത്താനായി സർക്കാർ ക്ഷേത്രപ്രവേശന അന്വേഷണകമ്മിറ്റി രൂപീകരിച്ചു. അദ്ധ്യക്ഷൻ വി.എസ്. സുബ്രഹ്മണ്യ അയ്യർ. അംഗങ്ങൾ: ചങ്ങനാശ്ശേരി പരമേശ്വരൻപിള്ള, ഉള്ളൂർ എസ്. പരമേശ്വരയ്യർ, ടി.കെ. വേലുപ്പിള്ള, ടി.ടി. കേശവൻശാസ്ത്രി, മഹാദേവ അയ്യർ, എം. ഗോവിന്ദൻ, പുന്നശ്ശേരി നീലകണ്ഠശർമ്മ.

അന്വേഷണകമ്മിറ്റിയിൽ ഏക അധഃസ്ഥിത അംഗമായിരുന്നു ടി.ടി. കേശവൻ ശാസ്ത്രി.

സർവ്വമാനഹിന്ദുക്കൾക്കും ക്ഷേത്രപ്രവേശനം അനുവദിച്ചു കൊണ്ടുള്ള രാജവിളംബരം 1936 നവംബർ 12ന് (കൊ. വ. 1112 തുലാം 27) പുറപ്പെടുവിച്ചു.

> "ശ്രീപത്മനാഭദാസ വഞ്ചിപാലക സർ ബാലരാമവർമ്മ കുലശേഖര കിരീടപതി ശ്രീ. ചിത്തിരതിരുനാൾ മഹാരാജാവ് തിരുമനസ്സുകൊണ്ട് നമ്മുടെ മതത്തിന്റെ പരമാർത്ഥതയും സുപ്രമാണതയും ഗാഢമായി ബോധ്യപ്പെട്ടതും ആയത് ദൈവീകമായ അനുശാസനത്തിലും സർവ്വവ്യാപകമായ സഹിഷ്ണുതയിലുമാണ് അടിയുറച്ചിരിക്കുന്നതെന്ന് വിശ്വസിച്ചും അതിന്റെ പ്രവർത്തനത്തിൽ അത് ശതവർഷങ്ങളായി കാലപരിവർത്തനത്തിന് അനുയോജിച്ചുപോന്നുവെന്ന് ധരിച്ചും നമ്മുടെ ഹിന്ദു പ്രജകളിൽ ആർക്കുംതന്നെ അവരുടെ ജനനമോ ജാതിയോ സമുദായമോ കാരണം ഹിന്ദുമതവിശ്വാസത്തിന്റെ ശാന്തിയും സാന്ത്വനവും നിഷേധിക്കപ്പെടാൻ പാടില്ലെന്നുള്ള ഉത്ക്കണ്ഠയാലും നാം തീരുമാനിക്കുകയും ഇതിനാൽ പ്രഖ്യാപനം ചെയ്യുകയും നിയോഗിക്കുകയും ആജ്ഞാപിക്കുകയും ചെയ്യുന്നതെന്തെന്നാൽ സമുചിതമായ പരിതഃസ്ഥിതികൾ പരിരക്ഷിക്കുന്നതിനും ക്രിയാപദ്ധതികളും ആചാരങ്ങളും വെച്ചുനടത്തുന്നതിനും നാം നിശ്ചയിക്കുകയും ചുമത്താവുന്ന നിയമങ്ങൾക്കും നിബന്ധനകൾക്കും

വിധേയമായി ജനനത്താലോ മതവിശ്വാസത്താലോ ഹിന്ദുവായ യാതൊരാൾക്കും നമ്മുടെയും നമ്മുടെ ഗവണ്മെന്റിന്റെയും നിയന്ത്രണത്തിലുള്ള ക്ഷേത്രങ്ങളിൽ പ്രവേശിക്കുന്നതിനോ ആരാധന നടത്തുന്നതിനോ ഇനിമേൽ യാതൊരു നിരോധനവും ഉണ്ടായിരിക്കാൻ പാടില്ലെന്നാകുന്നു."

വിളംബരം പുറപ്പെടുവിക്കാനുണ്ടായ കാരണം എന്തുമാകട്ടെ, നൂറ്റാണ്ടുകളായി നിലനിന്ന ഒരു ദുരാചാരത്തെ തുടച്ചുമാറ്റിയ ദീനമാണ് 1936 നവംബർ 12. ശ്രീചിത്തിരതിരുനാൾ മഹാരാജാവിന്റെ 24-ാം ജന്മദിനം കൂടിയായിരുന്നു ആ ദിനം. ഈ വിളംബരത്തിലൂടെ രണ്ടായിരത്തിൽപ്പരം ക്ഷേത്രങ്ങൾ അവർണർക്കായി തുറന്നുകൊടുത്തു. ആഹ്ലാദാരവങ്ങളോടെയാണ് തിരുവിതാംകൂറിലെ അധഃസ്ഥിതജനതയും അവർണർ ആകമാനവും പുരോഗമനവാദികളും വിളംബരത്തെ എതിരേറ്റത്.

1936 ഡിസംബർ 10ന് സർക്കാർ രൂപവത്കരിച്ച 'ക്ഷേത്രപ്രവേശന സ്മാരകസമിതി' വർക്കിംഗ് കമ്മിറ്റിയിൽ മഹാത്മാ അയ്യൻകാളിയും ജനറൽ കമ്മിറ്റിയിൽ ടി.ടി. കേശവൻ ശാസ്ത്രിയും അംഗങ്ങളായിരുന്നു. കമ്മിറ്റിയിലുണ്ടായിരുന്ന മറ്റ് അംഗങ്ങളിൽ ചിലർ. സർ സി.പി. രാമസ്വാമി അയ്യർ, എൻ. കുമാരനാശാൻ, എം. ഗോവിന്ദൻ, മിസ് കെ. ഈശ്വരിയമ്മ, ഉദരശിരോമണി ടി. പത്മനാഭറാവു, കെ.ജി.കൃഷ്ണപിള്ള, റാവു ബഹദൂർ രാജനീതി നിപുണ എബ്രഹാം വർഗ്ഗീസ്, സി.വി. ചന്ദ്രശേഖരൻ, മണ്ണൂർ ഗോവിന്ദപ്പിള്ള, മിസ്സിസ് സി.ഒ. മാധവൻ, മിസ്സിസ് പി. തങ്കമ്മ, ജി. നാരായണൻ തമ്പി, കെ.എൻ. ഗോവിന്ദൻ, ആർ. അനന്തറാവു.

അയ്യൻകാളിയുടെ ക്ഷേത്രങ്ങളോടുള്ള മനോഭാവം മുൻപ് സൂചിപ്പിച്ചു. വിളംബരത്തിനു മുൻപോ പിന്നീടോ അദ്ദേഹം ക്ഷേത്രദർശനം നടത്തിയിട്ടില്ല. അദ്ദേഹം ഹിന്ദുത്വവാദിയുമായിരുന്നില്ല. എന്നിരുന്നാലും തന്റെ ജനതയ്ക്ക് വിളംബരംമൂലം ക്ഷേത്രദർശനം നടത്താൻ കൈവന്ന അമൂല്യഭാഗ്യത്തിൽ അദ്ദേഹം ഭാഗഭാക്കായി. അദ്ദേഹത്തിന്റെയും ശാസ്ത്രിയുടെയും നേതൃത്വത്തിൽ സാധുജനപരിപാലനസംഘം പ്രവർത്തകർ നാടാകെ ആഘോഷപരിപാടികൾ സംഘടിപ്പിച്ചു. വിളംബരം ഭാരതത്തിന്റെ സാമൂഹ്യചക്രവാളത്തിലുണർത്തിയ അനുരണനം വളരെ വലുതാണ്. രാജ്യത്തെ സാമൂഹിക, രാഷ്ട്രീയ നേതാക്കൾ തിരുവിതാംകൂർ മഹാരാജാവിനെ മുക്തകണ്ഠം പുകഴ്ത്തി. വിളംബരാഘോഷങ്ങളിൽ പങ്കെടുക്കാൻ ഗാന്ധിജിയും രാജാജിയും തിരുവനന്തപുരത്തെത്തി.

ജൂബാ രാമകൃഷ്ണപിള്ള പറയുന്നു:

"ഞങ്ങൾ സംഘടിപ്പിച്ച ഘോഷയാത്രയിൽ ഉന്നതശീർഷനായ അയ്യൻകാളി മുൻനിരയിൽത്തന്നെ ഉണ്ടായിരുന്നു. അന്ന് പട്ടണത്തിന്റെ പല ഭാഗത്തും ഹരിജൻ യോഗങ്ങൾ സംഘടിപ്പിച്ച സംഘാടകരിൽ ഒരാൾ അയ്യങ്കാളിയായിരുന്നു..."[1]

പ്രശസ്ത ചരിത്രകാരനായ എ. ശ്രീധരമേനോന്റെ വാക്കുകൾ:

"1936ലെ ക്ഷേത്രപ്രവേശന വിളംബരം ഈ ധീരയോദ്ധാവിനെ (അയ്യൻകാളിയെ) വികാരവിവശനാക്കി. ചരിത്രപ്രഖ്യാതമായ ഈ വിളംബരം പ്രസിദ്ധപ്പെടുത്തിയതിന് തൊട്ടടുത്ത് തിരുവിതാംകൂർ സന്ദർശിച്ച മഹാത്മാഗാന്ധിയെ സ്വാഗതം ചെയ്യാൻ അയ്യൻകാളിയുടെ ജന്മദേശമായ വെങ്ങാന്നൂർ വെച്ച് കൂടിയ സമ്മേളനത്തിൽ അദ്ദേഹത്തിന്റെ സേവനങ്ങൾ പ്രത്യേകം പ്രകീർത്തിക്കപ്പെടുകയുണ്ടായി."[2]

ഗാന്ധിജി വെങ്ങാന്നൂരിൽ

ക്ഷേത്രപ്രവേശനാഘോഷങ്ങളിൽ പങ്കെടുക്കാനും ചിത്തിര തിരുനാളിനെ തന്റെയും കോൺഗ്രസ്സിന്റെയും അഭിനന്ദനങ്ങളറിയിക്കാനും ഗാന്ധിജി തിരുവനന്തപുരത്ത് എത്തി. രാജകുടുംബാംഗങ്ങളെയും ദിവാനെയും സന്ദർശിച്ച ഗാന്ധിജി അയ്യൻകാളിയെ സന്ദർശിക്കാൻ വെങ്ങാന്നൂരിലേക്കു പുറപ്പെട്ടു. അദ്ദേഹം എത്തുന്ന വിവരം യഥാസമയം വേണ്ടപ്പെട്ടവർ അയ്യൻകാളിയെ അറിയിച്ചിരുന്നു. ഗാന്ധിജിയെ സ്വീകരിക്കാൻ സംഘം പ്രവർത്തകർ എല്ലാ ഒരുക്കങ്ങളും ചെയ്തു. 1937 ജനുവരി 14-നാണ് ചരിത്ര പ്രസിദ്ധമായ അയ്യൻകാളി-ഗാന്ധി കൂടിക്കാഴ്ച നടന്നത്. വൈകുന്നേരം നാലുമണിക്ക് ഗാന്ധിജി വെങ്ങാന്നൂരിലെത്തി. അയ്യൻകാളി ആദരപൂർവ്വം ഗാന്ധിജിയെ സ്വീകരിച്ചു. ഇരുവരും 'നമസ്തെ' പറഞ്ഞ് ഹസ്തദാനം നടത്തി.

ആഹ്ലാദപൂർവ്വമാണ് അവിടെ കൂടിയിരുന്ന സംഘം പ്രവർത്തകർ ഗാന്ധിജിയെ എതിരേറ്റത്. അധ്യക്ഷവേദിയിൽ ഉപവിഷ്ടനായ ഗാന്ധിജിയുടെ പാദങ്ങൾ അയ്യൻകാളി തൊട്ടു നമസ്കരിച്ചു. തുടർന്ന് ഗാന്ധിജി പ്രസംഗിച്ചു. ദ്വിഭാഷിയുടെ സഹായത്തോടെയാണ് ഗാന്ധിജി പ്രസംഗിച്ചതും അയ്യൻകാളിയുമായി സംഭാഷണം നടത്തിയതും. പ്രസംഗമദ്ധ്യേ ഗാന്ധിജി പറഞ്ഞു:

"അയ്യൻകാളീ, താങ്കളെ ഞാൻ നമസ്കരിക്കുന്നു. കാരണം നാം രണ്ടുപേരും സ്വാതന്ത്ര്യത്തിനുവേണ്ടി പോരാടി. താങ്കൾ അതിൽ വിജയിച്ചു. എന്റെ വിജയം ഇനിയും അകലെ. അതുകൊണ്ടാണ് ഞാൻ താങ്കളെ നമസ്കരിച്ചത്."[3]

---

1. 'അനശ്വരനായ സാമൂഹ്യപരിഷ്കർത്താവ്' (ലേഖനം) - ജൂബാ രാമകൃഷ്ണ പിള്ള, ശ്രീ അയ്യൻകാളി സ്മരണിക, അയ്യൻകാളി സ്മാരക ട്രസ്റ്റ്, തിരുവനന്തപുരം 1982, പേജ് 52
2. കേരള ചരിത്രം - പ്രൊഫ എ. ശ്രീധരമേനോൻ 6-ാം പതിപ്പ്, പേജ്, പേജ് 385, ഡി.സി. ബുക്സ്.
3. മാതൃഭൂമി ദിനപ്പത്രം 2013 ഒക്ടോബർ 1 ചൊവ്വ.

അയ്യൻകാളി ക്ഷണിച്ചിട്ടല്ല ഗാന്ധിജി വെങ്ങാന്നൂരിലേക്കെത്തിയത്. ലോകാരാധ്യനായ അദ്ദേഹത്തെ തന്റെ ആസ്ഥാനത്തേക്ക് ക്ഷണിക്കുവാനോ ക്ഷണിച്ചാൽ അത് സ്വീകരിക്കപ്പെടുമെന്നോ ശങ്കയുണ്ടാവുമല്ലോ അയ്യൻകാളിക്ക്. പക്ഷേ തിരുവിതാംകൂറിലെ ഉന്നതനായ അയ്യൻകാളിയെന്ന സാമൂഹികപരിഷ്കർത്താവിനെക്കുറിച്ച് ഗാന്ധിജി അറിഞ്ഞുകഴിഞ്ഞിരുന്നു. ജീവിതത്തിലാദ്യമായി വിലക്കപ്പെട്ട ക്ഷേത്രസന്നിധിയിൽ ദേവനു മുമ്പിൽ തൊഴുത് കാണിക്കയിടാൻ അവസരം കൈവന്ന കറുത്ത മക്കളുടെ നേതാവിനെ സന്ദർശിച്ച് സന്തോഷം പങ്കുവെയ്ക്കാൻ ഗാന്ധിജി പ്രകടിപ്പിച്ച ഹൃദയവിശാലത ലോകൈകവന്ദ്യനായ മഹാത്മാവിന്റെ മഹത്വം.

വെങ്ങാന്നൂരിലെ കൂടിക്കാഴ്ചയിൽ അയ്യൻകാളിക്കു ചുറ്റുമിരിക്കുന്ന സഹപ്രവർത്തകരെ നോക്കി മഹാത്മജി പറഞ്ഞു:

"പാതി നേരം പോക്കിലും പാതി വാത്സല്യത്തിലും 'പുലയ രാജാവ്' എന്നു നിങ്ങൾ വിളിക്കുന്ന അയ്യൻകാളിയിൽ നിങ്ങൾക്ക് ഒരിക്കലും തളരാത്ത ഒരു പ്രവർത്തകനുണ്ട്."

ഗാന്ധിജി ഇത്രയേ പറഞ്ഞുള്ളൂ. പക്ഷേ എന്തെല്ലാം പൊല്ലാപ്പുകളാണെന്നോ പിന്നീടുണ്ടായത്! പുലയരൊഴിച്ചുള്ള അധഃകൃത വർഗ്ഗക്കാർ സാധുജനപരിപാലനസംഘം വിട്ടുപോയതിനു കാരണം ഗാന്ധിജി അയ്യൻകാളിയെ 'പുലയരാജാവ്' എന്ന് സംബോധന ചെയ്തതുകൊണ്ടാണെന്നും അധഃകൃതനേതാവായ അയ്യൻകാളി പുലയരുടെ നേതാവെങ്കിൽ 'ദാ, ഞങ്ങൾ പടിയിറങ്ങുന്നു' എന്ന് മറ്റുള്ളവർ തീരുമാനിച്ചുവെന്നും പ്രചരിപ്പിക്കപ്പെട്ടു. അല്പവിഭവന്മാരും സങ്കുചിതവീക്ഷകരുമായ ചില അയ്യൻകാളി ചരിത്രകാരന്മാരാവട്ടെ ഒരുപടികൂടി കടന്ന്, ഗാന്ധിജിയുടെ ലക്ഷ്യം സംഘത്തെ തകർക്കുകയായിരുന്നുവെന്നുപോലും എഴുതിക്കൂട്ടി. ശാന്തം! പാവം!!

(മതേതര സംഘടനയായിരുന്നുവെങ്കിലും സംഘത്തിന്റെ ശക്തി പുലയരായിരുന്നു, പൊട്ടും പൊടിപ്പുമായി കുറേ പറയരും കുറവരും. പേരിനു കുറേ പരിവർത്തിതരും - സത്യം മറച്ചുവെച്ചിട്ടു കാര്യമില്ല!)

സംഭാഷണമദ്ധ്യേ ഗാന്ധിജി അയ്യൻകാളിയോടു ചോദിച്ചു: "ഇനിയും അങ്ങയുടെ ലക്ഷ്യമെന്ത്?"

"നാടിന്റെ നാലു മൂലയ്ക്കും എന്റെ വർഗ്ഗത്തിൽ നിന്ന് നാലു ബീയേക്കാരുണ്ടാവണം." ഒട്ടും ആലോചിക്കേണ്ടിവന്നില്ല അയ്യൻകാളിക്ക്.

"അതുണ്ടാവും... അതു ശരിയാവും."

ദീർഘദർശനം ചെയ്യാൻ കഴിവുള്ള മഹാത്മാവിന് അതുറപ്പുണ്ടായിരുന്നു...

പതിനഞ്ച്
സാധുജന പരിപാലനസംഘത്തിന്റെ അസ്തമനവും ഓൾ ട്രാവൻകൂർ പുലയമഹാസഭയുടെ ഉദയവും

സംഘത്തിന്റെ ശിഥിലീകരണം പൂർത്തിയാവുന്നു

സംഘം ശിഥിലീകരിക്കപ്പെടാൻ ഒട്ടേറെ കാരണങ്ങളുണ്ട്. അധഃകൃത ജാതികളിൽ ഭേദചിന്തയില്ലാതെ അവരുടെയാകെ സാമൂഹിക സ്വാതന്ത്ര്യ ത്തിനുവേണ്ടി പൊരുതിയ വിമോചനപ്രസ്ഥാനം. ത്വരിതഗതിയിലുള്ള വളർച്ചകൊണ്ട് തിരുവിതാംകൂറിലാകെ ആയിരത്തിൽപ്പരം ശാഖകളും ലക്ഷക്കണക്കിന് അംഗങ്ങളുമുള്ള മഹാപ്രസ്ഥാനമായി പടർന്നുപന്ത ലിച്ച സംഘത്തിൽനിന്നും ആദ്യം വിട്ടുപോയത് 1914ൽ ഈനോസ് വാധ്യാരും കൂട്ടരുമാണ്. അവർ 'ഐവർ മഹാസഭ' രൂപീകരിച്ചു. വിശദാംശങ്ങൾ ലഭ്യമല്ല. ജനറൽ സെക്രട്ടറി അയ്യങ്കാളിയുമായോ മറ്റു സംഘം നേതാക്കളുമായോ ഉണ്ടായ അഭിപ്രായവ്യത്യാസമാണ് ഈനോസ് വാധ്യാരുടെ തീരുമാനത്തിന് ഹേതുവെന്ന് കേട്ടുകേഴ്‌വി മാത്രമുണ്ട്. താനുൾപ്പെടുന്ന ഐനവർക്ക് വേണ്ടത്ര പരിഗണന ലഭിച്ചി ല്ലായിരിക്കാം. ജനാധിപത്യസ്വഭാവം സംഘടനയിൽ പരിമിതമായിരു ന്നുവോ എന്നും സംശയിക്കണം. പിന്നീട് കുറുമ്പൻ ദൈവത്താൻ സംഘടന വിട്ട സംഭവവും ഈ സംശയത്തെ ബലപ്പെടുത്തുന്നു. സംഘ ത്തിന്റെ രൂപീകരണം മുതൽ അന്തരിക്കുന്നതുവരെ അയ്യൻകാളി ജനറൽ സെക്രട്ടറിയായി തുടർന്നതും ജനാധിപത്യസ്വഭാവത്തിന്റെ അഭാവമായി കണക്കാക്കണം.

അധഃസ്ഥിത വിഭാഗത്തിൽപ്പെട്ട അവാന്തരവിഭാഗങ്ങളെ ആചാരത്തി ലൂടെയും വിശ്വാസത്തിലൂടെയും വൈവാഹികബന്ധത്തിലൂടെയും ഒരു സമുദായമായി പരിണമിപ്പിക്കാൻ പൊയ്കയിലപ്പച്ചൻ (കുമാരഗുരുദേവൻ) 1910-ൽ ഇരവിപേരൂർ കേന്ദ്രമാക്കി പ്രത്യക്ഷരക്ഷാദൈവസഭ (പി.ആർ. ഡി.എസ്.)യ്ക്കു രൂപം നൽകി. (ക്രിസ്തുമതത്തിലെ സവർണരിൽനിന്ന്

പുതുക്രിസ്ത്യാനികൾ വിവേചനം അനുഭവിക്കുന്നതിനാൽ സ്ഥാപിക്കപ്പെട്ട സംഘടനയാണിത്. മാർത്തോമ്മാ സഭയിൽ അംഗമായിരുന്ന അദ്ദേഹം പിന്നീട് 'വേർപാട്' വിഭാഗത്തിൽ ചേർന്നു. ക്രിസ്തുമതത്തിൽ ജാതിചിന്ത ഇല്ലാതിരിക്കെ സുറിയാനി ക്രിസ്ത്യാനികൾ പുലർത്തുന്ന വർണവിവേചനത്തിൽ പ്രതിഷേധിച്ച് അദ്ദേഹം 'ദൈവസഭ'യ്ക്കു രൂപം നൽകിയിരുന്നു. പിന്നീടാണ് പി.ആർ.ഡി.എസ്. സ്ഥാപിക്കപ്പെട്ടത്.) ചങ്ങനാശ്ശേരിയിലും പരിസരങ്ങളിലുമുണ്ടായിരുന്ന 'സാധുജനപരിപാലന സംഘം' ഘടകങ്ങൾ നിർജ്ജീവമാകാൻ 1910-20 കാലഘട്ടത്തിൽ പി. ആർ.ഡി.എസ്. കാരണമായി. ഒപ്പംതന്നെ തിരുവല്ല കേന്ദ്രമാക്കി സോളമൻ 'ചേരമൻ ദൈവസഭ'യും ബിഷപ് സ്റ്റീഫന്റെ നേതൃത്വത്തിൽ 'ആംഗ്ലിക്കൻ ചർച്ച് ഓഫ് കേരള'യും ക്രിസ്തുമതം സ്വീകരിച്ച പുലയർ അംഗങ്ങളായുള്ള പെന്തക്കോസ്തുസഭകളും പ്രവർത്തിക്കാൻ തുടങ്ങിയതോടെ മദ്ധ്യതിരുവിതാംകൂറിൽ സംഘത്തിന്റെ നിലനില്പ് പ്രതികൂലാവസ്ഥയിലായി. 1921ൽ പാമ്പാടി ജോൺ ജോസഫ് ഇരവിപേരൂരിലെ പൊടിപ്പാറ കേന്ദ്രമാക്കി അവശക്രൈസ്തവരെ സംഘടിപ്പിച്ച് 'ചേരമർ മഹാജന സഭ'യുണ്ടാക്കി. അത് കോട്ടയം, ചങ്ങനാശ്ശേരി പ്രദേശങ്ങളിലെ അറുപതിൽപരം സംഘം ശാഖകൾ നിർജ്ജീവമാകാൻ കാരണമായി. തിരുവിതാംകൂർ വ്യാപകമായി പുലയർ ഒഴിച്ചുള്ള മറ്റ് അധഃകൃതർ സ്വന്തം ജാതിസംഘടനകൾ രൂപീകരിച്ചുതുടങ്ങിയിരുന്നു:

- 1915ൽ കാവാരിക്കുളം കണ്ടൻകുമാരന്റെ നേതൃത്വത്തിൽ 'ബ്രഹ്മ പ്രത്യക്ഷ ധർമ്മപരിപാലന പറയർ മഹാജനസംഘം'
- 1916ൽ ജോൺ യേശുദാസ് നേതാവായി 'അയനവർ മഹാസഭ'.
- 1928ൽ എസ്.കെ. രാഘവന്റെ 'കുറവ സത്യവിലാസിനി സംഘം'.
- 1929ൽ കല്ലട രാമൻ നാരായണന്റെ 'അറുമുഖവള്ളി വിലാസം കുറവർ സഭ'.
- 1936ൽ പി.സി. ആദിച്ചന്റെ 'കുറവർ മഹാസഭ'.

ഓരോ ജാതി സംഘടനയ്ക്കും പ്രജാസഭയിൽ പ്രാതിനിധ്യം ലഭിക്കും എന്നതിനാലാണ് അവാന്തരവിഭാഗങ്ങൾ സംഘടനകൾ രൂപീകരിച്ചത്.

സാധുജന പരിപാലസംഘത്തെ ശക്തിപ്പെടുത്തി അധഃകൃതരാകെ ഒരു ഏകീകൃത സമുദായമായി മാറാൻ അവരിലെ ജാതിസംഘടനകൾ വിഘാതമായി. അഥവാ, ഏകീകൃത സമുദായം എന്ന ലക്ഷ്യം സംഘത്തിനുണ്ടായിരുന്നില്ല. അയ്യൻകാളി എന്ന വിപ്ലവനേതാവിന്റെ നിയന്ത്രണത്തിലുള്ള ഒരു സമരസംഘടന മാത്രമായി സംഘം ഒതുങ്ങി. പി.ആർ. ഡി.എസ്. ആവട്ടെ ഒരു പ്രാദേശിക സംഘടനയായി ഒതുങ്ങിനിന്നു. അത് സംഘവുമായി സഹകരിക്കുകയോ ഇരുസംഘടനകളും ലയിച്ച് ഒരൊറ്റ പ്രസ്ഥാനമായി മാറുകയോ ഉണ്ടായില്ല.

'ആൾ ട്രാവൻകൂർ പുലയ മഹാസഭ'യുടെ ഉദയം:

സാധുജനപരിപാലന സംഘത്തിന്റെ തകർച്ചയിലുണ്ടായ ആത്മനൊമ്പരവും പേറിക്കൊണ്ടാണ് അയ്യൻകാളി തന്റെ വാർദ്ധക്യത്തിലേക്കും രോഗാവസ്ഥയിലേക്കും കടന്നത്. അക്ഷരാർത്ഥത്തിൽത്തന്നെ തന്റെ ചോരയും നീരുംകൊണ്ട് വളർത്തിയെടുത്ത പ്രസ്ഥാനത്തിൽനിന്ന് പ്രിയപ്പെട്ട സഹപ്രവർത്തകർ പലരും അകന്നുപോയതിൽ അദ്ദേഹം ഖിന്നനായിരുന്നു. ഇരുഭാഗത്തും വീഴ്ചകളുണ്ടായിട്ടുണ്ടാവാം. അതിന്റെ തെളിവുകളൊന്നും ഇന്ന് നമ്മുടെ പക്കലില്ല.

ഇതിനിടെ കുറുമ്പൻ ദൈവത്താന്റെ 'ഹിന്ദു പുലയ സമാജം', 'മധ്യതിരുവിതാംകൂർ പുലയസമാജ'മായി. 1927ൽ ദൈവത്താന്റെ അകാലനിര്യാണത്തോടെ ആ സംഘടനയുടെ പ്രവർത്തനം നിലച്ചു. പാമ്പാടി ജോൺ ജോസഫിന്റെ സംഘടനയുടെ മറ്റൊരു ഉപശാഖ 'ഹിന്ദു ചേരമർ മഹാസഭ' എന്ന പേരിൽ ചങ്ങനാശ്ശേരിയിലും പ്രാന്തപ്രദേശങ്ങളിലും വേരുപിടിക്കാൻ തുടങ്ങി. വടക്കു കൊച്ചിരാജ്യത്താവട്ടെ 'സമസ്ത കൊച്ചി പുലയമഹാസഭ' നല്ല രീതിയിൽ പ്രവർത്തിച്ചുകൊണ്ടിരുന്നു.

ഈ ചുറ്റുപാടുകളിലാണ് 1937ൽ 'ഓൾ ട്രാവൻകൂർ പുലയ മഹാസഭ' രൂപീകൃതമാവുന്നത്. അതിന്റെ മുൻവർഷമാണ് ശാസ്ത്രി അയ്യൻകാളിയുടെ ജാമാതാവയത്. ശാസ്ത്രിയുടെ ശുഷ്കാന്തിയിലാണ് സംഘടന രൂപീകരിക്കാനുള്ള ആദ്യവട്ട ചർച്ചകൾ നടന്നത്. അയ്യൻകാളി അന്ന് രോഗം ബാധിച്ച് ശയ്യാവലംബിയായിരുന്നു. പ്ലാവർത്തൽ വീട്ടിൽ കാസരോഗം ബാധിച്ച് അവശനിലയിലായിരുന്ന അയ്യൻകാളി, തനിക്ക് ഇനിയൊരങ്കത്തിനു ബാല്യമില്ലെന്നു തിരിച്ചറിഞ്ഞുകഴിഞ്ഞിരുന്നു. അയ്യൻകാളിയുടെ സമ്മതത്തോടെയാണ് ശാസ്ത്രി പുതിയ സംഘടനയ്ക്കുള്ള തയ്യാറെടുപ്പുകൾ നടത്തിയത്. സമാനദുഃഖിതരായ അധഃകൃതർ ഒരേ കൊടിക്കീഴിൽ നിൽക്കണമെന്നാശിച്ച അയ്യൻകാളി, അതിനി ഒരു വിദൂരസാധ്യത എന്നുകണ്ട്, പുലയരെങ്കിലും ഒരു കൊടിയുടെ കീഴേ അണിനിരക്കണമെന്നാശിച്ചിരിക്കാം.

അയ്യൻകാളിയുടെ ഇളയപുത്രൻ ശിവതാണു ഇങ്ങനെ രേഖപ്പെടുത്തി:

"...അയ്യൻകാളി എല്ലാ വിഭാഗത്തിലുംപെട്ട അധഃസ്ഥിതർക്കുവേണ്ടി സ്ഥാപിച്ച സാധുജനപരിപാലനസംഘം എന്ന മഹത്തായ സംഘടനയിൽനിന്ന് പുലയർ അല്ലാത്ത അധഃകൃതർ പിൽക്കാലത്ത് പിരിഞ്ഞുപോവുകയും താന്താങ്ങളുടെ പുതിയ ജാതിസംഘടനകൾക്ക് രൂപം നൽകുകയും ചെയ്തു. അതോടുകൂടിയാണ് അയ്യൻകാളി പുലയർക്കുവേണ്ടി മാത്രമായി 'ദി ഓൾ ട്രാവൻകൂർ പുലയർ മഹാസഭ' എന്ന സംഘടനയ്ക്കു രൂപം നൽകിയത്."*

* അയ്യൻകാളി സ്മരണിക 1988 (ലേഖനം). എഡി: അപ്പൻ വഞ്ചിയൂർ

അയ്യൻകാളി: അധഃസ്ഥിതരുടെ പടയാളി

കമ്മ്യൂണിസ്റ്റു പാർട്ടി കേരളത്തിൽ പ്രവർത്തനമാരംഭിച്ച വർഷമായിരുന്നു 1937. അതേ വർഷം ജൂലൈ മാസത്തിൽ അടൂർ ഗവ. ഹൈസ്കൂളിൽ വെച്ചാണ് സഭയുടെ രൂപീകരണം നടന്നത്. യോഗത്തിൽ തിരുവിതാംകൂർ ദിവാൻ സർ. സി.പി. രാമസ്വാമി അയ്യർ അദ്ധ്യക്ഷത വഹിച്ചു. അനാരോഗ്യംമൂലം അയ്യൻകാളിക്ക് യോഗത്തിൽ പങ്കെടുക്കാൻ കഴിഞ്ഞില്ല. എങ്കിലും യോഗം അദ്ദേഹത്തെ ജനറൽ സെക്രട്ടറിയായി തിരഞ്ഞെടുത്തു. മഹാസഭയുടെ ബൈലോയിൽ ഒന്നാമത് പേരെഴുതി ഒപ്പിട്ടത് അയ്യൻകാളിയാണ്.

1938ൽ സഭ രജിസ്റ്റർ ചെയ്യപ്പെട്ടു.[*] എന്നാൽ രജിസ്ട്രേഷനാവട്ടെ അയ്യൻകാളിയുടെ മരണശേഷമാണ് നടന്നത്. സാധുജന പരിപാലന സംഘം പിരിച്ചുവിടാതെയാണ് സഭ രൂപീകരിച്ചത്. ഫലത്തിൽ അത് 'സഭ'യുടെ തുടക്കവും 'സംഘ'ത്തിന്റെ ഒടുക്കവുമായി.

അയ്യൻകാളിയുടെ മരണശേഷം സഭയെ നയിച്ചത് ടി.ടി. കേശവൻ ശാസ്ത്രിയാണ്. കേരളപ്പിറവിയോടുകൂടി സംഘടന 'ദി ഓൾ കേരള പുലയർ മഹാസഭ (A.K.P.M.S.)' ആയി പുനർനാമകരണം ചെയ്യപ്പെട്ടു.

(സഭയുടെ സ്ഥാപകനേതാക്കളുടെ ലിസ്റ്റ് അനുബന്ധം 6ൽ കൊടുത്തിരിക്കുന്നു.)

---

[*] Registered under the 28 of the Travancore Companies Act IX of 1114. Lecence R Dis. No. 1572 Judil Certificate of incorporation No. 30 This Licence issued by Shri. G. Parameswaran Pillai, Chief Secretary of Govt. day of May 1942.

പതിനാറ്

അയ്യൻകാളി ചരിത്രത്തിലേക്ക്

സാമൂഹികവും രാഷ്ട്രീയപരവുമായ ഒട്ടേറെ സംഭവവികാസങ്ങൾക്ക് സാക്ഷ്യം വഹിച്ച കാലഘട്ടമാണ് ആയിരത്തിത്തൊള്ളായിരത്തി മുപ്പതുകൾ.

1929-ൽ സർ എം. വിശ്വേശ്വരയ്യയുടെ അദ്ധ്യക്ഷതയിൽ തിരുവനന്തപുരത്തു നടന്ന നാട്ടുരാജ്യപ്രജാസമ്മേളനം ഇന്ത്യൻ സംസ്ഥാനങ്ങളിൽ ഉത്തരവാദഭരണം നടപ്പാക്കണമെന്ന് ആവശ്യപ്പെട്ടുകൊണ്ട് പ്രമേയം പാസ്സാക്കി. 1931ൽ യൂത്ത്‌ലീഗിന്റെ ആവിർഭാവത്തോടെ തിരുവിതാംകൂറിലെ രാഷ്ട്രീയ പ്രവർത്തനങ്ങൾക്ക് ആക്കം വർദ്ധിച്ചു. 1931ൽ യൂത്ത് ലീഗ് വിദേശവസ്തുക്കളുടെ ബഹിഷ്കരണം സംഘടിപ്പിച്ചു. 1932ലെ നിവർത്തനപ്രക്ഷോഭത്തിന്റെ ഫലമായി സർക്കാരുദ്യോഗങ്ങളിൽ പിന്നോക്കസമുദായങ്ങൾക്ക് ന്യായമായ പ്രാതിനിധ്യം ഉറപ്പാക്കാൻ പബ്ലിക് സർവ്വീസ് കമ്മീഷൻ നിലവിൽ വന്നു. 1936ൽ സമ്മതിദാനാവകാശനിയമം സർക്കാർ പാസാക്കി. ഇതിൻപ്രകാരം പുതിയ നിയമസഭയിലേക്ക് 1937 ഏപ്രിൽ-മേയ് മാസങ്ങളിൽ നടന്ന തിരഞ്ഞെടുപ്പിൽ ഭൂരിപക്ഷം മണ്ഡലങ്ങളിലും 'സംയുക്ത രാഷ്ട്രീയസമിതി' വിജയിച്ചു. സമിതി 1938ൽ സ്റ്റേറ്റ് കോൺഗ്രസ് ആയി രൂപം മാറി. പട്ടം താണുപിള്ള, സി. കേശവൻ, ടി.എം. വർഗ്ഗീസ് എന്നിവരുടെ നേതൃത്വത്തിൽ നടന്ന ഉത്തരവാദഭരണത്തിനായുള്ള സമരത്തെ അടിച്ചമർത്താൻ സർക്കാർ തുനിഞ്ഞു. ഇതിനെതിരെ 1938 ആഗസ്റ്റ് 26-ാം തീയതി മുതൽ നിയമലംഘനപ്രക്ഷോഭം ആരംഭിച്ചു. നേതാക്കൾ ജയിലിലടയ്ക്കപ്പെട്ടു. നെയ്യാറ്റിൻകരയിൽ വെടിവെയ്പ്... ആലപ്പുഴയിൽ തൊഴിലാളി പണിമുടക്ക്...

നവകേരളസൃഷ്ടിയുടെ പേറ്റുനോവായിരുന്ന സ്ഫോടനാത്മകമായ ഈ സംഭവങ്ങൾ അരങ്ങേറുമ്പോൾ അയ്യൻകാളി ഇതൊന്നുമറിയാതെ, മുമ്പേയുണ്ടായിരുന്ന കാസരോഗം മൂർച്ഛിച്ച് അവശനായി പ്രാവർത്തൽ വീട്ടിൽ കഴിയുകയായിരുന്നു. അദ്ദേഹത്തിന്റെ സാമൂഹികസമരങ്ങൾ തിരുവിതാംകൂറിലെ കറുത്ത മക്കൾക്ക് സാമൂഹിക സുരക്ഷിതത്വവും ആത്മ

മഹാത്മാ അയ്യൻകാളി.
(1863-1941)

വിശ്വാസവും പ്രദാനം ചെയ്തു. പ്രജാസഭ മെമ്പർ എന്ന നിലയിൽ അവർക്ക് അർഹതപ്പെട്ട അവകാശങ്ങൾ ഒരളവുവരെ നേടിയെടുക്കാനുമായി. പിൻഗാമിയായി വാഴിക്കപ്പെട്ട കേശവൻ ശാസ്ത്രിക്കാവട്ടെ ജീവിത സാഹചര്യങ്ങൾ നിമിത്തം രാജവാഴ്ചയ്ക്കും സി.പിക്കുമൊപ്പം ഒരംചാരി നിൽക്കാനേ കഴിഞ്ഞുള്ളൂ. ജനായത്ത ഭരണത്തിലേക്കുള്ള തിരുവിതാംകൂറിന്റെ തേരോട്ടത്തിൽ ഭാഗഭാക്കാവാനുള്ള താത്പര്യം അഖില തിരുവിതാംകൂർ പുലയർ മഹാസഭയ്ക്കോ അതിന്റെ സാരഥികൾക്കോ ഉണ്ടായില്ല. അവർ മാത്രമല്ല, എസ്.എൻ.ഡി.പി. യോഗവും എൻ.എസ്. എസ്സും യോഗക്ഷേമസഭയുമൊക്കെ തിളച്ചുമറിഞ്ഞ അന്നത്തെ രാഷ്ട്രീയഭൂമികയിൽ നിസ്സംഗരോ രാജഭരണത്തിന്റെ സ്തുതിപാഠകരോ ആയിരുന്നു.

ശയ്യാവലംബിയായപ്പോൾ അയ്യൻകാളിക്ക് അഭിമാനിക്കാൻ ചിലതുണ്ടായിരുന്നു. തന്റെ കൂടി ശ്രമഫലമായി തന്റെ ജനം വിദ്യാഭ്യാസത്തിലൂടെ മുന്നേറുന്നതും സഞ്ചാരസ്വാതന്ത്ര്യവും ആരാധനാസ്വാതന്ത്ര്യവും നേടിയതും കൺകുളിർക്കെ കാണാൻ അദ്ദേഹത്തിനു ഭാഗ്യമുണ്ടായി. എന്നാൽ സാമൂഹ്യപതിത്വം കല്പിക്കപ്പെട്ടവരുടെ സാമൂഹികാന്തസ്സിനായി താൻ പടുത്തുയർത്തിയ പ്രസ്ഥാനം ചീട്ടുകൊട്ടാരംപോലെ തകർന്നടിയുന്നതു കാണാനുള്ള ദുര്യോഗവും അദ്ദേഹത്തിനുണ്ടായി. തന്റെ മൗനാനുവാദത്തോടെ രൂപീകരിക്കപ്പെട്ട പുലയർ മഹാസഭയാവട്ടെ ആർത്തിരമ്പിയെത്തിയ ദേശീയപ്രസ്ഥാനത്തിന്റെയും ചെങ്കൊടിയേന്തി വന്ന കമ്മ്യൂണിസ്റ്റ് പ്രസ്ഥാനത്തിന്റെയും തിരതള്ളലിൽ അങ്ങില്ലാപ്പൊങ്ങായി സ്വജനങ്ങളാൽ തിരസ്കരിക്കപ്പെട്ടത് അയ്യൻകാളിക്കു ശേഷമുള്ള കഥ.

ഒരു ജനതയുടെ സ്വാതന്ത്ര്യമോഹങ്ങളെ ഉദ്ദീപിപ്പിച്ച കർമ്മയോഗിയായ അയ്യൻകാളി അവസാനം സർവ്വാംഗം തളർന്ന് 1941 ജൂൺ മാസം 18ന് ചരിത്രത്തിന്റെ ഭാഗമായി. അദ്ദേഹത്തിന്റെ ഭൗതികശരീരം താൻ സ്ഥാപിച്ച വെങ്ങാനൂർ പുതുവൽവിളാകം സ്കൂൾ പരിസരത്ത് സംസ്കരിക്കപ്പെട്ടു. അയ്യൻകാളിയുടെ മരണശേഷം കേശവൻശാസ്ത്രിയുടെ നേതൃത്വത്തിൽ എല്ലാ വർഷവും അദ്ദേഹത്തിന്റെ ജന്മ-ചരമദിനങ്ങൾ മുടങ്ങാതെ ആചരിച്ചുപോന്നു. സമുദായാചാര്യന്റെ ഭൗതികാവശിഷ്ടം സംസ്കരിച്ച വെങ്ങാനൂരിലെ കല്ലറയ്ക്കു മുകളിൽ 'ചിത്രകൂടം' എന്ന സ്മാരകമന്ദിരം ഉയർന്നു. ഇതിനു മുൻകൈ എടുത്തത് അയ്യൻകാളിയുടെ മകൻ ശിവതാണു, ആൾ ട്രാവൻകൂർ പുലയർ മഹാസഭയുടെ 1-ാം നമ്പർ വെങ്ങാന്നൂർ ശാഖാ പ്രസിഡണ്ടും കേരള ഹരിജൻ സ്റ്റുഡന്റ്സ് ഫെഡറേഷൻ സ്ഥാപകനേതാവുമായ കോവളം കമലാസനൻ, ടി.ടി. കേശവൻ ശാസ്ത്രി എന്നിവരാണ്.

1956 സെപ്തംബർ 30-ാം തീയതി, തിരുവിതാംകൂറിലെ അവസാനത്തെ രാജാവായ ശ്രീചിത്തിര തിരുനാൾ ബാലരാമവർമ്മ 'ചിത്രകൂടം' ഔപചാരികമായി ഉദ്ഘാടനം ചെയ്തു.

'ചിത്രകൂടം'

'പാഞ്ചജന്യം'

1962 നവംബർ 1ന് കേശവൻ ശാസ്ത്രിയും ഓർമ്മയായി.

1970ൽ തിരുവനന്തപുരം ആസ്ഥാനമായി 'അയ്യൻകാളി സ്മാരക ട്രസ്റ്റ്' രൂപവത്കരിക്കപ്പെട്ടു. ട്രസ്റ്റിന്റെ നേതൃത്വത്തിൽ തിരുവനന്തപുരം വെള്ളയമ്പലം സ്ക്വയറിൽ യുഗപുരുഷനായ അയ്യങ്കാളിയുടെ പൂർണ കായപ്രതിമ 1980ൽ അന്നത്തെ ഇന്ത്യൻ പ്രധാനമന്ത്രി ശ്രീമതി ഇന്ദിരാ ഗാന്ധി അനാച്ഛാദനം ചെയ്തു. കേരളമാകെ ചുറ്റി സഞ്ചരിച്ച്, ജനസഹസ്ര ങ്ങളുടെ ആദരവ് ഏറ്റുവാങ്ങിയ പ്രതിമാപ്രയാണഘോഷയാത്ര സമൂഹ ത്തിൽ അയ്യൻകാളിക്കുള്ള ഉന്നതസ്ഥാനം വിളിച്ചറിയിച്ചു.

1994 മാർച്ച് മാസത്തിൽ അയ്യൻകാളിയുടെ സ്മൃതിമണ്ഡപമായ 'ചിത്ര കൂടം' പൊളിച്ച് പുതിയൊരു മണ്ഡപം തൽസ്ഥാനത്ത് നിർമ്മിക്കപ്പെട്ടു. പല കോണുകളിൽനിന്നും അയ്യൻകാളിയുടെ കുടുംബവൃത്തങ്ങളിൽ നിന്നുപോലും ഉണ്ടായ പ്രതിഷേധത്തെ വകവയ്ക്കാതെ 'അയ്യൻകാളി നവോത്ഥാന ട്രസ്റ്റ്' എന്ന സംഘടനയാണ് 'പാഞ്ചജന്യം' നിർമ്മിച്ചതെന്ന് എ.കെ.പി.എം.എസ്സിന്റെ മുൻജനറൽ സെക്രട്ടറിയും ഗ്രന്ഥകാരനുമായ കുന്നുകുഴി എസ്. മണി ഈ ലേഖകനെ അറിയിക്കുകയുണ്ടായി. അദ്ദേഹം എനിക്കയച്ച കത്തിൽ പറയുന്നു:

"...അയ്യൻകാളിയുടെ കുടുംബക്കാർ പലരും എതിരായിരുന്നു. 1994 മാർച്ച് മാസത്തിൽത്തന്നെ ഞാൻ ഇതിനെതിരെ ഒരു കത്ത് 'മാതൃ ഭൂമി'യിൽ പ്രസിദ്ധീകരിച്ചിരുന്നു. പക്ഷേ ചരിത്രനിഷേധികൾ 'ചിത്രകൂടം' ഇടിച്ചുനിരത്തുകതന്നെ ചെയ്തു."

ചരിത്രപുരുഷന്മാരുടെ സ്മരണയ്ക്കായി പ്രതിമകളും സ്മാരകങ്ങളും സ്മൃതിമണ്ഡപങ്ങളും സ്ഥാപിക്കപ്പെടാറുണ്ട്. അവ ശ്രദ്ധയോടെ സംര ക്ഷിക്കപ്പെടുകയം ചെയ്യുന്നു. കാണം അവ ചരിത്രസ്മാരകങ്ങൾ കൂടി യാണ്. ചരിത്രത്തിന്റെ ഈടുവയ്പുകളായ സ്മാരകങ്ങളും പ്രതിമകളും ചരിത്രമായി മാറിയ മഹത്തുക്കളുടെ ഓർമ്മ പുതുക്കുന്നു. സാംസ്കാ രിക-മതസ്ഥാപനങ്ങളുടെ തിരുശേഷിപ്പുകൾ തച്ചുടയ്ക്കപ്പെട്ട കഥകൾ ചരിത്രത്തിൽ ഒട്ടേറെയുണ്ട്. കാപാലികരും ചരിത്രനിഷേധികളുമാണ് അത്തരം ദുഷ്കർമ്മങ്ങൾ ചെയ്യുക. മഹാനായ അയ്യൻകാളിയുടെ ഓർമ്മ യ്ക്കായുയർന്ന ആദ്യസ്മൃതിമണ്ഡപമാണ് 'ചിത്രകൂടം'. അത് പുതുക്കി പ്പണിയാം. കാലാന്തരത്തിൽ പുനർനിർമ്മിക്കുകയുമാവാം. പക്ഷേ അന്നും അത് 'ചിത്രകൂടം' തന്നെയാവണം. കാരണം അതൊരു ചരിത്ര സ്മാരകമാണ്. 38 വർഷത്തിനുശേഷം അത് തകർത്ത് തൽസ്ഥാനത്ത് മറ്റൊരു പേരിൽ മറ്റൊരു സ്മൃതിമണ്ഡപം പണിയുക - അത് മഹാത്മാ വായ അയ്യൻകാളിയെ അവഹേളിക്കലാണ്; അതിന്റെ ഉദ്ഘാടനം നിർവ്വ ഹിച്ച ആദരണീയനായ ശ്രീചിത്തിര തിരുനാളിനെ അപമാനിക്കലാണ്. ഇനി, ഈ കാപാലികത്വം കാട്ടിയവരുടെ പിൻമുറക്കാർ 'പാഞ്ചജന്യം' തച്ചുടച്ച് പുതിയൊരു സ്മൃതിമണ്ഡപം അവിടെ ഉയർത്തുകയില്ലെന്ന് ആരു കണ്ടു!

മന്ദാകിനീതീരത്ത് 'ചിത്രകൂടം' എന്ന പർവ്വതം സ്ഥിതിചെയ്യുന്നു എന്നു പുരാണം. വനവാസകാലത്ത് ശ്രീരാമൻ സീതാലക്ഷ്മണസമേതനായി കുറേക്കാലം ചിത്രകൂടത്തിൽ വസിച്ചതായാണ് ഐതിഹ്യം. നവനദികളിൽ ഒന്നായ മന്ദാകിനിയിലെ ജലത്തെ ദേഹശുദ്ധി വരുത്തി ചിത്രകൂടപർവ്വതത്തിൽ ഉപവസിച്ചാൽ ഐശ്വര്യം ഉണ്ടാകുമെന്ന് മഹാഭാരതം പറയുന്നു. സംസ്കൃത പണ്ഡിതനായ കേശവൻശാസ്ത്രിയല്ലാതെ ആർക്കാണ് അയ്യൻകാളിയുടെ സ്മൃതിമണ്ഡപത്തിന് 'ചിത്രകൂടം' എന്ന അനർത്ഥമായ പേര് നൽകാൻ കഴിയുക?

മഹാവിഷ്ണുവിന്റെ അവതാരമായ കൃഷ്ണൻ ഉപയോഗിച്ച ശംഖാണ് 'പാഞ്ചജന്യം'. ഏറ്റവും ഉദാത്തമായ നാദം പുറപ്പെടുവിക്കുന്നത് അതുകൊണ്ട് പാഞ്ചജന്യമാവും എന്ന് അയ്യൻകാളി നവോത്ഥാന ട്രസ്റ്റുകാർ ധരിച്ചു. എങ്കിൽ അതായിരിക്കട്ടെ പുതിയ അയ്യൻകാളി സ്മൃതിമണ്ഡപത്തിന്റെ നാമം. കുരുക്ഷേത്രത്തിൽ കൃഷ്ണന്റെ പാഞ്ചജന്യം മുഴങ്ങിയിട്ടുണ്ടാവാം. അത് യുദ്ധഭൂമിയിൽ. പിന്നെ ശംഖൊലി ക്ഷേത്രസന്നിധിയിലാണ്. ക്ഷേത്രങ്ങൾ വർജ്ജിച്ച അയ്യൻകാളിയുടെ സ്മൃതിമണ്ഡപം നവോത്ഥാനക്കാർക്ക് ക്ഷേത്രസന്നിധിയായോ? എന്തൊക്കെയാണാവോ നവോത്ഥാന ട്രസ്റ്റുകാർ ഉദ്ദേശിച്ചതെന്ന് ആർക്കറിയാം? പാഞ്ചജന്യത്തിന്റെ കഥ അന്വേഷിച്ചുപോകുമ്പോൾ സമുദ്രവാസിയായ പഞ്ചജനൻ എന്ന അസുരനിലേക്കും അങ്ങേരെ വിഷ്ണു നിഗ്രഹിച്ച കഥയിലേക്കും പോകേണ്ടിവരും. ആ കഥകളൊക്കെ ഹൃദിസ്ഥമാക്കിയവരാണ് നവോത്ഥാന ട്രസ്റ്റുകാരെങ്കിൽ, ഭഗവാനേ, അയ്യൻകാളി ഒരു അസുരനായിരുന്നു എന്നു സ്ഥാപിക്കാനാണോ ഇവരുടെ ശ്രമം?

പതിനേഴ്

പാമ്പാടി ജോൺ ജോസഫ് - വഴിതെറ്റിയ പഥികൻ

പാമ്പാടി ജോൺ ജോസഫിനെക്കുറിച്ചും അദ്ദേഹത്തിന്റെ പ്രസ്ഥാനത്തെക്കുറിച്ചും ചർച്ച ചെയ്തില്ലെങ്കിൽ അയ്യൻകാളിയുടെ കഥ പൂർണമാവില്ല.

അധഃകൃത സംഘടനാ നേതാക്കളിൽ, ലക്ഷ്യം മഹത്തരമായിരുന്നെങ്കിലും വഴിതെറ്റിയ പഥികനായിരുന്നു പാമ്പാടി ജോൺ ജോസഫ്. 'അല്പജ്ഞാനം അപകടം വരുത്തും' എന്ന ചൊല്ലിന് ഒരുദാഹരണമായിരുന്നു പാമ്പാടി ജോൺ ജോസഫ് (1887-1940)

സാധുജന പരിപാലനസംഘം തിരുവിതാംകൂറിലെ അധഃകൃതരിൽ ഒരു വികാരമായി പടർന്നുകയറുകയും സംഘടന അവരുടെ ജിഹ്വയായി മാറുകയും ചെയ്ത വേളയിലാണ് ജോൺ ജോസഫ് സമുദായപ്രവർത്തനരംഗത്തേക്ക് വരുന്നത്. മതപരമായ വേർതിരിവുകൾക്കുപരി പുലയ സമുദായം ഏകീകരിക്കപ്പെടണമെന്ന സദുദ്ദേശ്യം അദ്ദേഹത്തിനുണ്ടായിരുന്നു. എന്നാൽ 'പുലയർ'ക്കു പകരം 'ചേരമർ' എന്ന നിലപാടിലാണ് കഥാപുരുഷനു തെറ്റുപറ്റിയത്. ചരിത്രം ആഴത്തിൽ ഉൾക്കൊള്ളാതെയുള്ള നിലപാട് സ്വീകരിക്കുക കാരണം അദ്ദേഹത്തിന് അബദ്ധം പിണഞ്ഞു.

തിരുവിതാംകൂർ നാട്ടുരാജ്യത്തിലെ ദളിത് വിമോചനപ്രസ്ഥാനത്തിലെ ഈ സമുന്നത നേതാവ് 1887ൽ ജനിച്ചു. പാമ്പാടിയിൽ അധ്യാപകജോലി ചെയ്ത ജോൺ ജോസഫിന് മാതൃഭാഷയ്ക്കു പുറമെ ഇംഗ്ലീഷും വശമായിരുന്നു. 1914ൽ ഒന്നാംലോകയുദ്ധകാലത്ത് സൈനീകസേവനം നിർവ്വഹിച്ച് മടങ്ങിയെത്തിയ ജോൺ ജോസഫ് വെണ്ണിക്കുളത്ത് നാരകത്താനം അഞ്ചാനിയിൽ ഐസക് ആശാന്റെ മകൾ സാറയെ വിവാഹം ചെയ്തു.

അന്ന് തിരുവിതാംകൂറിലെ ക്രിസ്ത്യാനികളുടെ ജനസംഖ്യ പതിനാറു ലക്ഷത്തിൽപ്പരമായിരുന്നു. അതിൽ ആറര ലക്ഷവും പരിവർത്തിത ക്രൈസ്തവരും. അവരാകട്ടെ ഹൈന്ദവ അധഃകൃതരെപ്പോലെതന്നെ

പതിത്വം അനുഭവിക്കുന്നതിൽ ജോൺ ജോസഫ് ഖിന്നനായിരുന്നു. സൈനികസേവനകാലത്ത് ഫ്ലൈസ്റ്റി മിഷനിൽ ക്രിസ്തീയ മമത പ്രചാരണത്തിൽ ഏർപ്പെട്ടിരുന്ന ജോസഫിന്റെ സാമ്പത്തികനില മെച്ചമായിരുന്നു. കൊല്ലത്ത് ദളിതരുടെ അവകാശസമരങ്ങൾ കൊടുമ്പിരി കൊണ്ട കാലത്ത് അദ്ദേഹം അവിടെ താമസത്തിനെത്തി. പെരിനാട് ലഹള ക്കാലമായിരുന്നു അത്. പിന്നീട് തിരുവനന്തപുരത്ത് കുറവൻകോണ ത്തുള്ള വിക്രമപുരത്ത് ഭൂമി വാങ്ങി വീടുവച്ച് താമസമായപ്പോൾ അയ്യൻ കാളിയുമായി സമ്പർക്കത്തിലേർപ്പെടാൻ സൗകര്യം ലഭിച്ചു. ചിരപരിചയം മൂലം ജോസഫിൽ കർമ്മപടുവായ ഒരു ദളിത് നായകനെ അയ്യൻകാളി കണ്ടറിഞ്ഞു. ആ ചെറുപ്പക്കാരനിൽ ഊർജ്ജസ്വലനായ സ്വാതന്ത്ര്യ മോഹിയെ തിരിച്ചറിഞ്ഞ അയ്യൻകാളി പ്രോത്സാഹിപ്പിച്ചു. അയ്യൻകാളിയെ ആദരവോടെ ജോൺ ജോസഫ് കണ്ടുവെങ്കിലും സംഘത്തിന്റെ പ്രവർത്തകനാകാൻ തുനിഞ്ഞിറങ്ങിയില്ല.

അക്കാലത്ത് തിരുവനന്തപുരം പട്ടണത്തിലുള്ള എൽ.എം.എസ്. പള്ളിയിൽ എല്ലാ ഞായറാഴ്ചകളിലും ജോൺ ജോസഫ് പ്രാർത്ഥന യ്ക്കെത്തിയിരുന്നു. അവിടെവച്ച് ജ്ഞാനജോഷ്വാ എന്നൊരു സർക്കാർ ഉദ്യോഗസ്ഥനെ പരിചയപ്പെട്ടു. അക്കൗണ്ട് ഓഫീസറായിരുന്ന ജ്ഞാന ജോഷ്വാ നാഗർകോവിൽ സ്വദേശിയും തമിഴ് പറയസമുദായത്തിൽപ്പെട്ട പരിവർത്തിത ക്രൈസ്തവനുമായിരുന്നു. ഇരുവരും തമ്മിലുള്ള പരിചയം സൗഹൃദത്തിലേക്കു വളർന്നപ്പോൾ ജ്ഞാനജോഷ്വ കേരളത്തിന്റെ പ്രാചീന ചരിത്രത്തിൽ തനിക്കുള്ള 'ജ്ഞാനം' ജോസഫിലേക്കു പകർന്നു. അത് ഈവ്വിധമായിരുന്നു:

ചേരനാട്ടിലെ ആദിമനിവാസികൾ ചേരമരായിരുന്നു. നാടുവാഴികളും അവർതന്നെ. ഈ മണ്ണിന്റെ യഥാർത്ഥ അവകാശികളായ അവരെ വിദേശികൾ (ആര്യന്മാർ) തോൽപ്പിച്ച് അടിമകളാക്കി. ആ അടിമകളാണ് പുലയർ. അവരെ അടിച്ചമർത്തി സ്വത്തും ആരാധനാലയങ്ങളും സ്വന്ത മാക്കാൻ പ്രയോഗിച്ച തന്ത്രങ്ങളാണ് ജാതിവ്യവസ്ഥിതിയും തീണ്ടലും. ആദിചേരമർ അധഃസ്ഥിതരാക്കപ്പെട്ടപ്പോൾ അവരെ 'പുലയർ' എന്ന പേരു നൽകി നിന്ദിച്ചു.

ജ്ഞാനജോഷ്വയുടെ ചരിത്രധാരണകളിൽ ആവേശംകൊണ്ട ജോൺ ജോസഫ് കൂടുതൽ ചരിത്രഗവേഷണങ്ങൾക്കൊന്നും മുതിരാതെ കൂട്ടു കാരന്റെ ചരിത്രദർശനത്തെ പിൻബലമാക്കിക്കൊണ്ട് അടിമവർഗ്ഗത്തെ മോചിപ്പിക്കാൻ 1921 ജനുവരി 14ന് തിരുവല്ലയ്ക്ക് സമീപമുള്ള ഇരവി പേരൂർ പൊടിപ്പാറയിൽവച്ച് 'തിരുവിതാംകൂർ ചേരമർ മഹാജനസഭ'യ്ക്ക് രൂപം കൊടുത്തു. പ്രഥമ ജനറൽ സെക്രട്ടറി ജോൺ ജോസഫ് തന്നെ. എം.ഐ. കുഞ്ഞപ്പി, സേതു, എം.ടി. ആശീർവാദം ആശാൻ (തിരുവല്ല), പി.ജെ. ജോസഫ്, പി.ഒ. മാത്തു (കുറിച്ചി), ടി.സി. കുട്ടൻ (തിരുവാർപ്പ്), ജോഷ്വാ മേസ്തിരി (ആലപ്പുഴ) എന്നിവരായിരുന്നു നിർവ്വാഹകസമിതി അംഗങ്ങൾ.

സാധുജന പരിപാലനസംഘത്തിന്റെ പല പ്രമുഖ പ്രവർത്തകരും സംഘത്തിന്റെ പ്രവർത്തനത്തോടൊപ്പംതന്നെ ചേരമർ മഹാജനസഭയുടെയും പ്രവർത്തകരായി. ജോൺ ജോസഫ് നല്ലൊരു പ്രഭാഷകനായിരുന്നു. ശ്രോതാക്കളെ തന്റെ ആശയങ്ങളിലേക്ക് അടുപ്പിക്കാനുള്ള മാസ്മരികശക്തി അദ്ദേഹത്തിന്റെ പ്രസംഗങ്ങൾക്കുണ്ടായിരുന്നു. ചിന്താശീലവും അറിവും കവിയായ ശ്രോതാക്കളെ വശപ്പെടുത്താൻ എളുപ്പമാണല്ലോ. ഗുരുതുല്യൻ പകർന്നുനൽകിയ ചരിത്രവിജ്ഞാനം സ്വതഃസിദ്ധമായ പ്രഭാഷണകല ഉപയോഗപ്പെടുത്തി ജോൺ ജോസഫ് ശ്രോതാക്കൾക്കു മുന്നിൽ വിളമ്പി: മുൻപറഞ്ഞ കാരണങ്ങളാൽ മ്ലേച്ഛമായ പുലയനാമം വർജ്ജിച്ച് നാം നമ്മുടെ യഥാർത്ഥ നാമമായ ചേരമർ നാമം സ്വീകരിക്കുക!

ഒരു വിഭാഗം പുലയരും പുലയക്രിസ്ത്യാനികൾ ഒന്നടങ്കവും വികാരവിജ്രംഭിതരായി:

“ഓ, അപ്പം നമ്മള് പുലയരല്ല, ചേരമർ തന്നെ! നല്ല വർക്കത്തൊള്ള പേര്! പുലയര് പോവാൻ പറ. നമ്മള് ഈ രാച്യത്തെ രാശാക്കന്മാരാരുന്നു - ല്യോ? നമ്മക്ക് സ്വന്തമായി രാജ്യോം ഭൂമീം അമ്പലോം ഉണ്ടാർന്നു. ഇതു പറേന്ന പാമ്പാടി സാറുതന്നെ നമ്മുടെ നേതാവ്!

അവർ പാമ്പാടിക്കൊപ്പം കൂടി അടിമവർഗ്ഗത്തെ മോചിപ്പിച്ച്കൈവിട്ടുപോയ രാജ്യവും രാജ്യാധികാരവും തിരിച്ചുപിടിക്കാൻ ജോൺ ജോസഫ് കച്ചമുറുക്കി. സംഘടനയുടെ പ്രതിനിധിയായി ജോൺ ജോസഫ് 1922ൽ പ്രജാസഭയിലേക്ക് നോമിനേറ്റു ചെയ്യപ്പെട്ടു. 1922 മാർച്ച് 10ന് അദ്ദേഹം തന്റെ പ്രജാസഭാപ്രസംഗത്തിൽ ഒരാവശ്യം ഉന്നയിച്ചു.

“സമുദായത്തിന്റെ പേര് ‘പുലയ’ എന്നതിനു പകരം ‘ചേരമർ’ എന്നാക്കണം. ‘പുലയ’ ഒരു അധിക്ഷേപ വാക്കായതിനാൽ സമുദായത്തിന് പൊതുജനദൃഷ്ടിയിൽ അന്തസ്സില്ലാതായി...”*

സർക്കാർ ‘പുലയ’ കളഞ്ഞില്ല; പാമ്പാടിയുടെ നിർദ്ദേശം അവഗണിച്ചുമില്ല - ‘പുലയർ’ അഥവാ ചേരമർ’ എന്ന് ഗസറ്റ് വിജ്ഞാപനം വന്നു! കത്തോലിക്ക സഭയിലേക്ക് മാർഗ്ഗംകൂടിയ പി.ജെ. ജോസഫ് പത്രാധിപരായ ‘സാധുജന ദൂതൻ’ ചേരമർ ദൂതൻ’ എന്ന പേരിൽ തിരുവിതാംകൂർ ചേരമർ മഹാജനസഭയുടെ മുഖപത്രമായി.

ചേരമർ മഹാജനസഭ ഹിന്ദു പുലയരേയും ക്രൈസ്തവപ്പുലയരെയും സമദൃഷ്ടിയോടെ വീക്ഷിക്കണമെന്ന് ജോൺ ജോസഫ് നിഷ്കർഷിച്ചിരുന്നുവെങ്കിലും ഹൈന്ദവപക്ഷത്തുള്ള പുലയർ പ്രതീക്ഷിച്ചതുപോലെ ചേരമർ മഹാജന സഭയോടു സഹകരിച്ചില്ല. 1936ലെ ക്ഷേത്രപ്രവേശന വിളംബരത്തോടെ പുലയരിലെ ഹൈന്ദവ-ക്രൈസ്തവ ധ്രുവീകരണം ശക്തമായി. ഈ ചുറ്റുപാടിൽ പാമ്പാടി ഹിന്ദു പുലയർക്കുവേണ്ടി ഒരു

* ശ്രീമൂലം പ്രജാസഭ രേഖകൾ, 18-ാം സെഷൻ

പുതിയ സഭ രൂപീകരിച്ചു: 'ഹിന്ദു ചേരമർ മഹാസഭ' മധ്യതിരുവിതാം കൂറിന്റെ പല ഭാഗങ്ങളിലും ഈ സംഘടനയുടെ ശാഖകൾ ഇപ്പോഴും നിലവിലുണ്ട്.

1937ൽ അയ്യൻകാളി ജനറൽ സെക്രട്ടറിയായി ആൾ ട്രാവൻകൂർ പുലയ മഹാസഭ രൂപീകരിച്ചതിനെ തുടർന്ന് ചേരമർ മഹാജനസഭയുടെ കർമ്മഭടന്മാർ 'പുലയർ' എന്ന ജാതിനാമം തമസ്കരിക്കാനും പുലയർ മഹാസഭയെ ചേരമർ മഹാജനസഭയിൽ ലയിപ്പിക്കാനും നടത്തിയ നിരന്തരശ്രമങ്ങൾ വിഫലമാക്കാൻ ടി.ടി. കേശവൻ ശാസ്ത്രി, പി.കെ. ചോതി തുടങ്ങിയ പുലയ മഹാസഭ നേതാക്കൾക്കായി. 1938 (കൊ.വ. 1113 കർക്കിടകം 7)ൽ ആൾ ട്രാവൻകൂർ പുലയ മഹാജനസഭ ജനറൽ സെക്രട്ടറി എന്ന നിലയിൽ അയ്യൻകാളി ജോയിന്റ് സ്റ്റോക്ക് കമ്പനി രജിസ്ട്രാർക്ക് നൽകിയ കത്ത് (അനുബന്ധം 9) ഈ സന്ദർഭത്തിൽ ശ്രദ്ധേയമാണ്. വിസ്തര ഭയത്താൽ ഈ വിഷയം വിശദമായി ചർച്ചയ്ക്കെടുക്കാതെ ചരിത്രവസ്തുതകളുടെ വെളിച്ചത്തിൽ 'ചേരമർ ജാതി'യുടെ അന്തസ്സാരശൂന്യത എന്തെന്നു പരിശോധിക്കാം.

ആദിമ ഗോത്രസമൂഹങ്ങളിൽനിന്നാണ് തമിഴകത്തെ ചേര, ചോള, പാണ്ഡ്യ രാജവംശങ്ങൾ ഉരുത്തിരിഞ്ഞത്. വേങ്കടം (തിരുപ്പതി) മുതൽ കുമരി (കന്യാകുമാരി) വരെ ഇരുകടലിനും ഇടയ്ക്കുള്ള വിശാലമായ ഭൂപ്രദേശമായിരുന്നു പുരാതന തമിഴകം. എ.ഡി. 10-ാം നൂറ്റാണ്ടുവരെ കേരളം തമിഴകത്തിന്റെ ഭാഗമായിരുന്നു. കൊടും തമിഴായിരുന്നു കേരളീയരുടെ സംസാരഭാഷ. മരുതം, നെയ്തൽ, പാലൈ, മുല്ലൈ, കുറിഞ്ഞി എന്നീ അഞ്ചു തിണകളിൽ മലമ്പ്രദേശമായ കുറിഞ്ഞിയിൽ ആദി ചേര വംശം രൂപംകൊണ്ടു. പർവ്വതഗുഹകളിൽ വസിച്ചിരുന്ന ഗോത്രവർഗ്ഗം അമ്പും വില്ലും ഉപയോഗിച്ച് വേട്ടയാടി ജീവിച്ചു. നായാട്ടുസംഘത്തിന്റെ നായകൻ സ്വാഭാവികമായും രാജാവായി. പ്രാചീന ചേരദേശത്തെ എയ്നർ, വേട്ടുവർ, കാനവർ, കുറവർ, ഇഴിച്ചിനർ എന്നീ അപരിഷ്കൃത ഗോത്രവിഭാഗങ്ങളുടെ കൊടിയടയാളം 'വില്ല്' ആയിരുന്നു. മെഗസ്തനീസ് ആദിചേരരാജ്യത്തെ പരാമർശിച്ചിട്ടുള്ളത് 'ചെർമെ' എന്നാണ്. ഇത് ചെറുമർ എന്നതിന്റെ പ്രാക്തനരൂപമാണോ എന്ന് തെളിയിക്കപ്പെടേണ്ടിയിരിക്കുന്നു. ചെറുമർ എന്ന പദത്തിൽനിന്ന് 'ചേരം' ഉണ്ടായതായി ലോഗൻ അഭിപ്രായപ്പെടുന്നു. അതിനാൽ അതിപ്രാചീനകേരളത്തിന്റെ ആധിപത്യം ചെറുമർക്കായിരുന്നുവെന്ന് ഒരു വിഭാഗം ചരിത്രകാരന്മാർ സ്ഥാപിക്കാൻ ശ്രമിക്കുമ്പോൾ ചേരന്മാരുടെ മുൻമുറക്കാർ കുറവർ ആയിരുന്നുവെന്ന് പി.ടി. ശ്രീനിവാസ അയ്യങ്കാർ സമർത്ഥിക്കുന്നു. കാരണം ചേരന്മാർ സ്വയം 'പൊറൈയർ' എന്നു വിശേഷിപ്പിച്ചിരുന്നു. മലകളിൽ വസിച്ചിരുന്ന കുറവരാണ് പൊറൈയർ.

പുലയർ, പറയർ, കുറവർ, ചെറുമർ തുടങ്ങിയ ആധുനികകാലത്തെ ജാതിവിഭാഗങ്ങൾ ഒരേ ജനവർഗ്ഗത്തിൽപ്പെട്ടവരായിരുന്നുവെന്നും അതി

പുരാതനകാലത്ത് പുലത്തിന് അഥവാ ഭൂമിക്ക് അവകാശികളായിരുന്ന ഈ ജനവർഗ്ഗങ്ങളാകെ 'പുലയർ' എന്ന് വ്യവഹരിക്കപ്പെട്ടിരുന്നുവെന്നും അനുമാനിക്കുന്നതിൽ തെറ്റില്ല. മധ്യകാലഘട്ടത്തിൽ ചില വിഭാഗങ്ങൾ ഈ സാമാന്യവൽക്കരണത്തിൽനിന്ന് അകന്നുമാറേണ്ടിവരികയും പിന്നീട് തനത് ഐഡന്റിറ്റികളിൽ അറിയാൻ തുടങ്ങിയതിനും കാരണങ്ങളന്വേഷിച്ച് പോവുമ്പോൾ ജാതിവ്യവസ്ഥിതി സമൂഹത്തിൽ അരക്കിട്ടുറപ്പിക്കപ്പെട്ട ചുറ്റുപാടുകളിൽ നാമെത്തിച്ചേരും. ആ അന്വേഷണം ഇവിടെ പ്രസക്തമല്ല. നമുക്ക് പുലയരുടെ ചേരവംശബന്ധമന്വേഷിക്കാം.

സംഘസാഹിത്യത്തിൽനിന്നാണ് സംഘകാലചരിത്രം അനാവരണം ചെയ്യപ്പെടുന്നത്. പാണ്ഡ്യതലസ്ഥാനമായ മധുര കേന്ദ്രമാക്കി നിലനിന്നിരുന്ന കവിസദസ്സ് സംഘം എന്നറിയപ്പെട്ടു. അക്കാലത്ത് വിരചിതമായതും സംഘത്തിൻരെ അംഗീകാരം ലഭിച്ചതുമായ കാവ്യങ്ങളാണ് സംഘകൃതികൾ. സംഘകാലത്തെക്കുറിച്ച് വിഭിന്നാഭിപ്രായങ്ങൾ നിലവിലുണ്ടെങ്കിലും ക്രിസ്ത്വബ്ദം ആദ്യത്തെ മൂന്നു ശതകങ്ങളാണ് സംഘകാലമെന്ന് ഏറെക്കുറെ നിർണയിക്കപ്പെട്ടിട്ടുണ്ട്. പുരാതന തമിഴകത്തിൽ സംഘകാലത്ത് 5 മണ്ഡലങ്ങളാണുണ്ടായിരുന്നത്:

1. തൊണ്ടൈ മണ്ഡലം

തമിഴകത്തിന്റെ വടക്കേയറ്റം. ഇന്നത്തെ നെല്ലൂർ ജില്ലയുടെ തെക്കുഭാഗവും ചിറ്റൂർ, വടക്കേ ആർക്കാട്, ചിങ്കൽപ്പേട്ട എന്നീ ജില്ലകളും തെക്കേ ആർക്കാട് ജില്ലയുടെ വടക്കുഭാഗവും തൊണ്ടൈ മണ്ഡലത്തിൽ ഉൾപ്പെട്ടിരുന്നു. പല്ലവരുടെ ആസ്ഥാനമായി മാറിയ തൊണ്ടൈ മണ്ഡലത്തിന്റെ തലസ്ഥാനം കാഞ്ചി (കാഞ്ചീപുരം)യായിരുന്നു.

2. ചോളം

തൊണ്ടൈ മണ്ഡലത്തിനു തെക്ക് പെണ്ണൈയാർ മുതൽ വൈഗാനദിവരെ വ്യാപിച്ചിരുന്ന ചോളം ഇന്നത്തെ തെക്കൻ ആർക്കാട് ജില്ലയുടെ തെക്കൻഭാഗങ്ങളും തഞ്ചാവൂർ ജില്ലയും ട്രിച്ചി ജില്ലയുടെ ഭൂരിഭാഗം പ്രദേശങ്ങളും ഉൾപ്പെട്ടിരുന്നു. തലസ്ഥാനം ഉറൈയൂർ.

3. പാണ്ഡ്യം

ചോളരാജ്യത്തിന്റെ തെക്ക് ഇന്നത്തെ മധുര, രാമനാഥപുരം, തിരുനൽവേലി ജില്ലകളും കന്യാകുമാരി ജില്ലയിലെ നാഞ്ചിനാടും ഉൾപ്പെട്ടത് പാണ്ഡ്യരാജ്യം. തലസ്ഥാനം മധുര.

4. കൊങ്ങുനാട്

ചോള, പാണ്ഡ്യരാജ്യങ്ങളുടെ പടിഞ്ഞാറ് മലഞ്ചരിവുകൾ നിറഞ്ഞ പ്രദേശം. ഇന്നത്തെ കോയമ്പത്തൂർ, സേലം ജില്ലകളും, ട്രിച്ചി, മധുര ജില്ലകളുടെ ഏതാനും ഭാഗങ്ങളും കൊങ്ങുനാട്ടിൽ ഉൾപ്പെട്ടിരുന്നു.

5. ചേരം

ഇന്നത്തെ കേരളാതിർത്തിയിൽപ്പെട്ട നാടുകൾ കൂടിച്ചേർന്നതായിരുന്നു ചേരരാജ്യം. വേണാട്, കർക്കാനാട്, കുട്ടനാട്, കുടനാട്, പൂഴിനാട് എന്നീ പ്രദേശങ്ങളും ഇന്നത്തെ തമിഴ്നാട്ടിലെ കോയമ്പത്തൂർ, സേലം എന്നിവയുടെ ചില ഭാഗങ്ങളും ചേരനാട്ടിൽ ഉൾപ്പെട്ടിരുന്നു. ഒന്നുകൂടി വിശദമാക്കാം:

- വിഴിഞ്ഞത്തിനു വടക്കു മുതൽ കൊല്ലത്തിനു സമീപം വരെ - വേണാട്
- ഇന്നത്തെ ഇടുക്കി, കൊല്ലം ജില്ലകൾ - കർക്കാനാട്
- കൊല്ലത്തിനു വടക്ക് കായലുകളും വള്ളങ്ങളും നിറഞ്ഞ പ്രദേശം - കുട്ടനാട്
- കുട്ടനാടിനു വടക്ക് - പൂഴിനാട്

(മെക്കൻസി രേഖകളിൽ ചേരരാജ്യത്തിന്റെ അതിർത്തികളായി പറയുന്നത് 'വടക്ക് പളനി വരെ, കിഴക്ക് ചെങ്കോട്ട വരെ, പടിഞ്ഞാറ് കോളിക്കൂടു (കോഴിക്കോടുതന്നെ) വരെ, തെക്കോട്ട് എൺപതു കാതവും ചേരനാട്* എന്നാണ്.

ആദിചേരന്മാരുടെ മൂലരാജ്യം എന്നു കരുതപ്പെടുന്ന പരമ്പരാഗത കേരള പ്രദേശത്ത് (കന്നേറ്റി മുതൽ പുതുപട്ടണം വരെ) ഏതെങ്കിലും വിദേശശക്തി ആക്രമിച്ചു കയറിയതിനും ആധിപത്യം ചെലുത്തിയതിനും ഐതിഹ്യപരമായ തെളിവുകൾപോലും കൾടിയാണ്.

ആദിചേരരാജ്യം കുട്ടനാട്, കുടനാട് എന്നീ പ്രദേശങ്ങളിലൊതുങ്ങിയിരുന്നു. സംഘകാലത്താണ് ചേരരാജ്യത്തിന്റെ വിസ്തൃതി മുൻപറഞ്ഞ വണ്ണം വികസിച്ചത്.

ചേരസാമ്രാജ്യം എന്നത് കേരളനാടിനെ പൂർണമായി അടക്കിവാണ ഒരു രാജവംശം എന്ന് വിശ്വസിക്കത്തെവിധത്തിലാണ് ഇളംകുളവും അദ്ദേഹത്തെ അനുധാവനം ചെയ്ത ശ്രീധരമേനോനും കേരള ചരിത്ര രചനയിൽ എടുത്ത നിലപാട്. പടിഞ്ഞാറ് അറബിക്കടലും വടക്ക് ഗോകർണവും തെക്ക് കന്യാകുമാരിയും കിഴക്ക് സഹ്യപർവ്വതവും അതിരിട്ട ഈ ഭൂവിഭാഗത്തെ അടക്കിഭരിച്ച കേന്ദ്രീകൃതമായ ഒരു ഭരണമായിരുന്നില്ല ചേരവംശത്തിന്റേത്. ഒരു ദരിദ്രദേശമായിരുന്നു ഇത്. പാണ്ഡ്യരും ചോളരും ചേരമെന്നും കേരളമെന്നും പേരുപറഞ്ഞ് കീഴ്പ്പെടുത്തിയെന്നവകാശപ്പെടുന്ന പ്രദേശങ്ങൾ കൊല്ലത്തിനു തെക്ക് തിരുനെൽവേലി ജില്ലയ്ക്കു വടക്കുള്ള പ്രദേശങ്ങളും വടക്ക് നീലഗിരി, ദക്ഷിണ കർണാടകം, ഉത്തര മലബാർ (കോലത്തുനാട്), പാലക്കാടൻ (പ്രദേശങ്ങൾ എന്നിവ മാത്രമാണ്. ചേരരാജ്യത്തിന്റെ ഉൾഭാഗങ്ങളാവട്ടെ അതീവ

---

* Cited by Logan in Malabar, Vol,1, P.225

പിന്നോക്കാവസ്ഥയിലും കേന്ദ്രീകൃതമായ ഭരണത്തിന്റെ അഭാവം കൊണ്ടും ക്ഷയോന്മുഖമായതെങ്കിലും ബാഹ്യരാജ്യശക്തികളാൽ ആക്രമിക്കപ്പെടാതെ കിടന്നു.

രാജാവും രാജാവിനെ ആശ്രയിച്ചുകഴിഞ്ഞവരും സമൃദ്ധിയിൽ ജീവിച്ചു. അതോടൊപ്പം ഉഴവർ (കൃഷിക്കാർ), ചാന്റോർ (മദ്യാഹാരകന്മാർ), വണിക്കുകൾ (വ്യാപാരികൾ) എന്നിവരിൽനിന്നും സമ്പന്ന വർഗ്ഗവും ഉടലെടുത്തപ്പോൾ ഒരു വിഭാഗം ജനത ദാരിദ്ര്യത്തിലും കഷ്ടപ്പാടുകളിലും ജീവിതം തള്ളിനീക്കി. "അവരുടെ ദീനരോദനങ്ങളുടെ പ്രതിധ്വനി സംഘം കൃതികളിൽ ധാരാളമാണ്. കീറിപ്പറിഞ്ഞ വസ്ത്രവുമായി ഒരു നേരത്തെ ആഹാരത്തിനുവേണ്ടി ഗൃഹസ്ഥന്മാരുടെ ഭവനങ്ങളിൽ ജനം യാചകരായി നടന്നിരുന്നു. ധനമില്ലാത്തവർക്കു വേണ്ടിയുള്ളതല്ല ഈ ലോകം എന്ന് തിരുവള്ളുവരെക്കൊണ്ട് പറയിക്കത്തക്ക വിധം (തിരുക്കുറൾ 247) ദയനീയമായിരുന്നു ദരിദ്രവിഭാഗത്തിന്റെ ജീവിതം.

"അരുളില്ലാർക്കവ്വുലകം ഇല്ലൈ പൊരുളില്ലാർ
ക്കിവ്വുലകം ഇല്ലാകി യാങ്കു."

ധനികരും ദരിദ്രരുമായി സമൂഹം വിഘടിക്കപ്പെട്ടപ്പോൾ 'മേലോർ', 'കീഴോർ' വിഭജനമുണ്ടായി. ധനികർ 'ഏനോർ', 'ഉയർന്തോർ' എന്നിങ്ങനെ അറിയപ്പെട്ടപ്പോൾ പാവപ്പെട്ടവർ 'അടിയോർ', 'വിനൈഞ്ജർ' എന്നിങ്ങനെയും അറിയപ്പെട്ടു എന്ന് തൊൽകാപ്പിയം പറയുന്നു. കീഴോർ വിഭാഗത്തിൽപ്പെട്ടവർക്ക് കൈമുതൽ അധ്വാനശേഷി മാത്രം. വിനൈഞ്ജർ എന്നാൽ തൊഴിലാളികൾ. നികൃഷ്ടമായ ജോലി ചെയ്തിരുന്നവരെ 'അടിയോർ' എന്നോ 'ദാസന്മാർ' എന്നോ വിളിച്ചു. അവരാകട്ടെ അടിമകളായിരുന്നു. ചുരുക്കിപ്പറയട്ടെ, സമ്പന്നരായ വണികരെയും ചാന്റോർമാരെയും വില്ലോർമാരെയും സംരക്ഷിക്കാനേ ചേരരാജാക്കന്മാർ തുനിഞ്ഞുള്ളൂ. ചേരരാജാക്കന്മാർ വില്ലോർ കുലത്തിൽപ്പെട്ടവരായിരുന്നല്ലോ. വില്ലോർ, ചാന്റോർ, ഉഴവർ എന്നീ വർഗ്ഗങ്ങൾ പിൽക്കാലത്ത് ഈഴവരായി പരിണമിച്ചു എന്ന് പി.കെ. ഗോപാലകൃഷ്ണൻ നിരീക്ഷിക്കുന്നു.*

ഇനി നമുക്ക് വേണാട് രാജവംശത്തിന്റെ ഉൽപ്പത്തി അന്വേഷിക്കാം.

സംഘകാല തമിഴ് കാവ്യങ്ങളിലും ടോളമിയുടെ ഭൂമിശാസ്ത്രത്തിലും പരാമർശിക്കപ്പെടുന്ന ഒൻപതാം നൂറ്റാണ്ടിനു മുൻപുള്ള ശാസനങ്ങൾ പ്രകാരം ആയ് നാടുവാഴി വംശത്തിന്റെ പിന്തുടർച്ചക്കാരോ ഭാവാന്തരം വന്ന പിന്തുടർച്ചക്കാരോ ആണ് വേണാട്ടു രാജവംശം. ഈ രാജവംശത്തിന്റെ കീഴിലായിരുന്ന ജയത്തുംഗനാട് (കൊല്ലം) മുതൽ തെക്കോട്ടുള്ള

* 'കേരളത്തിന്റെ സാംസ്കാരികചരിത്രം' - പി.കെ. ഗോപാലകൃഷ്ണൻ, ഏഴാം പതിപ്പ്, ഏപ്രിൽ 2008, പേജ് 293

*

പ്രദേശങ്ങൾ കേരള ഭാഗമായിരുന്നില്ല. കൊല്ലത്തിനു വടക്കോട്ട് വേണാട്ടു വംശത്തിന് ആകെക്കൂടിയുള്ള സമ്പർക്കം തിരുവൻവണ്ടൂരിലും തൃക്കൊടിത്താനത്തുമുള്ള രണ്ടു ഗോവർദ്ധനമാർത്താണ്ഡനാമ പരാമർശങ്ങളിലും രണ്ടു ശ്രീവല്ലഭൻകോത നാമപരാമർശങ്ങളിലും ഒതുങ്ങുന്നു. ചുരുക്കിപ്പറഞ്ഞാൽ വേണാട്ടു രാജവംശം തമിഴ് സാംസ്കാരികമേഖലയിൽപ്പെട്ട ഒരു രാജവംശമാണ്. ചെന്തമിഴ് ഭാഷ നല്ലതുപോലെ വശമുള്ളവരായിരുന്നു വേണാട്ടു രാജവംശം. ഇതര തമിഴ് രാജവംശങ്ങളുമായി ഇവർക്ക് സ്ഥിരമായി വിവാഹബന്ധവുമുണ്ടായിരുന്നു. എ.ഡി. എട്ടാം നൂറ്റാണ്ട് മുതൽ പതിന്നാലാം നൂറ്റാണ്ടുവരെയുള്ള ചോള-പാണ്ഡ്യലിഖിതങ്ങളിൽ വേണാട്ടു രാജാക്കന്മാരെ 'ചേരൻ' എന്നും 'കേരളൻ' എന്നും വിശേഷിപ്പിച്ചു കാണുന്നു. ചേരന്മാർ എന്ന് വേണാട്ടുവംശം സ്വയം വിശേഷിപ്പിച്ചില്ലെങ്കിലും ഈ വംശത്തിൽപ്പെട്ട രാജകുമാരിമാരെ ചോള-പാണ്ഡ്യലിഖിതങ്ങൾ വിശേഷിപ്പിക്കുന്നത് ചേരരാജകുമാരിമാരായിട്ടാണ്. കേരളത്തിന്റെ വടക്കൻ അതിർത്തിക്കപ്പുറമുള്ള കൊങ്ങുനാടോ നീലഗിരിയോ ദക്ഷിണ കർണാടകമോ പിടിച്ചടക്കിയിട്ട് ചേരം കീഴടക്കി എന്ന് ചാലൂക്യരും രാഷ്ട്രകൂടരും ചോളരും ഊറ്റംകൊണ്ടതുപോലെയാണ് വേണാട്ടു രാജ്യത്തിനുമേൽ നേടുന്ന വിജയങ്ങളെ പാണ്ഡ്യ-ചോള ലിഖിതങ്ങളും അഭിമാനം കൊള്ളുന്നത്.

കേരളത്തിന്റെ വടക്കേ അറ്റത്തുള്ള ചിറയ്ക്കൽ രാജകുടുംബത്തിൽനിന്നും തിരുവിതാംകൂർ രാജകുടുംബത്തിന് ദത്തെടുക്കാനുള്ള അവകാശമുണ്ടായിരുന്നു. കാരണം ഇരുകുടുംബങ്ങളും പുരാതന ചേരരാജവംശത്തിന്റെ താവഴികളായിരുന്നു. സംഘകാലത്തെ തുടർന്നുവന്ന മൂന്നു നൂറ്റാണ്ടുകൾ അവ്യക്തമായ ഒരു നീണ്ട കാളരാത്രിയായിരുന്നു കേരള ചരിത്രത്തിൽ. അതിനുശേഷം എ.ഡി. 800 മുതൽ എ.ഡി. 1102 വരെ മഹോദയപുരം (തിരുവഞ്ചിക്കുളം) തലസ്ഥാനമാക്കി കുലശേഖരന്മാരുടെ രണ്ടാം ചേരസാമ്രാജ്യം കേന്ദ്രീകൃതമായ ഒരു ഭരണം കേരളത്തിൽ നടത്തിയിരുന്നുവെന്നുമുള്ള ഇളംകുളത്തിന്റെ കണ്ടെത്തൽ ചരിത്രനിർമ്മിതിയുടെ പ്രാഥമികതത്ത്വങ്ങളുടെ ലംഘനമാണെന്നും കാര്യകാരണസഹിതം പി.കെ. ബാലകൃഷ്ണൻ സമർത്ഥിക്കുന്നുണ്ട്.*

ചേര-ചോള നൂറ്റാണ്ടു യുദ്ധം ഇളംകുളം കുഞ്ഞൻപിള്ളയുടെ കല്പിതകഥയാണ്. പുരാതനകേരളത്തിന്റെ തെക്കേയറ്റത്തും വടക്കുകിഴക്കേ ഭാഗത്തും അല്ലാതെ ഒരു പ്രാകൃത വിദേശ സൈന്യം മലനാട്ടിൽ അതിക്രമിച്ചു കയറി നൂറുകൊല്ലം യുദ്ധം ചെയ്തു എന്നത് സാമാന്യയുക്തിക്കു നിരക്കുന്നതല്ല. ഇരുപതു മൈൽ വീതിയുള്ള പാലക്കാട്ടു ചുരവും കേരളത്തിനു തെക്കേയറ്റത്തുള്ള ആരുവാമൊഴി പാതയും മാത്രമേ ശത്രുസൈന്യങ്ങൾക്ക് അതിക്രമിച്ചു കടക്കാനാവുമായിരുന്നുള്ളൂ.

* 'ജാതിവ്യവസ്ഥിതിയും കേരളചരിത്രവും' - പി.കെ. ബാലകൃഷ്ണൻ മൂന്നാംപതിപ്പ് 2012. ഡി.സി. ബുക്സ്, കോട്ടയം. പേജ് 61-67.

പുലയരുടെ ചേരബന്ധം തേടിയുള്ള ഈ അന്വേഷണം നമ്മെ കൊണ്ടുചെന്നെത്തിക്കുന്നത് ചുരുക്കിപ്പറഞ്ഞാൽ ഇപ്രകാരമാണ്:

1. പുലയർ ഒരു അധിക്ഷേപ സംജ്ഞയല്ല. പുലത്തിന്റെ അഥവാ ഭൂമി യുടെ അവകാശികളായ പുരാതന ഗോത്രങ്ങളുടെ പൊതുസംജ്ഞ യാണത്. 'പുലയർ'ക്കു കാലാന്തരത്തിൽ വന്നുചേർന്ന പതിത്വം ബ്രാഹ്മണസൃഷ്ടിയായ ജാതിവിഭജനത്തെത്തുടർന്ന് ഒരു വിഭാഗം അസ്പൃശ്യരായിചവുട്ടിത്താഴ്ത്തപ്പെട്ടതിനുശേഷമാണ്.

2. ആദിമഗോത്രസമൂഹത്തിൽനിന്ന് ചേരവംശം ഉരുത്തിരിഞ്ഞു വെങ്കിലും ആ വംശം ഒരു രാജവംശമായി പരിണമിച്ച് കേരളത്തിൽ കേന്ദ്രീകൃതമല്ലാത്ത ഭരണം തുടങ്ങിയപ്പോൾ പുലയരുൾപ്പെടുന്ന 'വിനൈഞ്ജർ' വിഭാഗം ചേരവംശത്തിനു പുറത്തേക്ക് തള്ളിമാറ്റ പ്പെടുകയും പാർശ്വവത്കരിക്കപ്പെടുകയും അടിമത്തത്തിലേക്ക് ചവുട്ടി താഴ്ത്തപ്പെടുകയും ചെയ്തു.

ചുരുക്കത്തിൽ വേണാട്ടുരാജവംശവും മറ്റു ചില ആധുനിക ജാതി കളും ചേരവംശപാരമ്പര്യം ചരിത്രത്തിന്റെ പിൻബലത്തോടെ അവകാശ പ്പെടുമ്പോൾ പുലയർ ആ പാരമ്പര്യത്തിന്റെ യഥാർത്ഥാവകാശികളെന്ന് മേനി നടിക്കുന്നത് 'ന്റുപ്പാപ്പായ്ക്കൊരാനേണ്ടാർന്നു' എന്നു പറയുന്നതു പോലെയേയുള്ളൂ. പരിവർത്തിത പുലയക്രൈസ്തവരും ഒരു ന്യൂനപക്ഷം ഹിന്ദു പുലയരും 'ചേരമരെ' ഇന്നും മാറോടുചേർത്ത് പുണരുമ്പോൾ 'അത് കുഴിയാനയാണ്' എന്നുറപ്പിക്കാനേ ചരിത്ര ഏടുകൾ അനുവദി ക്കുന്നുള്ളൂ. മൊഞ്ചുള്ള പേരിൽ ആകൃഷ്ടരായ മധ്യതിരുവിതാംകൂറിലെ കുറേ ഹൈന്ദവപുലയരും 'ഹിന്ദു ചേരമർ' കാരണം വഞ്ചിക്കപ്പെട്ടു.

പതിനെട്ട്
സഫലമായ ജന്മം
വിഫലമായ സംഘശക്തി

നിസ്വാർത്ഥതയും സമർപ്പിത മനസ്സുമാണ് ഒരു ജനനായകന് വേണ്ട മൗലികഗുണങ്ങൾ. ഇവ രണ്ടും അയ്യൻകാളിയിൽ നിർലീനമായിരുന്നു. യൗവ്വനാരംഭത്തിൽ തുടങ്ങി രോഗശയ്യയിൽ ആവുന്നതുവരെ അദ്ദേഹം സാധുജനങ്ങൾക്കുവേണ്ടി ജീവിച്ചു. ഇതെഴുതുമ്പോൾ അയ്യൻകാളി ജനിച്ചിട്ട് ഒന്നര നൂറ്റാണ്ടു പിന്നിട്ടിരിക്കുന്നു. അദ്ദേഹം ജീവിതം തുടങ്ങുന്ന കാലത്ത് പുലയരാദി അധഃകൃതരുടെ ജീവിതം ഇന്നത്തെ തലമുറയ്ക്ക് സങ്കല്പിക്കാൻ പോലുമാവാത്തത്ര നരകതുല്യമായിരുന്നു. മർദ്ദകർക്കു മുന്നിൽ നെഞ്ചുവിരിച്ച് എതിരിട്ടുനിന്ന ആദ്യത്തെ ദളിത് നേതാവാണ് അയ്യൻകാളി.

തന്റെ സഹജീവികൾ മൃഗതുല്യരും അടിമകളുമായി ചുറ്റിനും ജീവിക്കുമ്പോൾ അവശ്യം വേണ്ട ഭദ്രമായ ജീവിതചുറ്റുപാടുകൾ അയ്യൻകാളി കുടുംബത്തിനുണ്ടായിരുന്നു. മാതാപിതാക്കൾ അധ്വാനശീലരായ കൃഷിക്കാർ. ആവശ്യത്തിനു ഭൂമി. തമ്പുരാന്റെ അടിയാനായി, തമ്പുരാന്റെ ചോറുതിന്ന് വളരേണ്ട ഗതികേട് അയ്യൻകാളിക്കും കൂടപ്പിറപ്പുകൾക്കും ഉണ്ടായില്ല. മറ്റു പുലയരെപ്പോലെ പാരതന്ത്ര്യമോ പരാശ്രയമോ വേണ്ടി വന്നില്ല എന്നു സാരം.

സ്വാശ്രയത്വം നൽകിയ ആത്മവിശ്വാസത്തോടെ ചുറ്റിനുമുള്ള ഏഴകൾ ഏറ്റുവാങ്ങിയ പീഡനങ്ങളെ ചോദ്യം ചെയ്തുകൊണ്ടാണ് അദ്ദേഹം യൗവ്വനത്തിലേക്കു കടന്നത്. തന്റെ ജനങ്ങൾ അനുഭവിക്കുന്ന സാമൂഹികമായ പതിത്വവും പൗരാവകാശനിഷേധങ്ങളും കണ്ട് അതിനെതിരെ കായികമായിപ്പോലും പ്രതികരിക്കാൻ മുൻപിൻ നോക്കാതെ, അത് അക്കാലത്ത് തികഞ്ഞ സാഹസികതയാണെന്നറിഞ്ഞുകൊണ്ടുതന്നെ ഇറങ്ങിപ്പുറപ്പാടിൽ സ്വന്തം ജീവിതവും ലാഭചേതങ്ങളെക്കുറിച്ചുള്ള ഉത്കണ്ഠയും അദ്ദേഹം കാര്യമായെടുത്തില്ല. പ്രായമായ മാതാപിതാക്കൾ. തനിക്കു താഴെ ആറു സഹോദരിമാരും രണ്ടു സഹോദരികളും. കടമകൾ

പലതുണ്ട്. പക്ഷേ അധർമ്മം അതിന്റെ പാരമ്യത്തിലെത്തുമ്പോൾ ധർമ്മ സംസ്ഥാപനത്തിനായി ഭൂമിയിൽ ജന്മമെടുക്കുന്ന വൈഷ്ണവാവതാരം പോലെയായിരുന്നില്ലേ അയ്യൻകാളി? അതേ, വൈകുണ്ഠസ്വാമികളും അയ്യാഗുരു സ്വാമിയും ചട്ടമ്പിസ്വാമികളും ശ്രീനാരായണനും അയ്യങ്കാളി യുമൊക്കെ അവതാരങ്ങൾ തന്നെ, കാലം ആവശ്യപ്പെട്ട അവതാരങ്ങൾ.

അയ്യൻകാളി സ്വന്തം കുടുംബത്തെ അവഗണിച്ചില്ല. പക്ഷേ കുടുംബം എന്നത് ഏഴകളായ സ്വജനങ്ങൾകൂടി ഉൾക്കൊണ്ടതായിരുന്നു അദ്ദേഹ ത്തിന്. ചെല്ലമ്മ താൻപോരിമയുള്ള സ്ത്രീയായിരുന്നു. കുടുംബത്തിലെ ഉത്തരവാദിത്വങ്ങൾ സ്വയം ഏറ്റെടുക്കാൻ പ്രാപ്തിയുള്ളവൾ. അടുത്ത ടുത്ത പ്രദേശങ്ങളിൽ ജനിച്ചു വളർന്നവരെങ്കിലും വിവാഹശേഷമാണ് തന്റെ ഭർത്താവ് ചുമലിലേറ്റിയ ദൗത്യത്തിന്റെ വ്യാപ്തിയും അപകട സാധ്യതയും ചെല്ലമ്മ മുഖാമുഖം കാണുന്നത്. അതവരെ ചകിതയാക്കി. 'ആപത്ഘട്ടങ്ങളിൽനിന്ന് ഒഴിഞ്ഞുനിൽക്കാനുള്ള മുൻകരുതൽ വേണം' എന്ന് ഭർത്താവിനോടു സൂചിപ്പിക്കാൻപോലും അവർ അറച്ചു. പ്രശ്ന ങ്ങളെ അഭിമുഖീകരിക്കാനുള്ള ദൃഢനിശ്ചയം ഭർത്താവിന്റെ മുഖത്തു നിന്നും അവർ വായിച്ചെടുത്തു. ചാട്ടവാറുഴറ്റി വില്ലുവണ്ടി ഓടിച്ചുപോയത് ഒരു വിപത്തിലേക്കാണ് എന്നറിഞ്ഞ ചെല്ലമ്മയെന്ന ഭാര്യയുടെ ഉത്ക്ക ണ്ഠയുടെ ആഴം എത്രയെന്ന് നമുക്ക് ഊഹിക്കാവുന്നതേയുള്ളൂ.

ഒരു ജീവിതം മുഴുവൻ അവർ സർവ്വംസഹയായി ജീവിച്ചു. പൊതു കാര്യങ്ങൾക്കായി അതിരാവിലെ പുറപ്പെടുന്ന ഭർത്താവ് മടങ്ങിയെത്തു ന്നത് രാവേറെച്ചെന്നിട്ട്. ചിലപ്പോൾ ദിവസങ്ങൾ കഴിഞ്ഞിട്ട്. ചിലപ്പോൾ മാസങ്ങളും വർഷങ്ങൾതന്നെയും കഴിഞ്ഞിട്ട്. മധ്യതിരുവിതാംകൂറിൽനി ന്നാണ് അയ്യൻകാളി എന്ന ജനനേതാവിന് സ്നേഹവും ജനസമ്മതിയും ഏറെ ലഭിച്ചത്. ഒരുപക്ഷേ അദ്ദേഹം ഏറെ സ്നേഹിച്ചതും മധ്യതിരു വിതാംകൂറിനെയാണ്, ഒരു ഘട്ടത്തിൽ. ആലപ്പുഴയിലും കുട്ടനാടൻപ്രദേശ ങ്ങളിലും ഒരു രാജാവിനെയെന്നവണ്ണം മണ്ണിന്റെ മക്കൾ അയ്യൻകാളിയെ എന്നും എതിരേറ്റു. ആത്മാർത്ഥതയുള്ള സഹപ്രവർത്തകരും മധ്യതിരു വിതാംകൂറിൽ അദ്ദേഹത്തിനുണ്ടായിരുന്നു. ചരതൻ സോളമൻ, മായി ക്കാട്ട് അപ്പി, കുറുമ്പൻ ദൈവത്താൻ, വിശാഖം തേവൻ, വെള്ളിക്കര ചോതി, ശീതങ്കൻ തുടങ്ങിയവർ. ദൈവത്താനും വെള്ളിക്കരയ്ക്കുമൊപ്പം കുട്ടനാട്ടിലും അപ്പർ കുട്ടനാട്ടിലും ചങ്ങനാശ്ശേരിയിലും എരുമേലിയിലും കോഴഞ്ചേരിയിലുമൊക്കെ മാസങ്ങളോളം അദ്ദേഹം സംഘം പ്രവർത്ത നങ്ങളുമായി ചിലവഴിച്ചു. ഒരു സംഭവം ശ്രീ. ടി.കെ. അനിയൻ (അയ്യൻകാ ളിയുടെ ചെറുമകൻ) ഈ ലേഖകനോട് ഈയിടെ പറഞ്ഞു.

ഒരിക്കൽ സംഘടനാസംബന്ധമായി അന്യനാട്ടിൽ കഴിഞ്ഞുകൂടിയ അയ്യൻകാളി വീട്ടിലെത്തി. അന്നൊരു ഞായറാഴ്ചയായിരുന്നു. സ്വന്തം കുട്ടികളെ ഒന്നിച്ച് അയ്യൻകാളി കാണുന്നത് അപൂർവ്വമാണ്. അന്ന് ഇളയ മകന് (ശിവതാണു, റിട്ട. ഡിസ്ട്രിക്ട് ട്രാൻസ്പോർട്ട് ഓഫീസർ.

1990 മാർച്ച് 30ന് അന്തരിച്ചു.) ആറോ ഏഴോ വയസ്സ് പ്രായം. അയ്യൻകാളി മകനെ അരികിൽ വിളിച്ച് ലാളിച്ചു. എന്നിട്ടു ചോദിച്ചു:

"മോൻ എത്രിലാ പഠിക്കൂന്നേ?"

വീട്ടുകാര്യങ്ങൾ ചെല്ലമ്മ ചുമതലാബോധത്തോടെ നിർവ്വഹിച്ചു. ഭർത്താവിന്റെ വീട്ടുകാര്യങ്ങളിലുള്ള അശ്രദ്ധയിൽ അവർ പരിഭവിക്കുകയോ നീരസം കാട്ടുകയോ ചെയ്തില്ല. അയ്യൻകാളിയുടെ പൊതുപ്രവർത്തനം സദുദ്ദേശ്യപരമെന്ന് അവർക്ക് അറിവുണ്ടായിരുന്നിരിക്കണം. ഒരു പുരുഷന്റെ വിജയത്തിനു പിന്നിൽ ഒരു സ്ത്രീ ഉണ്ടാവുമെന്നുള്ള ആപ്തവാക്യം എത്ര ശരി! സാധ്വിയായ ആ ഭാര്യ അദ്ദേഹത്തിന്റെ പൊതുജീവിതം അർത്ഥവത്തും സഫലവുമാക്കി. അയ്യൻകാളിയെന്ന സാമൂഹിക പരിഷ്കർത്താവിനെ സ്ഫുടം ചെയ്തെടുക്കുന്നതിൽ ചെല്ലമ്മ ഏറെ പങ്കു വഹിച്ചു.

തന്റെ വിഹിതത്തിലുള്ള ഭൂമി പണയപ്പെടുത്തി പലപ്പോഴും അയ്യൻകാളി പൊതുപ്രവർത്തനത്തിനുള്ള പണം കണ്ടെത്തി. സാമുദായിക ലഹളയിൽ പെരിനാട് കത്തിയെരിഞ്ഞപ്പോൾ പരിഹാരം തേടി തന്നെ സമീപിച്ച കൊല്ലത്തെ സംഘം പ്രവർത്തകരെ പറഞ്ഞയച്ച് അന്നു രാത്രി സ്വന്തം ഭൂമിയുടെ ഒരു ഭാഗം പണയപ്പെടുത്തിയാണ് പിറ്റേന്ന് അദ്ദേഹം പെരിനാട്ട് കുതിച്ചെത്തിയത്.

വിളപ്പിൽശാലയിൽ സർക്കാർ അനുവദിച്ച മുന്നൂറ് ഏക്കർ ഭൂമിയുടെ പട്ടയം അയ്യൻകാളിക്കായിരുന്നു. അതിൽ ഒരു തുണ്ടു ഭൂമിപോലും സ്വന്തമാക്കാതെ അദ്ദേഹം അധഃകൃതർക്കു വീതിച്ചു നൽകി. അയ്യൻകാളിക്കും കുടുംബത്തിനുമായി പ്രാവർത്തൽ വീട് പണിതുകൊടുത്തത് അച്ഛൻ അയ്യനായിരുന്നു. വിളപ്പിൽശാലയിൽ അദ്ദേഹം വീതിച്ചു നൽകിയ ഭൂമിയിൽ ഇന്ന് ഒറ്റ അധഃകൃതർ പോലുമില്ല എന്നത് അന്വേഷണവിധേയമാക്കേണ്ട മറ്റൊരു കഥ!

'**ത**ങ്ങൾക്കും ചില അവകാശങ്ങളുണ്ട്' എന്ന് കേരളത്തിലെ കറുത്ത ജനതതിയെ ആദ്യമായി ബോധ്യപ്പെടുത്തിയതും അവ പിടിച്ചുപറ്റാൻ മുന്നിൽനിന്നു പൊരുതിയതും അയ്യൻകാളിയാണ്. യുദ്ധഭൂമിയിൽ ആരോഗ്യം അനുവദിച്ചിടത്തോളം കാലം അദ്ദേഹം പൊരുതി. സഞ്ചാര, വിദ്യാഭ്യാസ, ആരാധന സ്വാതന്ത്ര്യങ്ങൾക്കൊപ്പം സാമൂഹികാന്തസ്സിലേക്ക് അവർ നടന്നടുക്കുന്നതു കണ്ടുകൊണ്ടാണ് അദ്ദേഹം മിഴി പൂട്ടിയത്.

വരേണ്യവർഗ്ഗശാസനകളെ ധിക്കരിച്ച അയ്യൻകാളിക്ക് അവരിലെ ഉത്പതിഷ്ണുക്കളുടെ പിൻബലം എപ്പോഴുമുണ്ടായിരുന്നു. പെരിനാട്ടു കലാപം സവർണ-അവർണ ലഹളയായി കത്തിനിന്നപ്പോൾ അവിടെ തിരക്കിട്ടെത്തിയ അയ്യൻകാളി അത് കത്തിജ്ജ്വലിപ്പിക്കാനല്ല സമാധാന ദൂതനായാണെത്തിയത്. കല്ലുമാല പ്രശ്നത്തിൽ ലഹള ശമിപ്പിക്കാൻ

സംഘടിപ്പിച്ച സമാധാന സമ്മേളനത്തിൽ അടിമത്തത്തിന്റെ അടയാളമായ കല്ലുമാലകളും മറ്റും വേദിയിൽ വെച്ചുതന്നെ പൊട്ടിച്ചെറിയാനുള്ള ആഹ്വാനം നൽകുകവഴി അദ്ദേഹം കാട്ടിയ പ്രത്യുല്പന്നമതിത്വം സമ്മേളനത്തിൽ പങ്കെടുത്ത സവർണനേതാക്കളെയാകെ അദ്ഭുതപ്പെടുത്തി.

മനുഷ്യാവകാശങ്ങൾക്കുവേണ്ടിയുള്ള അധഃകൃതന്റെ പോരാട്ടങ്ങൾക്ക് കരുത്തു പകർന്നത് സവർണവിഭാഗത്തിലേയും മറ്റു ഉത്പതിഷ്ണുക്കളായിരുന്നു എന്നത് അയ്യൻകാളിക്കു ശേഷമുള്ള അധഃകൃതനായകരും അണികളും ഓർത്തില്ല. അത് കൃതഘ്നതയാണ്. അയ്യൻകാളിയുടെ പിതാവ് അയ്യനെ ഭൂവുടമയാക്കിയ പരമേശ്വരൻപിള്ള, അയ്യൻകാളിക്ക് പ്രജാസഭയിലേക്ക് വഴിയൊരുക്കിയ കരമന പി.കെ. ഗോവിന്ദപ്പിള്ള, അധഃകൃതരുടെ ഉദ്ധാരണത്തിനായി യത്നിച്ച ചങ്ങനാശ്ശേരി പരമേശ്വരൻപിള്ള, അവർണരുടെ ക്ഷേത്രപ്രവേശനത്തിനുവേണ്ടി സവർണജാഥ നയിച്ച മന്നത്തു പത്മനാഭൻ, വൈക്കം സത്യഗ്രഹ നേതാക്കളായ കെ.പി. കേശവമേനോൻ, ടി.കെ. മാധവൻ, കേളപ്പൻ, പെരിയോർ രാമസ്വാമി നായ്ക്കർ, വൈക്കം സത്യഗ്രഹത്തിൽ പങ്കെടുത്ത രക്തസാക്ഷിയായ ചിറ്റേടത്ത് ശങ്കുപ്പിള്ള, കുറുമ്പൻ ദൈവത്താനും അനുയായികൾക്കും ചെങ്ങന്നൂർ ക്ഷേത്രത്തിൽ ദർശനം നടത്താൻ സൗകര്യമൊരുക്കിയ കല്ലൂർ നാരായണപിള്ള, സമസ്ത കൊച്ചി പുലയ മഹാസഭയുടെ സ്ഥാപനത്തിന് രക്ഷാധികാരിയായി വർത്തിച്ച പണ്ഡിറ്റ് കറുപ്പൻ, സംഘടിച്ചു ശക്തരാവാൻ ആഹ്വാനം ചെയ്ത സദാനന്ദസ്വാമി, അധഃകൃത ഉൽക്കർഷത്തിനുവേണ്ടി ഭരണനടപടികൾ കൈക്കൊണ്ട ദിവാൻ പി. രാജഗോപാലാചാരി, നാരായണഗുരു, കുമാരനാശാൻ, പുലയർക്കൊപ്പം പന്തിഭോജനം നടത്തിയ സഹോദരൻ അയ്യപ്പൻ, സ്വന്തം കുടുംബക്ഷേത്രം ബാഹ്യപ്രേരണ ഏതുമില്ലാതെ അവർണർക്കു തുറന്നുകൊടുത്ത കുറൂർ നീലകണ്ഠൻ നമ്പൂതിരിപ്പാട്, സമസ്ത കൊച്ചി പുലയ മഹാസഭയുടെ രൂപീകരണത്തിന് മാർഗ്ഗനിർദ്ദേശങ്ങൾ നൽകുകയും ഭൗതികസാഹചര്യങ്ങൾ ഒരുക്കുകയും ചെയ്ത സാഹിത്യകുശലൻ ടി.കെ. കൃഷ്ണമേനോൻ, പാറയ്ക്കൽ അപ്പുമേനോൻ തുടങ്ങിയ മഹത്തുക്കളെ കേരളത്തിലെ ദളിത് ജനത കൃതജ്ഞതാപൂർവ്വം സ്മരിക്കേണ്ടതുണ്ട്.

ആ ജനുസ്സിൽപ്പെട്ട നന്മയുടെ നീരുറവകളായ ഉത്പതിഷ്ണുക്കളും പ്രസ്ഥാനങ്ങളും എത്ര വേണമെങ്കിലുമുണ്ട്. 1885ൽ ശ്രീമൂലം തിരുനാൾ തിരുവിതാംകൂറിൽ ഭരണഭാരമേറ്റ വർഷംതന്നെ അയിത്തജാതിക്കുട്ടികൾക്ക് വിദ്യാലയത്തിൽ പ്രവേശനം അനുവദിച്ചുകൊണ്ടുള്ള രാജവിളംബരമുണ്ടായി. സാമൂഹിക പരിവർത്തനത്തിന് ആക്കം വർദ്ധിപ്പിച്ചുകൊണ്ട് 1888ൽ അരുവിപ്പുറം ശിവപ്രതിഷ്ഠ. അതിനുശേഷം രണ്ടു വർഷം കഴിഞ്ഞ് 1890ൽ കണ്ടത്തിൽ വറുഗീസുമാപ്പിളയുടെ പത്രാധിപത്യത്തിൽ മലയാള മനോരമ പ്രസിദ്ധീകരിച്ചു തുടങ്ങി, കൃത്യമായിപ്പറഞ്ഞാൽ

1890 മാർച്ച് 22ന്. അതിനുശേഷം അധഃകൃതരുടെ അവകാശങ്ങൾക്കു വേണ്ടി മലയാളമനോരമ എന്നും നിലകൊണ്ടു. 1890 മാർച്ച് 22ന് പ്രസിദ്ധീകരിച്ച മനോരമയുടെ ആദ്യലക്കത്തിലെ മുഖപ്രസംഗം പുലയർക്ക് വിദ്യാഭ്യാസം നൽകേണ്ടതിന്റെ ആവശ്യകതയിലേക്ക് വിരൽചൂണ്ടുന്നതായിരുന്നു. 'പുലയരുടെ വിദ്യാഭ്യാസം' എന്ന ശീർഷകത്തിൽ പ്രസിദ്ധീകരിച്ച മുഖപ്രസംഗം പൂർണരൂപത്തിൽ ചുവടെ ചേർക്കുന്നു.*

"മലയാളമൊട്ടുക്കും നീചജാതികൾ എന്നു പറയപ്പെട്ടുവരുന്നവരിൽ ജനസംഖ്യകൊണ്ട് പ്രാധാന്യം പുലയർക്കത്രെ. ഇവർ കേവലം മൃഗപ്രായന്മാരെങ്കിലും ഇവരുടെ മനുഷ്യസാമാന്യതയെപ്പറ്റി സംശയിക്കുന്നവർ ഇപ്പോൾ വളരെ ചുരുക്കമാണല്ലോ? ഇതിന് ഇവരുടെ വിദ്യാഭ്യാസത്തെക്കുറിച്ച് ഈയിടെ ഉണ്ടായിരുന്നതായി കാണുന്ന ശ്രദ്ധതന്നെ ലക്ഷ്യം.

എങ്കിലും ഇവരെക്കൊണ്ട് കുറഞ്ഞ വേലയെടുപ്പിച്ചു കാലക്ഷേപം ചെയ്യുന്ന കൃഷിക്കാരുൾപ്പെട്ട ആളുകളിൽ പലരും ഇതിന് വിരോധികളാണെന്നു കാണുന്നതിൽ വളരെ വ്യസനമുണ്ട്.വേലയ്ക്കു കൂലി കൂടുതലായി ആവശ്യപ്പെടുന്നത് സ്വാഭാവികമാണെന്നും ഇതിന് തക്കവണ്ണം വിളകളും വിളകൾക്ക് വിലയും ഉയർന്നുവരുന്നതാണെന്നും വേല നിറവേറ്റുവാനുള്ളവർ സുശീലന്മാരും വിവരമുള്ളവരുമായിരുന്നാൽ അന്യോന്യം ഉത്തമവിശ്വാസത്തോടുകൂടി പ്രവർത്തിക്കുവാൻ തക്ക സ്ഥിതി വന്നുകൂടുന്നതാകയാൽ പല പ്രകാരത്തിലും തങ്ങൾക്ക് ആദായം അധികപ്പെടുവാനേ ഇടയുള്ളൂവെന്നും അവർക്കു തോന്നാത്തത് ആശ്ചര്യംതന്നെ. കൂടുതൽ വിലയും അധികം ചെലവുമുള്ള തീറ്റകളും കൊടുത്തു നല്ല കാളകളെക്കൊണ്ട് പണിയിക്കാൻ പല കൃഷിക്കാർക്കും സമ്മതമുള്ള സ്ഥിതിക്ക് ഇതിനെക്കുറിച്ചവർ അന്യഥാ വിചാരിക്കുന്നത് കേവലം ആലോചനാകുറവുകൊണ്ട് എന്നുതന്നെ വന്നുകൂടുന്നു. കന്നുകാലികൾക്ക് തങ്ങൾ പലവക ചെലവുകളും ചെയ്തുപോകുന്ന ഉടമസ്ഥനെക്കുറിച്ച് ഒരു പുലയനോളം അറിവുണ്ടായിരുന്നെങ്കിൽ അവനെക്കൊണ്ട് പണി ചെയ്യിക്കുന്നതിനും മറ്റുമായി എല്ലാ കൃഷിക്കാരും ഇന്നത്തേതിലും കൂടുതൽ ചെലവുചെയ്യുമായിരുന്നു.

എന്നാൽ എല്ലാ കൃഷിക്കാരും സദാ വിനിമയിച്ചുവരുന്ന ഏറിയതും പുലയരുടെ കൂലി ലാഭമാക്കുവാൻ കേവലം കന്നുകാലികളുടെ സമത്തിലും തീറ്റി മുതലായവ നല്കുന്ന കാര്യത്തിൽ ഇവയേക്കാൾ വളരെ താഴ്ചയിലും ഇരിക്കുന്ന പുലയരെ പരിഷ്കരിച്ചു തങ്ങളുടെ യജമാനന്മാരുടെ തൊട്ടടുത്ത് വരുന്നത് വാസ്തവത്തിൽ വളരെ നന്നായിരിക്കുകയില്ലയോ എന്ന് അവർ സമാധാനമായി ആലോചിച്ചുനോക്കട്ടെ."

* 1890 മാർച്ച് 22ലെ മലയാള മനോരമ ആദ്യലക്കം മുഖപ്രസംഗം 'പുലയരുടെ വിദ്യാഭ്യാസം' എന്ന ശീർഷകത്തിൽ. 'നയലപം' 2001 സെപ്തംബർ ലക്കത്തിൽനിന്ന് എടുത്തുചേർത്തത്.

ഒരു നൂറ്റാണ്ടിനു മുമ്പുള്ള രണ്ടു മാധ്യമപ്രവർത്തകർ - സ്വദേശാഭിമാനി രാമകൃഷ്ണപിള്ളയും കണ്ടത്തിൽ വറുഗീസ് മാപ്പിളയും - തമ്മിലുള്ള പ്രകടമായ അന്തരംകൂടി ഇവിടെ കാണാം. ആദ്യത്തെയാൾ തികഞ്ഞ യാഥാസ്ഥിതികൻ. അപരൻ ഉത്പതിഷ്ണുവും.

മൺമറഞ്ഞവരും ജീവിച്ചിരിക്കുന്നവരുമായ ഉത്പതിഷ്ണുക്കളുടെ വികാരങ്ങളെ നൊമ്പരപ്പെടുത്തുന്ന അതിവിപ്ലവകാരികളും അവരുൾക്കൊള്ളുന്ന ദളിത് സംഘടനകളും അധഃകൃത സങ്കേതങ്ങളെ ലക്ഷ്യം വച്ച് മുളച്ചുപൊന്തുന്നു. ചരിത്രബോധത്തിന്റെ പിൻബലമില്ലാത്ത, വികാരജീവികളുടെ സംഘം ചേരലാണ് പലതും. അവിടെനിന്നുയരുന്നത് പലപ്പോഴും പകയുടെയും വിദ്വേഷത്തിന്റെയും ധൂമപടലങ്ങളാണ്. അയ്യൻകാളിപ്രസ്ഥാനത്തെ കുരുതികഴിച്ച അധഃകൃതരിൽനിന്ന് എണ്ണമറ്റ സംഘടനകളും നേതൃമ്മന്യന്മാരും പുതുമഴയിൽ ഭൂമിക്കുമീതേ മുളച്ച കുമിളകൾ കണക്കെ ഉയർന്നുവന്നു! സംഘടനകൾ അമീബാജന്മംപോലെ വിഘടിച്ചും വിഘടിച്ചവ വീണ്ടും വിഘടിച്ചും ലക്ഷ്യബോധം മറന്ന് പരസ്പരം പോരടിച്ചും യാദവകുലത്തെ ഓർമ്മിപ്പിക്കുന്നു. സംഘടനകൾക്കൊക്കെ ഒരേ ലക്ഷ്യം - അധഃകൃതോദ്ധാരണം. ഉദ്ധാരണം തിരുനക്കരയിലെ വഞ്ചിയുടെ കഥപോലെ...

അയ്യൻകാളി സ്വപ്നം കണ്ട നാലു 'ബീയേ'ക്കാരുടെ സ്ഥാനത്ത് ആനിരക്കണക്കിനു ബിരുദധാരികളും ബിരുദാനന്തര ബിരുദക്കാരുമുണ്ടായി. ഡോ. അംബേദകർ ഡ്രാഫ്റ്റിംഗ് കമ്മിറ്റി ചെയർമാനായി രൂപം കൊണ്ട ഇന്ത്യൻ ഭരണഘടന ഉറപ്പാക്കിയ സംവരണാനുകൂല്യങ്ങളിലൂടെ കേന്ദ്രസംസ്ഥാന വകുപ്പുകളിൽ ദളിത് സാന്നിധ്യം ഉറപ്പായി. സാമൂഹ്യാന്തസ്സ് ഇന്നും മാരീചിക. സാമൂഹികാന്തസ്സും പൗരാവകാശങ്ങളും ഉടനടി പിടിച്ചുവാങ്ങാനായി 'ഭൂമി, വിദ്യ, തൊഴിൽ' എന്ന മോഹനമുദ്രാവാക്യങ്ങൾ സംഘടനകൾ തെരുവിൽ പ്രദർശിപ്പിക്കുന്ന ഫ്ളക്സ് ബോർഡുകളിൽ ചത്തുമലച്ചു കിടക്കുന്നു. മധുരിക്കുന്ന മുദ്രാവാക്യങ്ങൾ പിന്നാമ്പുറത്തു മാറ്റിവച്ചിട്ട് പിളരുന്ന സംഘടനകളുടെ നേതാക്കൾ പരസ്പരം വെല്ലുവിളിയും കുറ്റാരോപണവും നടത്തുന്നതിൽ സായൂജ്യം കൊള്ളുന്നു. അണികളായ സഹോദരന്മാർ നേതാക്കൾക്കുവേണ്ടി ഏറ്റമുട്ടുന്നു.

ദാ, ഒരു തമാശ: വിഘടിക്കപ്പെട്ട ഒരു ദലിത് സംഘടനയുടെ രണ്ടു വിഭാഗങ്ങൾ. ഇരുകൂട്ടരുടേയും സംഘടനയുടെ പേര് ഒന്ന്, രജി: നമ്പർ ഒന്ന്, കൊടിയടയാളം ഒന്ന്!

"ജനങ്ങൾ അർഹിക്കുന്ന നേതാക്കളെ അവർക്കു ലഭിക്കുന്നു" എന്ന് ഒരു ആംഗലേയ ചിന്തകൻ എഴുതിയത് എത്രയോ ശരി! ഉദ്ബുദ്ധരായ സമൂഹത്തിനേ ശക്തരായ നേതാക്കളും സംഘടിതശക്തിയുമുണ്ടാവൂ. അണികൾക്കു മുന്നിൽനിന്നു പൊരുതിയ സൈന്യാധിപനായിരുന്ന

അയ്യൻകാളി. കൗമാരയൗവ്വനങ്ങളിലാരംഭിച്ച സമരപരമ്പരകളിൽ മർദ്ദിതർക്കുവേണ്ടി പോരാടുകയും മർദ്ദകരെ ആവശ്യമെന്നു കണ്ടാൽ മർദ്ദിച്ചൊതുക്കുകയും ഒട്ടേറെ മർദ്ദനങ്ങൾ ഏറ്റുവാങ്ങുകയും ചെയ്ത വിപ്ലവകാരിയായ അയ്യൻകാളി കറുത്ത ജനതയുടെ ഓർമ്മകളിൽ അയ്യൻകാളി യജമാനനായി തലമുറകളിലൂടെ ജീവിക്കും.

രാജഭരണത്തിനു പിൻപേ ജനായത്തഭരണം വന്നു. അധഃകൃതർ ഇന്ന് ത്രിവർണപതാകയ്ക്കും ചെങ്കൊടിക്കും കീഴേ അണിനിരന്നിരിക്കുന്നു. പോരാ, എണ്ണമറ്റ ജാതിസംഘടനകളുടെ കൊടിക്കൂറകൾക്കു കീഴെയും മറ്റു രാഷ്ട്രീയപാർട്ടികൾക്കൊപ്പവും അവരുണ്ട്. സ്വാതന്ത്ര്യപ്രാപ്തിക്കു ശേഷം ആറുപതിറ്റാണ്ടുകൾ കഴിഞ്ഞു. വിദ്യയും തൊഴിലും പൗരസ്വാതന്ത്ര്യങ്ങളും കരഗതമായിട്ടും അധഃകൃതന് സാമൂഹ്യാന്തസ്സ് ഇന്നും മരീചിക! അവർ വീണ്ടും പാർശ്വവത്കരിക്കപ്പെട്ടുകൊണ്ടിരിക്കുന്നു. ആയിരം കണ്ഠങ്ങളിൽനിന്നും എണ്ണമറ്റ ജാതിസംഘടനകളുടെ വേദികളിൽനിന്നും കവർന്നെടുക്കപ്പെടുന്ന അവകാശങ്ങൾക്കുവേണ്ടിയുയരുന്ന മുറവിളികൾ ചടങ്ങുകളും വനരോദനങ്ങളുമായി കലാശിക്കുമ്പോൾ-

അധഃസ്ഥിതന്റെ സാമൂഹികമോചനത്തിനായി ഒരയ്യൻകാളി ഇനി എന്നാണാവോ ഈ മണ്ണിൽ ജന്മമെടുക്കുക?

അനുബന്ധം 1

അയ്യൻകാളിയുടെ കാലത്തെ
തിരുവിതാംകൂർ രാജാക്കന്മാർ

1. ആയില്യം തിരുനാൾ രാമവർമ്മ (1860-1880)
2. വിശാഖം തിരുനാൾ (1880-1885)
3. ശ്രീമൂലം തിരുനാൾ രാമവർമ്മ (1885-1924)
4. സേതുലക്ഷ്മീഭായി (റീജന്റ്) (1924-1931)
5. ചിത്തിര തിരുനാൾ ബാലരാമവർമ്മ (1931-1949)

അനുബന്ധം 2

അയ്യൻകാളിയുടെ കാലത്തെ ദിവാന്മാർ

1.	സർ ടി. മാധവറാവു	(1858–1872)
2.	എ. ശേഷയ്യാ ശാസ്ത്രി	(1872–1877)
3.	എ. നാണുപിള്ള	(1877–1880)
4.	വി. രാമയ്യങ്കാർ	(1880–1887)
5.	ടി. രാമറാവു	(1887–1892)
6.	എസ്. ശങ്കര സുബ്ബയ്യർ	(1892–1898)
7.	കെ. കൃഷ്ണസ്വാമി റാവു	(1898–1904)
8.	വി.പി. മാധവറാവു	(1904–1906)
9.	എസ്. ഗോപാലാചാര്യർ	(1906–1907)
10.	പി. രാജഗോപാലാചാരി	(1907–1914)
11.	എം. കൃഷ്ണൻനായർ	(1914–1920)
12.	ടി. രാഘവയ്യ	(1920–1925)
13.	എം.ഇ. വാട്സ്	(1925–1929)
14.	വി.എസ്. സുബ്രഹ്മണ്യയ്യർ	(1929–1932)
15.	ടി. ഓസ്ടിൻ	(1932–1934)
16.	എം. ഹബീബുള്ള സാഹിബ്	(1934–1936)
17.	സർ സി.പി. രാമസ്വാമി അയ്യർ	(1936–1947)

അനുബന്ധം 3

ശ്രീമൂലം പ്രജാസഭ (Sree Moolam Popular Assembly)യിലെ അധഃസ്ഥിത പ്രതിനിധികൾ

1.	അയ്യൻകാളി	1912-1932
2.	സി. ചരതൻ (ചരതൻ സോളമൻ)	1913
3.	ടി. ചോതി (വെള്ളിക്കര ചോതി)	1914
4.	കണ്ടൻ കുമാരൻ	1915-20, 1923, 1926-32
5.	പാറാടി ഏബ്രഹാം ഐസക്ക്	1916-21, 1923, 1924, 1927, 1928, 1930, 1932
6.	കറുമ്പൻ ദൈവത്താൻ	1917-18, 1921-26
7.	രാമൻ ചേന്നൻ	1919-20
8.	എം.എ. രത്നസ്വാമി	1921
9.	യോഹന്നാൻ യോഹന്നാൻ	1921
10.	കെ. മാധവൻ	1922-23
11.	പാമ്പാടി ജോൺ ജോസഫ് (എൻ. ജോൺ ജോസഫ്)	1922-25
12.	പി.എൻ. ശങ്കരൻ	1924
13.	ദൈവത്താൻ കുഞ്ഞൻ	1928,1930
14.	കുഞ്ഞൻ വെളുമ്പൻ	1930
15.	പൊയ്കയിൽ യോഹന്നാൻ	1931

അനുബന്ധം 4

തിരുവിതാംകൂർ ശ്രീമൂലം അസംബ്ലി (Travancore Legilsative Assembly)യിലെ അധഃസ്ഥിതി പ്രതിനിധികൾ

1. ടി.ടി. കേശവൻ ശാസ്ത്രി   1933-1947
2. പാമ്പാടി ജോൺ ജോസഫ്   1933-1944
3. പി.സി. ആദിച്ചൻ   1933-1947
4. കവിയൂർ കൊച്ചുകുഞ്ഞ്   1937-1944

അനുബന്ധം 5

അധഃകൃതരിലെ ജാതിസംഘടനകൾ 1940ന് മുൻപ്

Sl. No.	സംഘടനയുടെ പേര്	സ്ഥാപകൻ	രൂപീകരിച്ച വർഷം
1.	പ്രത്യക്ഷ രക്ഷാധർമ്മ പരിപാലന പറയർ മഹാജനസംഘം	കണ്ടൻ കുമാരൻ	1915
2.	അയ്യനവർ മഹാസഭ	ജോൺ യേശുദാസ്	1916
3.	ഹിന്ദു പുലയർ സമാജം	കുറുമ്പൻ ദൈവത്താൻ	1916
4.	ചേരമർ മഹാജനസഭ	പാമ്പാടി ജോൺ ജോസഫ്	1919
5.	സത്യ വിലാസിനി സംഘം (കുറവ)	എസ്.കെ. രാഘവൻ	1928
6.	അറുമുഖവള്ളി വിലാസം (കുറവ)	കല്ലട രാമൻ നാരായണൻ	1929
7.	കുറവർ മഹാസഭ*	പി.സി. ആദിച്ചൻ	1936
8.	ആൾ ട്രാവൻകൂർ പുലയർ മഹാസഭ	അയ്യൻകാളി	1937

* പിന്നീട് 'കുറവർ മഹാസഭ' എന്നും 'സിദ്ധനർ സർവ്വീസ് സൊസൈറ്റി' എന്നും രണ്ടായി പിരിഞ്ഞു.

*

അനുബന്ധം 6

ഓൾ ട്രാവൻകൂർ പുലയർ മഹാസഭയുടെ സ്ഥാപക ജേതാക്കൾ*

1. അയ്യൻകാളി, Ex. S.M.P.S. മെമ്പർ, വെങ്ങാനൂർ
2. പി.ഐ. വേലുക്കുട്ടി, പെരുങ്കാറ്റുവിള, വെങ്ങാനൂർ
3. പി.വി. കുഞ്ഞുകൃഷ്ണനൻ, പുതുവൽ പൊറുവിളാകത്ത് വീട്, വെങ്ങാനൂർ
4. ടി.കെ. ഗോപാലൻ, ചാത്തങ്കേരിവീട്, ഇടയാറന്മുള
5. ടി.കെ. കുട്ടി, ചേലമാല വീട്, മധുരവേലി, കടുത്തുരുത്തി
6. ഡി. മാധവൻ, പൊടിച്ചോട്ട കോണത്തുവീട്, വെങ്ങാനൂർ
7. സി. കേശവൻ, വെങ്ങാനൂർ
8. ജി.എസ്. പാച്ചൻ, വല്ലഭശ്ശേരി വീട്, പണിയാർ
9. കെ. രാമൻ, കാട്ടുകുന്നത്ത് കറ്റോരു വീട്, പട്ടം, തിരുവനന്തപുരം
10. എം.ബന്നി, മൂലക്കണ്ണെച്ചൽ വീട്, വഞ്ചിയൂർ
11. പി.കെ. ദേവനാരായണൻ, പൊട്ടുബല മുക്കടിക്കൻ വീട്, കുറിച്ചിമുട്ടം, ഇടയാറന്മുള
12. പി.കെ. അച്ചുതൻ, പടിഞ്ഞാറ്റതിൽ വീട്
13. ടി.ടി. കേശവൻ ശാസ്ത്രി, ശ്രീമൂലം പ്രജാസഭ മെമ്പർ, ക്യാമ്പ്: കുറിച്ചി, ചങ്ങനാശ്ശേരി
14. എൻ. രാമചന്ദ്രൻ, കഠിനംകുളം
15. പി. കുഞ്ഞൻ, പുരമുറ്റത്തു വീട്, വൈക്കം
16. സി.ടി. കുട്ടൻ, മൈലമുടിക്കു വീട്, കവിയൂർ

---

* 'സാധുജനപരിപാലന സംഘത്തിന്റെ ചരിത്രം - ചില വിയോജനക്കുറിപ്പുകൾ' - ടി.കെ. അനിയൻ, ഒന്നാം പതിപ്പ്, മഹാത്മാ ബുക്സ്, തിരുവനന്തപുരം, പേജ് 164, 165

17. ജെ. വിദ്യാഭൂഷൺ, പട്ടദേവി, പൂതുണ്ടി
18. കെ. ഗോവിന്ദപ്രസാദ്, വെട്ടിപ്പുതു വീട്, തിരുവല്ല
19. കെ. കുഞ്ഞൻകാളി, കുറ്റിയാൽ വീട്, മാവേലിക്കര
20. ടി.ടി. ഷണ്മുഖം, മാട്ടുവിള വീട്, കുന്നത്തൂർ
21. കെ.കുഞ്ഞോൽ, മുളക്കോട്, തെക്കഞ്ചേരി, കൊല്ലം
22. ടി.കെ. ദാസ്, Ex. S.M.P.S. , മാലമുറ്റത്തു വീട്, ഇടയാറന്മുള
23. ടി.വി. തേവൻ, കൊച്ചിക്കൽ, മാവേലിക്കര
24. കെ.ടി. കുട്ടപ്പൻ, മൂഴിയിൽ വീട്, കുന്നുകുഴി, തിരുവനന്തപുരം
25. ജി.കെ. ഗോപാലൻ, മുല്ലശ്ശേരി വീടി, വഞ്ചിയൂർ, തിരുവനന്തപുരം
26. എം. അപ്പാവു, അറവുപറമ്പിൽ വീട്, തിരുവനന്തപുരം
27. അയ്യാജി പൊന്നു, പ്ലാവറത്തിൽ വീട്, നെയ്യാറ്റിൻകര
28. കാളി രാമൻ, കൃഷ്ണവിലാസം, കഴക്കൂട്ടം
29. സി.എ. ദാമോദരൻ, ചരിവിൽ വീട്, വെള്ളിക്കര, കമ്പനാട്
30. രാഘവനാശാൻ, പൊയ്യ പുഞ്ച വീട്, തിരുവല്ല
31. പി.ടി. വേലായുധൻ, പൊയ്യക്കൽ വീട്, പുല്ലാട്, തിരുവല്ല
32. കുഞ്ഞുപിള്ള കണ്ണൻ, ചീക്കൻപാറ വീട്
33. പി. പാച്ചൻ, ഒരുകമ്പി വീട്, ഐരാണിമുട്ടം, തിരുവനന്തപുരം
34. പി.ടി. കുഞ്ഞോൽ, പുലിയിരിക്കുംപാറ വീട്, കവിയൂർ
35. സി. ചിത്താസ്വാമി, തൈപ്ലാവുവിള വീട്, ബാലരാമപുരം
36. ജി. പരമേശ്വരൻ, മുല്ലംവേവുതാൻ വീട്, തിരുവനന്തപുരം
37. വി. കൃഷ്ണൻ, കവിയറവിളാകത്ത് വീട്, വെങ്ങാനൂർ
38. എൽ.ടി. ഉലകൻ, തെക്കേവിള വീട്, നേമം
39. കണ്ണൻ കുഞ്ചു, ഓട്ടുപുറ വീട്, കൊല്ലം
40. കെ.സി. ശീതങ്കൻ, പാറകചിറ വീട്, അമ്പലപ്പുഴ
41. പവൻ മൈലൻ, മൈലാടുംപാറ വീട്, തിരുവല്ല
42. കെ.എം. തിരുവൻ, കാവുകളം വീട്, പത്തനംതിട്ട
43. സി. ബാലകൃഷ്ണൻ, കൊച്ചുമുടുമ്പു വീട്, നിലമേൽ
44. സി. അയ്യപ്പൻ, ചാരുംമൂട്ടുവീട്, തിരുവനന്തപുരം
45. വി. കുഞ്ഞൻ, അരവെയിൽ വീട്, മുട്ടത്തറ, തിരുവനന്തപുരം
46. ടി.ടി. രാഘവൻ
47. ടി.സി. കേശവൻ, മോടിയിൽ, ചെറ്റന്നൂർ
48. എം.ടി. തേവൻ, നിലത്തുംതറ വീട്, ചെങ്ങന്നൂർ

49. കെ.ടി. കറത്തകുഞ്ഞ്, കണ്ടത്തുംകുഴി, മുളക്കുഴ
50. വി.എ. ഗോവിന്ദൻ, വലിയകുന്നത്തു വീട്, ഇരവിപേരൂർ
51. കെ.ടി. തേവൻ, കൊച്ചുഴകത്തു വീട്, മുല്ലപ്പുഴശ്ശേരി
52. എം. ശിവദാസ്, പടിഞ്ഞാറ്റേതിൽ വീട്, കോട്ടയം
53. പി. കേശവൻ, കണ്ണങ്കരവിള വീട്, കൊട്ടാരക്കര
54. എം.കെ. ഇട്ടി, ചെമ്പുതറ വീട്, തിരുവല്ല
55. കെ. കൊച്ചാമൻ, കറുത്താവിൽ പുത്തൻവീട്
56. സി. രാമകൃഷ്ണൻ, പനവിള പുത്തൻവീട്, നെയ്യാറ്റിൻകര
57. കെ. കൊച്ചു, ചാരുവിളാകത്തു വീട്, നെയ്യാറ്റിൻകര

അനുബന്ധം 7

ഓർമ്മദിനങ്ങൾ

1809 മാർച്ച് 12	വൈകുണ്ഠസ്വാമി ജനനം.
1814	തൈക്കാട്ട് അയ്യാഗുരുസ്വാമി ജനിച്ചു.
1822	ചാന്നാർ ലഹള.
1836	വൈകുണ്ഠസ്വാമികൾ 'സമത്വസമാജം' രൂപീകരിച്ചു.
1843	ബ്രിട്ടീഷ് ഇന്ത്യയിൽ അടിമത്തം നിരോധിച്ചു.
1851 ജൂൺ 3	വൈകുണ്ഠസ്വാമി സമാധിയായി.
1853 ഓഗസ്റ്റ് 25	ചട്ടമ്പിസ്വാമികൾ ജനനം.
1856	ശ്രീനാരായണഗുരു ജനനം.
1859	തിരുവിതാംകൂറിൽ അടിമക്കുട്ടികൾക്ക് മോചനം. ചാന്നാർ സ്ത്രീകളുടെ മാറുമറയ്ക്കൽ സമരം വിജയിച്ചു.
1863 ഓഗസ്റ്റ് 28 (1039 ചിങ്ങം 14)	അയ്യൻകാളി ജനനം.
1879 ഫെബ്രുവരി 17	പൊയ്കയിൽ യോഹന്നാൻ ജനനം.
1880 (1055 മകരം 12)	കുറുമ്പൻ ദൈവത്താൻ ജനനം.
1885 മെയ് 24 (1060 ഇടവം 12)	പണ്ഡിറ്റ് കറുപ്പൻ ജനനം.
1885	ശ്രീമൂലം തിരുനാൾ ഭരണഭാരമേറ്റു. അയിത്തജാതി ക്കുട്ടികൾക്ക് വിദ്യാലയപ്രവേശം
1887	പാമ്പാടി ജോൺ ജോസഫ് ജനനം.

1888 (1063 കുംഭം - ശിവരാത്രിദിനം)	അരുവിപ്പുറം ശിവപ്രതിഷ്ഠ
1888	തിരുവിതാംകൂറിൽ ലജിസ്ലേറ്റീവ് കൗൺസിൽ
1889 ഓഗസ്റ്റ് 21	സഹോദരൻ അയ്യപ്പൻ ജനനം.
1891 ഏപ്രിൽ 14	ഡോ. അംബേദ്കർ ജനനം.
1893	അയ്യൻകാളിയുടെ വില്ലുവണ്ടിയാത്ര.
1898	ചാലിയത്തെരുവ് ലഹള.
1900 ജനുവരി 2	കെ.പി. വള്ളോൻ ജനനം.
1904	അയ്യൻകാളി വെങ്ങാനൂരിൽ കുടിപ്പള്ളിക്കൂടം സ്ഥാപിച്ചു. ശ്രീമൂലം പ്രജാസഭ പ്രവർത്തനമാരംഭിച്ചു. ജാതിവ്യത്യാസം കൂടാതെ സർവ്വർക്കും പ്രൈമറി വിദ്യാഭ്യാസം
1907	അയ്യൻകാളി കാർഷികസമരം പ്രഖ്യാപിച്ചു.
1907 ഏപ്രിൽ 30	ടി.ടി. കേശവൻ ശാസ്ത്രി ജനനം.
1907	സാധുജനപരിപാലനസംഘം രൂപീകരിച്ചു.
1909 ജൂലൈ 20	അയ്യാഗുരുസ്വാമി സമാധിയായി
1910	പൊയ്കയിൽ ശ്രീകുമാരഗുരുദേവൻ (പൊയ്കയിൽ യോഹന്നാൻ) പി.ആർ.ഡി.എസ്. സ്ഥാപിച്ചു.
1011 ഡിസംബർ 5 കൊ: വ: 1087	അയ്യൻകാളി പ്രജാസഭ മെമ്പർ
1912 മാർച്ച് 27	പ്രജാസഭയിൽ അയ്യൻകാളിയുടെ കന്നിപ്രസംഗം എറണാകുളത്ത് ആദ്യപുലയസമ്മേളനം
1913 കൊ: വ: 1088	'കൊച്ചി പുലയ മഹാജനസഭ' 'സമസ്ത കൊച്ചി പുലയമഹാസഭയായി
1914	സിലോൺ ഡെപ്യൂട്ടി കമ്മീഷണർ അയ്യൻ കാളിയെ സന്ദർശിച്ചു. വെങ്ങാനൂർ പുതുവൽ വിളാകത്ത് അയ്യൻകാളിക്ക് സർക്കാർ പ്രൈമറി സ്കൂൾ അനുവദിച്ചു. ഊരൂട്ടമ്പലം സംഭവം. പുല്ലാട്ട് കലാപം.
1914-15	പെരിനാട് ലഹള (കല്ലുമാല സമരം)

1917	സഹോദരൻ അയ്യപ്പന്റെ നേതൃത്വത്തിൽ ചെറായിയിൽ മിശ്രഭോജനം
1919	പാമ്പാടി ജോൺ ജോസഫ് 'സാധുജന ദൂതൻ' മാസിക ആരംഭിച്ചു.
1921 ജനു. 14	പാമ്പാടി ജോൺ ജോസഫ് 'തിരുവിതാംകൂർ ചേരമർ മഹാജനസഭ' രൂപീകരിച്ചു.
1923 ഒക്ടോബർ 8	ചാത്തൻമാസ്റ്റർ ജനനം.
1924	വൈക്കം സത്യഗ്രഹം. റാണി സേതു ലക്ഷ്മി ഭായി റീജന്റ്. ശ്രീമൂലം തിരുനാൾ നാടുനീങ്ങി. പല്ലന ബോട്ടപകടത്തിൽ കുമാരനാശാൻ കൊല്ലപ്പെട്ടു.
1924 മെയ് 5	ചട്ടമ്പിസ്വാമികൾ സമാധിയായി.
1924 (കൊ.വ.1099 വൃശ്ചികം 9)	കുറുമ്പൻ ദൈവത്താന്റെ നേതൃത്വത്തിൽ ദളിതർ ചെങ്ങന്നൂർ ക്ഷേത്രത്തിൽ അതിക്രമിച്ചുകടന്ന് ആരാധന നടത്തി.
1926	സമസ്ത കൊച്ചി പുലയ മഹാസഭ ജനറൽ സെക്രട്ടറി പി.സി. ചാഞ്ചൻ കൊച്ചി നിയമസഭാംഗമായി.
1927 ഏപ്രിൽ 15 (കൊ:വ 1102 മീനം 23)	കുറുമ്പൻ ദൈവത്താൻ അന്തരിച്ചു.
1928 സെപ്തം. 20 (1104 കന്നി 5)	ശ്രീനാരായണഗുരു സമാധിയായി
1931	ചിത്തിരതിരുനാൾ ബാലരാമവർമ്മ തിരുവിതാംകൂർ രാജാവായി.
1931 നവംബർ 1	ഗുരുവായൂർ സത്യഗ്രഹം ആരംഭം.
1933	അയ്യൻകാളി പ്രജാസഭാംഗത്വം രാജിവച്ചു
1935	കെ.പി. വള്ളോൻ രണ്ടാംതവണ കൊച്ചി നിയമ സഭാംഗം. വള്ളോൻ ബുദ്ധമതം സ്വീകരിച്ചു.
1936 നവംബർ 12 (കൊ: വ. 1115)	തിരുവിതാംകൂർ ക്ഷേത്രപ്രവേശനവിളംബരം

1936 നവംബർ 12 (കൊ: വ. 1115)	സമസ്ത കൊച്ചി പുലയ മഹാസഭയുടെ മുഖപത്രം 'അധഃകൃതൻ' പ്രസിദ്ധീകരിച്ചുതുടങ്ങി.
1936	സർ സി.പി. രാമസ്വാമി അയ്യർ തിരുവിതാംകൂർ ദിവാൻ.
1937 ജനുവരി 14	ഗാന്ധിജി വെങ്ങാന്നൂരിൽ അയ്യൻകാളിയെ സന്ദർശിച്ചു.
1937 ജൂലൈ	'ആൾ ട്രാവൻകൂർ പുലയമഹാസഭ രൂപീകരിച്ചു.
1938	അയ്യൻകാളി പൊതുരംഗത്തുനിന്നും വിരമിച്ചു.
1938 മാർച്ച് 23	പണ്ഡിറ്റ് കറുപ്പൻ അന്തരിച്ചു.
1938 ഡിസംബർ 13	മലബാറിൽ അവർണർക്ക് ക്ഷേത്രപ്രവേശനം.
1938 കൊ: വ: 1119 മീനം 10	എറണാകുളത്ത് ആദ്യ ഹരിജൻ ഹോസ്റ്റൽ
1940	കെ.പി. വള്ളോൻ അന്തരിച്ചു.
1940 ജൂലൈ	പാമ്പാടി ജോൺ ജോസഫ് അന്തരിച്ചു.
1941 ജൂൺ 18	അയ്യൻകാളി അന്തരിച്ചു.
1942	ആൾ ട്രാവൻകൂർ പുലയ മഹാസഭ രജിസ്റ്റർ ചെയ്തു.
1947 ഡിസംബർ 20 (കൊ: വ: 1113 ധനു 12)	കൊച്ചിയിൽ ക്ഷേത്രപ്രവേശന വിളംബരം
1949	തിരു-കൊച്ചി സംയോജനം
1956	പി.സി. ചാഞ്ചൻ അന്തരിച്ചു.
1956 സെപ്തംബർ 30	വെങ്ങാന്നൂരിൽ അയ്യൻകാളിയുടെ സ്മൃതി മണ്ഡപം - 'ചിത്രകൂടം' - രാജപ്രമുഖൻ ചിത്തിര തിരുനാൾ ഉദ്ഘാടനം ചെയ്തു.
1956 ഡിസംബർ 6	അംബേദ്കർ അന്തരിച്ചു.
1962 നവംബർ 1	ടി.ടി. കേശവൻ ശാസ്ത്രി അന്തരിച്ചു.
1968 മാർച്ച് 6	സഹോദരൻ അയ്യപ്പൻ അന്തരിച്ചു.

1970	തിരുവനന്തപുരം ആസ്ഥാനമായി 'അയ്യൻകാളി സ്മാരക ട്രസ്റ്റ്' രൂപീകരിച്ചു. (കേരള പുലയർ മഹാ സഭ' (K.P.M.S.) രൂപീകരിച്ചു.)
1980	തിരുവനന്തപുരം വെള്ളയമ്പലം സ്ക്വയറിൽ അയ്യൻകാളി (പ്രതിമ പ്രധാനമന്ത്രി ഇന്ദിരാഗാന്ധി അനാവരണം ചെയ്തു.
1985 ഏപ്രിൽ 2	ചാത്തൻമാസ്റ്റർ അന്തരിച്ചു.
1994 മാർച്ച്	അയ്യൻകാളിയുടെ സ്മൃതിമണ്ഡപമായ 'ചിത്രകൂടം' പൊളിച്ചുമാറ്റി തൽസ്ഥാനത്ത് 'പാഞ്ചജന്യം' നിർമ്മിച്ചു.
2002	തപാൽവകുപ്പ് അയ്യൻകാളി സ്റ്റാമ്പ് പുറത്തിറക്കി.

സഹായകഗ്രന്ഥങ്ങളും പത്രലക്കങ്ങളും

1. കേരള ചരിത്രം
    പ്രൊഫ. എ. ശ്രീധരമേനോൻ
    ആറാം പതിപ്പ് 2011
    ഡി.സി. ബുക്സ്, കോട്ടയം

2. ജാതിവ്യവസ്ഥിതിയും കേരള ചരിത്രവും
    പി.കെ. ബാലകൃഷ്ണൻ
    മൂന്നാം പതിപ്പ് 2012
    ഡി.സി. ബുക്സ്, കോട്ടയം

3. പുലയർ: ചരിത്രവും വർത്തമാനവും
    കരിവേലി ബാബുക്കുട്ടൻ
    രണ്ടാം പതിപ്പ് 2013
    പൂർണ പബ്ലിക്കേഷൻസ്, കോഴിക്കോട്

4. പണ്ഡിറ്റ് കറുപ്പൻ ഓർമ്മകളിലൂടെ
    കെ.കെ. വേലായുധൻ
    ഒന്നാം പതിപ്പ് 1983
    സാഹിത്യ പ്രവർത്തക സഹകരണസംഘം, കോട്ടയം

5. തൈക്കാട്ട് അയ്യാഗുരു സ്വാമി
    ഇ.കെ. സുഗതൻ
    ഒന്നാം പതിപ്പ് 2005
    വിതരണം: കേരള സ്റ്റേറ്റ് ബുക്ക് മാർക്ക്

6. കേരള നവോത്ഥാനം : യുഗസന്തതികൾ, യുഗശില്പികൾ -
പി. ഗോവിന്ദപ്പിള്ള
മൂന്നാം സഞ്ചിക
രണ്ടാം പതിപ്പ് 2010
ചിന്ത പബ്ലിഷേഴ്സ്,
തിരുവനന്തപുരം

7. മഹത് ചരിതമാല
റോസ് സി. ആർ.
ഡി.സി. ബുക്ക് എഡിഷൻ 2009
ഡി.സി.ബുക്സ്, കോട്ടയം

8. സാധുജനപരിപാലസംഘത്തിന്റെ ചരിത്രം -
ചില വിയോജനക്കുറിപ്പുകൾ
ടി.കെ. അനിയൻ
ഒന്നാംപതിപ്പ് 2010,
മഹാത്മ ബുക്സ്,
തിരുവനന്തപുരം.

9. സരസകവി മൂലൂർ എസ്. പത്മനാഭപ്പണിക്കർ
പ്രൊഫ. എം. സത്യപ്രകാശം
രണ്ടാംപതിപ്പ്, 1998
പ്രസാ: സാംസ്കാരിക പ്രസിദ്ധീക
രണ വകുപ്പ്, കേരള സർക്കാർ.

10. Minace of Hindu Imperialism - Swamy Dharmatheertha Maharaj

11. കേരളത്തിന്റെ സാംസ്കാരിക ചരിത്രം
പി.കെ. ഗോപാലകൃഷ്ണൻ
രണ്ടാംപതിപ്പ്, ഏപ്രിൽ 2008
പ്രസാ: കേരള ഭാഷാ ഇൻസ്റ്റിറ്റ്യൂട്ട്

12. നായർ മേധാവിത്വത്തിന്റെ പതനം (തർജ്ജമ)
റോബിൻ ജെഫ്രി
രണ്ടാംപതിപ്പ്, 2003 ജൂലൈ
പ്രസാ: ഡി.സി. ബുക്സ്.

13. കേരള കൗമുദി ദിനപ്പത്രം	2007 ഏപ്രിൽ 23
14. മാതൃഭൂമി ദിനപ്പത്രം	2009 മാർച്ച് 11
15. മാതൃഭൂമി ദിനപ്പത്രം	2013 ജൂൺ 27
16. മാതൃഭൂമി ദിനപ്പത്രം	2013 ഒക്ടോബർ 1
17. മാതൃഭൂമി ദിനപ്പത്രം	2013 നവംബർ 7

www.ingramcontent.com/pod-product-compliance
Lightning Source LLC
LaVergne TN
LVHW041605070526
838199LV00052B/2998